ಹನುಮದಾಸನ ರಾಮಾಯಣ ಮಹಾಕಾವ್ಯ

HANUMADAASANA RAMAYANA MAHAKAVYA

ಸಂಜಯ ದೇಸಾಯಿ
SANJAY DESAI

ISBN 979-8-88883-942-3

ಪರಿವಿಡಿ

ವಿಷಯ		ಪುಟ ಸಂಖ್ಯೆ
ಅನುಗ್ರಹ ಸಂದೇಶಗಳು	ಶ್ರೀ ಉತ್ತರಾದಿ ಮಠಾಧೀಶರಾದ ಶ್ರೀ ಶ್ರೀ 1008 ಸತ್ಯಾತ್ಮತೀರ್ಥ ಶ್ರೀ ಪಾದಂಗಳವರು	5
	ಉಡುಪಿ ಶ್ರೀ ಕೃಷ್ಣನ ಪುಣ್ಯಕ್ಷೇತ್ರದ ಶ್ರೀ ಕೃಷ್ಣಾಪುರ ಮಠಾಧೀಶರಾದ ಶ್ರೀ ಶ್ರೀವಿದ್ಯಾಸಾಗರತೀರ್ಥ ಶ್ರೀ ಪಾದಂಗಳವರು	6
	ಶ್ರೀ ರಾಘವೇಂದ್ರ ಸ್ವಾಮಿಗಳವರ ಮಠಾಧೀಶರಾದ 1008 ಶ್ರೀ ಶ್ರೀಮತ್ಸುಸುಬುಧೇಂದ್ರತೀರ್ಥ ಶ್ರೀ ಪಾದಂಗಳವರು	7
ನಿವೇದನೆ		9
ಅರ್ಪಣೆ		19
ಹನುಮದಾಸನ ರಾಮಾಯಣ ಮಹಾಕಾವ್ಯ		
ದೇವಸ್ಮರಣೆ ಮತ್ತು ಕಾವ್ಯದ ಪ್ರಾರಂಭ		21
ಬಾಲ್ಯಕಾಂಡ		23
ಅಯೋಧ್ಯೆಕಾಂಡ		26
ಅರಣ್ಯಕಾಂಡ		30
ಕಿಷ್ಕಿಂಧಾಕಾಂಡ		37

ವಿಷಯ	ಪುಟ ಸಂಖ್ಯೆ
ಸುಂದರಕಾಂಡ	50
ಯುದ್ಧಕಾಂಡ	64
ಫಲಶ್ರುತಿ, ಕೃತಜ್ಞತೆಗಳು ಹಾಗೂ ವಂದನೆಗಳು	165
ಪದಕೋಶ	171
RAMAYANA	193

|| श्रीदिग्विजयरामो विजयते ||

श्रीमत्परमहंसपरिव्राजकाचार्यत्वाघनेकगुणगणालंकृत श्रीमन्मूलसीतासमेतश्रीमन्मूलरामदिग्विजयरामवेदव्यासादिपादपद्माराधक

श्रीमद्धिष्णुबसिद्धान्तप्रतिष्ठापनाचार्य जगद्गुरुश्रीमन्मध्वाचार्यमूलमहासंस्थान

श्रीमदुत्तरादिमठाधीश

श्री श्री १००८ श्रीसत्याभिज्ञतीर्थकरकमलसंजात श्री श्री १००८ श्रीसत्यप्रमोदतीर्थवरकुमार

श्री श्री १००८ श्रीसत्यात्मतीर्थश्रीपादानां

<table>
<tr><td>No. :
Camp : ಪ್ರಯಾಗರಾಜ</td><td>अनुग्रहसन्देश:</td><td>शुभदिनम् : ಶುಭಕೃತ್-ಮಾಘ-ಶುಕ್ಲ-ದ್ವಾದಶೀ
Date : 02/02/2023</td></tr>
</table>

ನಮ್ಮ ಭಾರತ ದೇಶದ ಅತ್ಯಂತಶ್ರೇಷ್ಠವಾದ ಐತಿಹಾಸಿಕ ಗ್ರಂಥ, ಧರ್ಮಗ್ರಂಥ, ಜೀವನದ ಮಾರ್ಗವನ್ನು ತೋರಿಸುವಂತಹ ಉಪದೇಶ ಗ್ರಂಥ ಅದು ವಾಲ್ಮೀಕಿ ರಾಮಾಯಣ ಯಾವ ರೀತಿ ಮನುಷ್ಯ ಧರ್ಮದಿಂದ ಜೀವನವನ್ನು ಮಾಡಬೇಕು ಸಂಯಮದಿಂದ ಜೀವನವನ್ನು ಮಾಡಬೇಕು ಪರೋಪಕಾರವನ್ನು ಮಾಡಬೇಕು ತಂದೆ ತಾಯಿಗಳಿಗಾಗಿ ತ್ಯಾಗವನ್ನು ಮಾಡಬೇಕು ದೇಶದ ರಕ್ಷಣೆಗಾಗಿ ಸ್ವಾರ್ಥವನ್ನು ಬದಿಗಿಡಬೇಕು ಶತ್ರುವಿನ ಜೊತೆಗೆ ಯಾವ ರೀತಿ ವ್ಯವಹಾರ ಇರಬೇಕು ಗಂಡನಿಗಾಗಿ ಹೆಂಡತಿ ಯಾವ ರೀತಿ ತ್ಯಾಗವನ್ನು ಮಾಡಬೇಕು ಅಣ್ಣನಿಗಾಗಿ ತಮ್ಮ ಹೇಗೆ ಸ್ವಾರ್ಥವನ್ನು ತ್ಯಜಿಸಬೇಕು ಇತ್ಯಾದಿ ಸಾವಿರ ಸಾವಿರ ವಿಷಯಗಳನ್ನು ತಿಳಿಸಿಕೊಟ್ಟು ಈ ಜೀವನದಲ್ಲಿಯೂ ಧರ್ಮದಿಂದ ನ್ಯಾಯದಿಂದ ಸುಲಭವಾಗಿ ಬದುಕುವಂತೆ ಪರಲೋಕದ ಸಾಧನೆಯನ್ನು ಕೂಡ ಅತ್ಯಂತ ಭಕ್ತಿಯಿಂದ ಶ್ರದ್ಧೆಯಿಂದ ಯತಿಗಳ ಮುನಿಗಳ ಜ್ಞಾನಿಗಳ ರಾಜರ ಆದರ್ಶಗಳನ್ನ ಪರಿಪಾಲನೆ ಮಾಡುತ್ತಾ ಸಕಲ ಗುಣಗಳ ಸಾಕಾರ ಮೂರ್ತಿಯಾದ ಶ್ರೀರಾಮಚಂದ್ರನ ಆದರ್ಶಗಳನ್ನು ಯಥಾ ಶಕ್ತಿ ಅಳವಡಿಸಿ ಕೊಡುವ ಪಾಠವನ್ನು ಕಲಿಸುವುದಕ್ಕೆ ವಾಲ್ಮೀಕಿ ಯತಿಗಳ ಮುಖದಿಂದ ಅವತರಿಸಿದ್ದು ಈ ವಾಲ್ಮೀಕಿ ರಾಮಾಯಣ. ಮಹಾ ತಪಸ್ವಿಗಳಾದ ವಾಲ್ಮೀಕಿ ಯತಿಗಳಿಂದ ಮೂಡಿ ಬಂದ ಇಂತಹ ವಾಲ್ಮೀಕಿ ರಾಮಾಯಣದ ಭಾವವನ್ನು ಕನ್ನಡ ಭಾಷೆಯಲ್ಲಿ ಎಲ್ಲರೂ ಕೂಡ ಸುಲಭವಾಗಿ ಓದಿ ತಿಳಿದುಕೊಳ್ಳಬೇಕೆಂದು ಪದ್ಯಗಳ ರೂಪದಲ್ಲಿ ನಮ್ಮ ಪ್ರಿಯಶಿಷ್ಯರಾದ ಸುಗ್ಗಿಕೇರಿ ಪ್ರಾಣದೇವರ ಪರ್ಯಾಯಸ್ಕರಾದ Group Captain Air Force Sanjay Desai ಇವರು ಹನುಮದಾಸನ ರಾಮಾಯಣ ಮಹಾಕಾವ್ಯ ಎಂಬ ಹೆಸರಿನಲ್ಲಿ ಬಹಳ ಸುಂದರವಾದ ಈ ಕಾವ್ಯವನ್ನು ರಚಿಸಿ ಪ್ರಕಾಶನವನ್ನು ಮಾಡುತ್ತಿದ್ದಾರೆ. ಒಬ್ಬ ಲೌಕಿಕ ಉದ್ಯೋಗಸ್ಥನಾಗಿದ್ದು ರಾಮಾಯಣದ ಬಗ್ಗೆ ಇಷ್ಟು ಭಕ್ತಿ ಶ್ರದ್ಧೆಗಳಿಂದ ಅಧ್ಯಯನವನ್ನು ಮಾಡಿ ಅದನ್ನು ತಿಳಿಯಾದ ಕನ್ನಡ ಭಾಷೆಯಲ್ಲಿ ನಿರೂಪಣೆ ಮಾಡುವ ಪ್ರಯತ್ನವನ್ನು ಮಾಡಿದ್ದು ಬಹಳ ಸಂತೋಷದ ಸಂಗತಿ ಇದಕ್ಕಾಗಿ ಅವರು ಸಾಕಷ್ಟು ಕೃಷಿಯನ್ನು ಮಾಡಿದ್ದಾರೆ. ರಾಮಾಯಣದ ಸಂದೇಶವನ್ನು ಚೆನ್ನಾಗಿ ತಿಳಿದುಕೊಂಡು ಜೀವನದಲ್ಲಿ ಅಳವಡಿಸಿಕೊಳ್ಳುವುದಕ್ಕೆ ಈ ಒಂದು ಸ್ತುತ್ಯವಾದ ಕಾರ್ಯವನ್ನು ಮಾಡಿದ್ದಾರೆ. ಗುರುಗಳಲ್ಲಿ ಅಂತರ್ಯಾಮಿಯಾದ ಭಾರತೀರಮಣಮುಖ್ಯಪ್ರಾಣಾಂತರ್ಗತ ಶ್ರೀಮೂಲಸೀತಾಸಮೇತ-ಶ್ರೀಮನ್ಮೂಲರಾಮ-ಶ್ರೀದಿಗ್ವಿಜಯರಾಮ-ಶ್ರೀವೇದವ್ಯಾಸದೇವರು ಇವರಿಗೆ ವಿಶೇಷವಾಗಿ ಜ್ಞಾನಭಕ್ತಿ ವೈರಾಗ್ಯಾದಿಗಳನ್ನು ನೀಡಿ ಇಂತಹ ಧಾರ್ಮಿಕವಾದ ದೇವರ ಸೇವಾರೂಪವಾದ ಕಾರ್ಯಗಳನ್ನು ಇನ್ನೂ ವಿಶೇಷವಾಗಿ ಮಾಡಿಸಲಿ ಎಂದು ಪ್ರಾರ್ಥಿಸುತ್ತೇವೆ.

ಶ್ರೀ ಸತ್ಯಾತ್ಮತೀರ್ಥಶ್ರೀಪಾದಂಗಳವರು

ಶ್ರೀಮದುತ್ತರಾದಿಮಠ

ಶ್ರೀ ಕೃಷ್ಣಮಠ
ಪರ್ಯಾಯ ಶ್ರೀ ಕೃಷ್ಣಾಪುರ ಮಠ
ರಥಬೀದಿ, ಉಡುಪಿ – 576 101.

SRI KRISHNA MATHA

PARYAYA SRI KRISHNAPURA MATHA

Car Street, Udupi - 576 101. Ph : 0820-2520598, Mob : 9686603855
Email paryaya@krishnapuramatha.org, Website : www.krishnapuramatha.org

ದಿನಾಂಕ : 16.01.2023

॥ ಶ್ರೀ॥

ಆನುಗ್ರಹ ಸಂದೇಶ

ರಾಮಾಯ ರಾಮಭದ್ರಾಯ ರಾಮಚಂದ್ರಾಯ ವೇಧಸೇ ।
ರಘುನಾಥಾಯ ನಾಥಾಯ ಸೀತಾಯಾಃ ಪತಯೇ ನಮಃ ॥

"ರಾಮಮಂತ್ರವ ಜಪಿಸೋ ಹೇ ಮನುಜ..." ಎನ್ನುವ ದಾಸರವಾಣಿ ರಾಮನಾಮದ ಹಿರಿಮೆಯನ್ನು ಸಾರುತ್ತದೆ. ಇದು ಆತ್ಮೋದ್ಧಾರಕ್ಕೆ ಕಾರಣವಾದುದು. ಬ್ರಹ್ಮದೇವರ ಉಪದೇಶ ಹಾಗೂ ಆಜ್ಞಾನುಸಾರ ರಚಿತವಾದದ್ದು ಆದಿಕಾವ್ಯವಾದ ಶ್ರೀಮದ್‌ವಾಲ್ಮೀಕಿರಾಮಾಯಣ. ವಾಲ್ಮೀಕಿ ಋಷಿಗಳು ಸಮಕಾಲೀನರಾಗಿದ್ದು ರಾಮರೂಪ ಶ್ರೀಹರಿಯ ಮಹಿಮೆಯನ್ನು ಪ್ರತ್ಯಕ್ಷ ಕಂಡವರು. ಆದುದರಿಂದ ವಾಲ್ಮೀಕಿ ರಾಮಾಯಣವು ಇತಿಹಾಸವೂ ಹೌದು. ಈ ಮಹಿಮಾಬೋಧಕ ರಾಮಕಥಾ ಅತ್ಯಂತ ಸರಸವಾದದ್ದು. ವಾಲ್ಮೀಕಿ ಋಷಿಗಳ ಗೀರ್ವಾಣ ವಾಣಿಯಲ್ಲಿ ವರ್ಣಿತವಾದ ಈ ಆರ್ಷ ಕಾವ್ಯವು ಸರಳವೂ, ಸುಲಭಗಮ್ಯವೂ ಎನ್ನುವುದು ವಿದಿತವೇ ಆಗಿದೆ.

ಪ್ರಕೃತ, ಧಾರವಾಡದ ನಿವಾಸಿಗಳಾದ ಶ್ರೀ ಸಂಜಯ ದೇಸಾಯಿಯವರು '**ಹನುಮದಾಸನ ರಾಮಾಯಣ ಮಹಾಕಾವ್ಯ**' ಎನ್ನುವ ಶಿರೋನಾಮದೊಂದಿಗೆ ರಾಮಕಥಾ ಸಂಗ್ರಹವನ್ನು ಪ್ರಚಲಿತ ವೃತ್ತದಲ್ಲಿ ಮನೋಜ್ಞವಾಗಿ ರಚಿಸಿರುತ್ತಾರೆ. ಈ ಕೃತಿಯನ್ನು ಸಮಗ್ರವಾಗಿ ಆವಲೋಕನ ಮಾಡದಿದ್ದರೂ ಸ್ಥಾಲೀಪುಲಕ ನ್ಯಾಯದಿಂದ ಆವಲೋಕನ ಮಾಡಲಾಗಿದೆ. ಮೂಲಕೃತಿಯ ಭಾವವನ್ನು ಮತ್ತು ಕಥಾಮೃತವನ್ನು ತಿಳಿಯುವಲ್ಲಿ ಈ ಕನ್ನಡ ಕೃತಿಯು ಉಪಾದೇಯ ಎಂದು ತೋರುತ್ತದೆ. ಕನ್ನಡ ಸಾಹಿತ್ಯಕ್ಷೇತ್ರಕ್ಕೆ ಈ ರಚನೆಯು ಒಂದು ವಿಶಿಷ್ಟ ಕೊಡುಗೆಯಾಗಿ ಹೊರಹೊಮ್ಮಲಿ. ಶ್ರೀಯುತರಿಂದ ವಿತಾದೃಶ ವಾಙ್ಮಯ ಸೇವಾಕಾರ್ಯಗಳು ನಡೆಯುವಂತಾಗಲಿ ಎಂದು ನಾವು ನಮ್ಮ ಆರಾಧ್ಯದೇವರಾದ ಶ್ರೀಕೃಷ್ಣಮುಖ್ಯಪ್ರಾಣದೇವರಲ್ಲಿ ವಿಶೇಷವಾಗಿ ಪ್ರಾರ್ಥಿಸುತ್ತೇವೆ".

ಇತ್ಯನೇಕ ನಾರಾಯಣಸ್ಮರಣೆಗಳು.

(ಶ್ರೀವಿದ್ಯಾಸಾಗರತೀರ್ಥಶ್ರೀಪಾದರು)
ಪರ್ಯಾಯ ಶ್ರೀಕೃಷ್ಣಾಪುರ ಮಠ, ಉಡುಪಿ.

ಶ್ರೀಮತ್ತರಮಹಾಸತ್ಪ್ರತಿಪತ್ತ್ಯಾಚಾರ್ಯ ಪದವಾಕ್ಯಪ್ರಮಾಣಪಾರಾವಾರಪಾರಂಗತ

ಸರ್ವತಂತ್ರಸ್ವತಂತ್ರ ಶ್ರೀಮದ್ವೈಷ್ಣವಸಿದ್ಧಾಂತಪ್ರತಿಷ್ಠಾಪನಾಚಾರ್ಯ

ಶ್ರೀಮನ್ಮೂಲರಘುಪತಿವೇದವ್ಯಾಸದೇವರ ದಿವ್ಯಶ್ರೀಪಾದಪದ್ಮಾರಾಧಕ

ಜಗದ್ಗುರು ಶ್ರೀಮನ್ಮಧ್ವಾಚಾರ್ಯಮೂಲಮಹಾಸಂಸ್ಥಾನಾಧೀಶ್ವರರಾದ

ಶ್ರೀರಾಘವೇಂದ್ರಸ್ವಾಮಿಗಳವರ ಮಠದ ವೇದಾಂತಸಾಮ್ರಾಜ್ಯವಿಜ್ಞಿಜಯವಿದ್ಯಾಸಿಂಹಾಸನಾಧೀಶ್ವರರಾದ

ಶ್ರೀಮತ್ಸುಶಮೀಂದ್ರತೀರ್ಥಶ್ರೀಪಾದಂಗಳವರ ಕರಕಮಲಸಂಜಾತರಾದ

ಶ್ರೀಮತ್ಸುಯತೀಂದ್ರತೀರ್ಥಶ್ರೀಪಾದಂಗಳವರ ವರಕುಮಾರಕರಾದ

1008 ಶ್ರೀ ಶ್ರೀಮತ್ಸುಬುಧೇಂದ್ರತೀರ್ಥಶ್ರೀಪಾದಂಗಳವರ

ಅನುಗ್ರಹಸಂದೇಶ

ಶ್ರೀಶುಭಕೃತ್‌ನಾಮ ಸಂವತ್ಸರ ಪುಷ್ಯ ಬಹುಳ ಸಪ್ತಮಿ ಶನಿವಾರ ದಿನಾಂಕ 14.01.2023.

ರಾಮಾಯಣವು ಒಂದು ಸಂಸ್ಕೃತ ಮಹಾಕಾವ್ಯ. ರಾಮನು ಆದರ್ಶ ವ್ಯಕ್ತಿ. ಹೀಗಾಗಿ ರಾಮನ ಆದರ್ಶ ಗುಣಗಳು ಸಜ್ಜನರ ನೀತಿ ಮಾರ್ಗಕ್ಕೆ ಆದರ್ಶಪ್ರಾಯವಾಗಿದೆ. ರಾಮನ ಆದರ್ಶ ಜೀವನವನ್ನು ಕಂಡ ಪ್ರತಿಯೊಬ್ಬರು ನಾವು "ಶ್ರೀರಾಮನಂತೆ ಇರಬೇಕೆ ಹೊರತು ರಾವಣನಂತೆ ಆಲ್ಲ" ಎಂದು ತಿಳಿದು ಜೀವಿಸುವ ಸೌಭಾಗ್ಯವನ್ನು ರಾಮಾಯಣವು ಕರುಣಿಸಿದೆ. ಮೂಲರಾಮಾಯಣದಿಂದ ಆರಂಭಿಸಿ ವಾಲ್ಮೀಕಿರಾಮಾಯಣ, ಸಂಗ್ರಹರಾಮಾಯಣ, ಮಧ್ವರಾಮಾಯಣ ಹೀಗೆ ದೇಶದ ವಿವಿಧ ಭಾಷೆಗಳಲ್ಲಿ ರಾಮಾಯಣ ಕಾವ್ಯಗಳು ಆದರ ಅನುವಾದಗಳು ಪ್ರಕಟಗೊಂಡು ಇಂದಿಗೂ ರಾಮಾಯಣ ಕಾವ್ಯದ ಪ್ರವಾಹವು ಮುಂದುವರೆಯುತ್ತಲೇ ಇದೆ. ಪ್ರಕೃತ ಸಂಜಯದೇಸಾಯಿ ಎಂಬ ಧಾರವಾಡದ ಸುಗ್ಗೀಕೇರಿ ಆಂಜನೇಯ ಸ್ವಾಮಿಯ ಭಕ್ತರೂ ಆದ ಇವರು 'ಹನುಮದಾಸನ ರಾಮಾಯಣಕಾವ್ಯ' ಎಂಬ ಪದ್ಯ ರೂಪದ ಕಾವ್ಯವನ್ನು ಆನೇಕ ಪದ್ಯಗಳಲ್ಲಿ ರಚಿಸಿ ರಾಮಾಯಣಕಾವ್ಯ ಪ್ರಪಂಚಕ್ಕೆ ಮತ್ತೊಂದು ಕೊಡುಗೆಯನ್ನು ಕೊಟ್ಟಿರುತ್ತಾರೆ. ಸಮಗ್ರರಾಮಾಯಣದ ಪ್ರತಿಯೊಂದು ಕಾಂಡದವಿವರಣೆಯನ್ನು ಒಳಗೊಂಡಂತೆ ಆನೇಕ ರಾಮಾಯಣಗಳ ಸಂಗ್ರಹವನ್ನು ರಾಮರಕ್ಷಾಸ್ತೋತ್ರ, ವಾಯುಸ್ತುತಿ ಮುಂತಾದ ಸ್ತೋತ್ರಸಾಹಿತ್ಯದ ಕೆಲ ವಿವರಣೆಗಳನ್ನು ಸೇರಿಸುವುದರೊಂದಿಗೆ ಕಾವ್ಯದ ಸೊಬಗನ್ನು ಹೆಚ್ಚಿಸಿರುತ್ತಾರೆ. ಕೊನೆಗೆ ಕಠಿಣಪದಗಳ ಅರ್ಥದ ವಿವರಣೆಯನ್ನು ನೀಡಿರುವುದರೊಂದಿಗೆ ಓದುಗರಿಗೆ ಸುಲಭಮಾರ್ಗವನ್ನು ತೋರಿಸಿರುತ್ತಾರೆ. ಕನ್ನಡ ಭಾಷೆಯ ಈ ಸ್ತೋತ್ರವು ಎಲ್ಲಾ ಓದುಗರಿಗೆ ಬೇಗನೆ ಓದುಗುವಂತಾಗಲಿ. ಕಾವ್ಯಕರ್ತರಾದ ಸಂಜಯ್ ಶ್ರೀನಿವಾಸರಾವ್ ದೇಸಾಯಿ ಇವರಿಗೂ ಮತ್ತು ಇವರ ಕುಟುಂಬವರ್ಗದವರಿಗೂ ಸಕಲ ಸನ್ಮಂಗಳವನ್ನುಂಟುಮಾಡಲೆಂದು ಅಸ್ಮದ್ಮಹಾಸ್ಮೂರ್ತಿಶ್ರೀಮದ್ರಾಘವೇಂದ್ರ ತೀರ್ಥಗುರ್ವಂತರ್ಗತ ಭಾರತೀರಮಣಮುಖ್ಯಪ್ರಾಣಾಂತರ್ಗತಶ್ರೀಮೂಲ ರಘುಪತಿ ವೇದವ್ಯಾಸದೇವರಲ್ಲಿ ಪ್ರಾರ್ಥಿಸುತ್ತೇವೆ. ಹೀಗೆಂದು ಮಂತ್ರಾಲಯ ಮೊಕ್ಕಾಂನಿಂದ ಬರೆಸಿದ ಅನುಗ್ರಹಸಂದೇಶ.

ಇತಿ ನಾರಾಯಣ ಸ್ಮರಣೆಗಳು.

ನಿವೇದನೆ

'ಕೋವಿಡ್-19' ಎಂಬ 'ರಾವಣ' ಜಗತ್ತಿಗೆ ಕಾಣಿಸಿಕೊಂಡಿದ್ದು ಎಲ್ಲರ ಮನದಲ್ಲಿ ಅಚ್ಚು ಹಾಕಿದಂತಿದೆ. ಹಿರಿ-ಕಿರಿಯ ವಯಸ್ಸಿನ ಎಷ್ಟೋ ಜನರು ಈ ಸಂಕಷ್ಟಕ್ಕೆ ಬಲಿಯಾದರು. ನಾವೆಲ್ಲರೂ ಮರೆಯಲಾರದಂತಹ ದೊಡ್ಡ ಪ್ರಸಂಗ, ದುರಂತ ಇದು. ಯಾರಿಗೂ ಇನ್ನು ಮುಂದೆ ಇಂತಹ ಕಷ್ಟ ಬರಬಾರದು. ಸುಮಾರು ಎರಡು ವರ್ಷಗಳಿಗಿಂತ ಅಧಿಕ ಕಾಲ ಎಲ್ಲರೂ ಜೀವಭಯದಿಂದ ಜೀವಿಸುತ್ತಿದ್ದರು. ಈ ಹೆದರಿದ ಜನರು, ತಮ್ಮ ಇಷ್ಟ ದೇವರನ್ನೇ ಸ್ಮರಿಸಿ, ಪೂಜಿಸಿ, ಧ್ಯಾನಿಸಿ ಅನುಗ್ರಹಕ್ಕಾಗಿ ಪ್ರಾರ್ಥಿಸುತ್ತಿದ್ದರು. ಕೆಲವರು 'ಆಂಜನೇಯ', ಕೆಲವರು 'ಶ್ರೀರಾಮ', ಮತ್ತೆ ಕೆಲವರು 'ಜೀಸಸ್', ಇನ್ನೂ ಕೆಲವರು 'ವಾಹೇಗುರು', 'ಅಲ್ಲಾ', ಹೀಗೆ ಎಲ್ಲ ದೇವರನ್ನು ಸ್ಮರಿಸಿ ಆರೋಗ್ಯ, ಆಯುಷ್ಯ, ಕ್ಷೇಮವನ್ನು ಕೋರಿದರು. ಆದರೂ ಅನೇಕರು ಜೀವಬಲಿಗೊಳಗಾದರು. ನಂತರ ಲಸಿಕೆಗಳು ಮತ್ತು ದೇವರ ಅನುಗ್ರಹದಿಂದ ಜಗತ್ತು ತಿರುಗಿ ನಿಧಾನವಾಗಿ ಯಥಾಸ್ಥಿತಿಗೆ ಬರುತ್ತಿದೆ. ಭಾರತ ದೇಶವು ಇದರಲ್ಲಿ ಬಹು ಪ್ರಮುಖ ಭಾಗ ವಹಿಸಿದೆ. ಕೋವಿಡ್ ನಿವಾರಣೆಗೆ ಪ್ರಪಂಚದ ಹಲವಾರು ದೇಶಗಳು ಹೋರಾಡಿವೆ.

ಈ ಕೋವಿಡ್-19 ರಾಕ್ಷಸನ ವಕ್ರ ದೃಷ್ಟಿ ೧೦೧೦ ಅಕ್ಟೋಬರದಲ್ಲಿ ನನ್ನ ಮೇಲು ಆಗಿ ಆಸ್ಪತ್ರೆಗೆ ಸೇರಿದೆನು. ಆಗ ದೇವರ ರೂಪದಲ್ಲಿ ಬಂದ ವೈದ್ಯರು, ಔಷಧಿ, ಪ್ರಮುಖಿವಾಗಿ ಅವುಗಳಲ್ಲಿ ನಾನು ಇಟ್ಟ ನಂಬಿಕೆಯೂ, ನನ್ನನ್ನು ಕಾಪಾಡಿತು. ಸಾಕಷ್ಟು ದೇವರ ಸ್ತೋತ್ರ, ಮಂತ್ರಗಳನ್ನೂ ಪಠಿಸಿ ಅವುಗಳ ಸತತ ಉಚ್ಚಾರ ಮಾಡುತ್ತಿದ್ದೆನು. ಪುರುಷ ಸೂಕ್ತ, ಶಿವ ಸ್ತುತಿ, ನರಸಿಂಹ ಸ್ತುತಿ, ರಾಮರಕ್ಷಾ ಸ್ತೋತ್ರ, ವಾಯುಸ್ತುತಿ, ಶ್ರೀಮದಾನಂದತೀರ್ಥರು ರಚಿಸಿದ ರಾಮಾಯಣದ ಸುಂದರಕಾಂಡ ಇವುಗಳೂ ಸಹ ನನಗೆ ಔಷಧಿ, ಉಪಚಾರಗಳ ರೂಪಗಳಲ್ಲಿ ಆ ಕಾಯಿಲೆಯನ್ನು ವಾಸಿ ಮಾಡಿದವು. ಇವೆಲ್ಲ ಸ್ತೋತ್ರಗಳ ಅರ್ಥವನ್ನು ತಿಳಿಸಿಕೊಟ್ಟ ನನ್ನ ಗುರುಗಳಾದ ಶ್ರೀ ಜಯಸಿಂಹಾಚಾರ

ಹಿಂದೂಪುರ ಅವರಿಗೆ ಕೃತಜ್ಞತಾಪೂರ್ವಕ ನಮಸ್ಕಾರಗಳು. ಆಸ್ಪತ್ರೆಯಿಂದ ತಿರುಗಿ ಬಂದ ಮೇಲೆ ನನಗೊಂದು ಅಂತಃಪ್ರೇರಣೆಯಾಯಿತು, ಅದೇನೆಂದರೆ – 'ನಾನು ಯಾಕೆ ಹನುಮಂತ ದೇವರ ಬಗ್ಗೆ ಒಂದು ಕವನ ಬರೆಯಬಾರದು?' ಎಂಬುದು; ತಕ್ಷಣವೇ ಪ್ರಾರಂಭಿಸಿದೆ. ಇದಕ್ಕೂ ಮೊದಲು ನಾನು ೨೦೧೦ ರಲ್ಲಿ ಆಂಗ್ಲ ಭಾಷೆಯಲ್ಲಿ ರಾಮಾಯಣವನ್ನು ಕೆಲವೇ ಪುಟಗಳಷ್ಟು ಬರೆದಿದ್ದೆ (ಇದರೊಂದಿಗೆ ಅದನ್ನು ಕೊನೆಯಲ್ಲಿ ಅನುಬಂಧವಾಗಿ ಸೇರಿಸಿರುವೆನು). ಅದನ್ನೇ ಅನುವಾದಿಸಿ ಕನ್ನಡಲ್ಲಿ ಯಾಕೆ ಆಂಜನೇಯನ ಪ್ರಭುಗಳಾದ ಶ್ರೀರಾಮ ಮತ್ತು ಸೀತಾಮಾತೆಯ ಬಗ್ಗೆ ಬರೆಯಬಾರದು? ಎಂದೂ ಅನಿಸಿತು. ಅದೇ ಪ್ರೇರಣೆ ಈ 'ಹನುಮದಾಸನ ರಾಮಾಯಣ ಮಹಾಕಾವ್ಯ'ಕ್ಕೆ. ನನ್ನ ಮಾತೃ ಭಾಷೆ ಕನ್ನಡದಲ್ಲಿ ಬರೆದ ಈ 'ಹನುಮದಾಸ'(ಸಂಜಯ ಶ್ರೀನಿವಾಸ ದೇಸಾಯಿ)ನ ಪ್ರಸ್ತುತ ಪ್ರಥಮ ಕಾವ್ಯವನ್ನು ಎಲ್ಲ ದೇವರಿಗೆ, ಸಮಸ್ತ ಜಗಕೆ, ಅದರ ಉದ್ಧಾರಕ್ಕಾಗಿ ಸಮರ್ಪಿಸಿದ್ದೇನೆ. ಇನ್ನೊಂದು ಮಾತು, ರಾಮಾಯಣ ನುಡಿದಲ್ಲಿ, ನಡೆದಲ್ಲಿ 'ಹನುಮಂತ ಬಂದೇ ಬರುತ್ತಾನೆ' ಎಂಬ ನಂಬಿಕೆ. ಅವನನ್ನು ಸ್ಮರಿಸಲಾರದೇ ಇರುವುದು ಯೋಚಿಸಲಾರದಂತಹ ವಿಚಾರ.

ನಾನು ನನ್ನ ನೆನಪಿನ ಶಕ್ತಿಯನ್ನು ಪುನಶ್ಚೇತನಗೊಳಿಸಿ, ಟಿವಿ ಹಾಗೂ ಚಲನಚಿತ್ರಗಳಲ್ಲಿ ನೋಡಿದ ರಾಮಾಯಣದ ರೂಪಕ ಬರೆದೆನು. ಕೆಲವು ಭಾಗಗಳಲ್ಲಿ ನನ್ನ ಗುರುಗಳಾದ ಶ್ರೀ ಜಯಸಿಂಹಾಚಾರ ಹಿಂದೂಪುರ ಅವರು ತಿಳಿಸಿದ ರಾಮರಕ್ಷಾ ಸ್ತೋತ್ರ, ವಾಯುಸ್ತುತಿ, ಹಾಗೂ ಸುಂದರಕಾಂಡದ ಅರ್ಥಗಳನ್ನೂ ಉಪಯೋಗಿಸಿಕೊಂಡೆನು. ರಾಮಾಯಣದ ಬೇರೆ ಬೇರೆ ಕಾಂಡಗಳಾದ ಬಾಲ್ಯಕಾಂಡ, ಅಯೋಧ್ಯಾಕಾಂಡ, ಅರಣ್ಯಕಾಂಡ, ಕಿಷ್ಕಿಂಧಾಕಾಂಡ, ಸುಂದರಕಾಂಡ, ಯುದ್ಧಕಾಂಡ ಹಾಗೂ ಉತ್ತರಕಾಂಡಗಳ ಅಧ್ಯಯನ ಮಾಡಿದೆನು. ಈ ಕಾವ್ಯದಲ್ಲಿ ರಾಮಾಯಣದ ಉತ್ತರಕಾಂಡದ ವಿಷಯವು ಒಳಗೊಂಡಿಲ್ಲ. ಕಾರಣ ಓದುಗರಲ್ಲಿ ಕ್ಷಮೆಯಾಚಿಸುವೆನು.

ಈ ಕಾವ್ಯ ರಚನೆಗೆ ಸಂಬಂಧಿಸಿದ ಹೆಚ್ಚಿನ ಅಭ್ಯಾಸಕ್ಕೆಂದು, ಇಂಟರ್ನೆಟ್ಟಲ್ಲಿದ್ದ 'ವಾಲ್ಮೀಕಿ ರಾಮಾಯಣ'ದ ಸರ್ಗಗಳನ್ನು ಓದಿದೆ. ಕಿಷ್ಕಿಂಧಾಕಾಂಡ ಮತ್ತು ಯುದ್ಧಕಾಂಡದಲ್ಲಿನ ಪಾತ್ರಗಳ ಬಗ್ಗೆ ಓದಿ ಬೆರಗಾದೆ. ಒಬ್ಬೊಬ್ಬ ವಾನರ, ಋಕ್ಷರು (ನಮ್ಮ ರೂಢಿಯ ಭಾಷೆಯಲ್ಲಿ ಕರಡಿ) ಶ್ರೀರಾಮರ ಸೇವೆಯಲ್ಲಿ ಹೇಗೆ ನಿರತರಾಗಿದ್ದರೆಂದು ಅದನ್ನು ವಾಲ್ಮೀಕಿ ಋಷಿಗಳಿಂದ ತಿಳಿಯುವ ಪ್ರಯತ್ನ ಮಾಡಿದೆ. ಅವರೆಲ್ಲರಿಗೆ ಅನಂತ ನಮನಗಳು. ಹೀಗಾಗಿ

ಅವರೆಲ್ಲರ ಪ್ರತಿಭೆ, ಶೌರ್ಯ, ಕುಶಲತೆ ಎಲ್ಲರಿಗೂ ಗೊತ್ತಾಗಲೆಂದು ಅದರ ಬಗ್ಗೆಯೂ ಬರೆದಿದ್ದೇನೆ. ಈ ಕಾವ್ಯವನ್ನು ನಾನು ೧೦-೧೫ ಪುಟಗಳಲ್ಲಿ ಮುಗಿಸಿ ಬಿಡುವೆನೆಂದು ಯೋಚಿಸಿದ್ದೆ. ಓದುತ್ತ ಕುಳಿತಾಗ ಅದರಲ್ಲಿಯ ಸೂಕ್ಷ್ಮತೆ, ಸುವಿಚಾರಗಳು, ಜೀವನ ಮೌಲ್ಯಗಳ ಇವುಗಳನ್ನು ಬಿಡಬಾರದೆಂದು ಸಾಧ್ಯವಾದಷ್ಟು ಸೇರಿಸಿಕೊಂಡು ಬರೆದೆನು. ಪರಾಕ್ರಮಿಗಳಾದ ಹನುಮಂತ, ಅಂಗದ ಮತ್ತು ಸಾಮಾನ್ಯವಾಗಿ ಗೊತ್ತಿರದ ಎಲ್ಲ ವಾನರರ ಮತ್ತು ರಿಕ್ಷರಾಜ ಜಾಂಬುವಂತ, ಪ್ರಮುಖಿವಾಗಿ ಇವರೆಲ್ಲರ ರಾಜನಾದ ಸುಗ್ರೀವರ ಸದ್ಗುಣಗಳ ಬಗ್ಗೆಯೂ ಬರೆದಿದ್ದೇನೆ. ಇವೆಲ್ಲ ನಮಗೆ ಸದಾಕಾಲ ಅನ್ವಯಿಸುವ ನೀತಿ ಪಾಠಗಳು. ಈ ಎಲ್ಲ ಗ್ರಂಥ ಸ್ತೋತ್ರಗಳ ಆಧಾರಗಳಿಂದ ನನ್ನ ಶೈಲಿಯಲ್ಲಿ ಹಾಸ್ಯ, ವಿನೋದ, ಗಾದೆ ಮಾತುಗಳು ಎಲ್ಲ ಸೇರಿಸಿ ಬರೆಯಲು ಪ್ರಯತ್ನ ಪಟ್ಟಿದ್ದೇನೆ.

ವಾಯುಪುತ್ರ ಹನುಮಂತ ಎಂದರೆ ನಮ್ಮೆಲ್ಲರಿಗೆ ಪ್ರಾಣ, ಪಂಚಪ್ರಾಣ, ಮುಖ್ಯಪ್ರಾಣ. ಅವನ ನಿಸ್ವಾರ್ಥ ಸೇವೆಯು ಪ್ರಭುಗಳಾದ ಶ್ರೀರಾಮನಿಗೆ, ಸಹಾಯ ಮಾಡಿದ ತನ್ನ ರಾಯ ಸುಗ್ರೀವನಿಗೆ, ರಿಕ್ಷ-ವಾನರ ಮಿತ್ರರಿಗೆ, ಜಗದೋದ್ಧಾರಕ್ಕೆ ಮಾಡಿದ ಸೇವೆ, ಇನ್ನೊಂದು ದೊಡ್ಡ ಆದರ್ಶ ಪಾಠ. ಕಷ್ಟವಿರಲಿ ಸುಖವಿರಲಿ, ಹನುಮನೇ ನಮಗೆ ಆಧಾರ. ನನ್ನ ಭಾರತೀಯ ವಾಯುಸೇನಾ ಸೇವಾಜೀವನಕ್ಕೆ ಹೊಂದಿಕೊಳ್ಳುವಂತಹ ಪತ್ನಿ ನನಗೆ ದೊರಕಿದ್ದು ನಮ್ಮ ನುಗ್ಗೀಕೆರೆ ಹನುಮಂತನ ಆಶೀರ್ವಾದ ಎಂದೇ ನನ್ನ ಅಭಿಪ್ರಾಯ. ನನ್ನ ಜೀವನದಲ್ಲಿ ಏನೇ ಕಷ್ಟ ಬಂದಾಗ ಅಂಜನಿಸುತನೇ ಅವುಗಳ ಪರಿಹಾರದ ಜ್ಯೋತಿ.

ನುಗ್ಗೀಕೆರೆ ಹನುಮಂತ ದೇವರ ಬಗ್ಗೆ ಸಂಕ್ಷಿಪ್ತ ವಿವರ ಇಂತಿದೆ. ಉತ್ತರ ಕರ್ನಾಟಕದ ಧಾರವಾಡದಿಂದ ಹೋಗುವ ದುಮ್ಮವಾಡ-ನೀರಸಾಗರ, ಕಲಘಟಗಿ ಹಾಗೂ ಕಾರವಾರಗಳಿಗೆ ಹೋಗುವ ಮಾರ್ಗದಲ್ಲಿ ಧಾರವಾಡದಿಂದ ಸುಮಾರು ಐದೂವರೆ ಕಿ. ಮೀ. ಅಂತರದಲ್ಲಿ ನುಗ್ಗೀಕೆರಿ ಎಂಬ ಚಿಕ್ಕ ಗ್ರಾಮದಲ್ಲಿರುವ ಈ ಆಂಜನೇಯನ ಗುಡಿಯು ಅತ್ಯಂತ ಜಾಗೃತ ಸ್ಥಳವಾಗಿದೆ. ಮಳೆಗಾಲದಲ್ಲಿ ರಭಸದಿಂದ ನೀರು ನುಗ್ಗಿ ನುಗ್ಗಿ ಬಂದು ಈ ಗುಡಿಯ ಹತ್ತಿರ ನಿಂತು ದೊಡ್ಡ ಕೆರೆ ಆಗಿರುವುದರಿಂದ ಜನರ ಬಾಯಲ್ಲಿ 'ನುಗ್ಗೀಕೆರೆಯ ಹನುಮಪ್ಪ' ಎಂದು ಹೆಸರು ಪಡೆದು ಸುಪ್ರಸಿದ್ಧನಾಗಿದ್ದಾನೆ. ಪ್ರಾಚೀನ ಕಾಲದಲ್ಲಿ ಅಗಸ್ಯ ಋಷಿಗಳು ತಪಗೈದ ಈ ಪುಣ್ಯಭೂಮಿಯಲ್ಲಿ

ಮೊದಲಿಗೆ ಪಾಂಡವ ಕುಲದ ಜನಮೇಜಯ ರಾಜನು ಈ ಆಂಜನೇಯನ ಮೂರ್ತಿಯನ್ನು ಪ್ರತಿಷ್ಠಾಪಿಸಿದನೆಂದು ಹೇಳಲಾಗುತ್ತದೆ. ನಂತರ ಹದಿನೈದನೆಯ ಶತಮಾನದಲ್ಲಿ ವಿಜಯನಗರದ ಶ್ರೀಕೃಷ್ಣದೇವರಾಯ ಅರಸನ ಆಸ್ಥಾನದ ಗುರುಗಳಾಗಿದ್ದ ಶ್ರೀವ್ಯಾಸರಾಜ ಗುರುಸಾರ್ವಭೌಮರು ಇದನ್ನು ಪುನಃ ಪ್ರತಿಷ್ಠಾಪಿಸಿದ್ದಾರೆ ಎಂಬ ಇತಿಹಾಸವಿದೆ. ನುಗ್ಗೀಕೆರೆ ಹನುಮಂತನ ಮೂರ್ತಿಯು ಸುಮಾರು ನಾಲ್ಕುವರೆ ಅಡಿ ಎತ್ತರವಿದ್ದು ಪೂರ್ವಾಭಿಮುಖವಾಗಿ ಪಾರ್ಶ್ವನೋಟದಲ್ಲಿದ್ದರೂ ಎರಡು ಕಣ್ಣುಗಳು ಸ್ಪಷ್ಟವಾಗಿ ಕಾಣಿಸುತ್ತವೆ. ಹನುಮಂತನನ್ನು ನೋಡಿದ ಪ್ರತಿಯೊಬ್ಬ ಭಕ್ತನು ಭಕ್ತಿಪರವಶನಾಗಿ ಕೈಮುಗಿದಾಗ, ಹನುಮಂತನು ಅವರ ಎಲ್ಲ ಹರಕೆಗಳನ್ನು ಪೂರ್ತಿ ಮಾಡುತ್ತಾನೆ ಎಂಬ ನಂಬಿಕೆ ಇದೆ. ಕಾರಣ 'ನಂಬಿದವರಿಗೆ ಒಲಿವ ನಮ್ಮಪ್ಪ ಹನುಮಪ್ಪ' ಎಂದು ಪ್ರಸಿದ್ಧನಾಗಿದ್ದಾನೆ. ಕೌಪೀನಧಾರಿಯಾಗಿ ತಲೆಯಲ್ಲಿ ಗಂಟು ಹಾಕಿದ ಜುಟ್ಟು, ಭುಜ ಶೋಭಿತ ಜನಿವಾರ, ಟೊಂಕದಲ್ಲಿ ಉಡುದಾರ, ಎಡಗೈಯಲ್ಲಿ ಸೌಗಂಧಿಕಾ ಪುಷ್ಪ, ಬಲಗೈ ಅಭಯ ಹಸ್ತದ ಈ ವಿಗ್ರಹ ಭಕ್ತಾದಿಗಳನ್ನು ಮಂತ್ರಮುಗ್ಧರನ್ನಾಗಿಸುತ್ತದೆ. ಹಂಸ ಮಂತ್ರವನ್ನು ಜಪಿಸುವ ತನ್ನ ದಾಸನಾದ ಹನುಮಂತನ ವಿಗ್ರಹದ ತಲೆಯ ಮೇಲ್ಭಾಗದ ಗೋಡೆಯಲ್ಲಿ ಶ್ರೀಸೀತಾರಾಮಚಂದ್ರ ದೇವರು ವಿಷ್ಣುರೂಪಿ ಸಾಲಿಗ್ರಾಮದಲ್ಲಿ ಚಕ್ರಾಂಗಿತದೊಂದಿಗೆ ಇದ್ದು, ಬಂದ ಭಕ್ತರಿಗೆ ಶೀಘ್ರವಾಗಿ ಫಲವನ್ನು ಕೊಟ್ಟು ಅನುಗ್ರಹಿಸುತ್ತಿರುವರು. ಹೀಗೆ ಇದೊಂದು ಜಾಗೃತ ಸ್ಥಳವಾಗಿದ್ದು ಪುಣ್ಯಕ್ಷೇತ್ರವೆನೆಸಿಕೊಂಡಿದೆ. ಇಂತಹ ಹನುಮಂತದೇವರ ಸೇವೆಯನ್ನು ಮಾಡುವ ಭಾಗ್ಯವು ಪೂರ್ವಕಾಲದಿಂದಲೂ ಧಾರವಾಡದ ನಮ್ಮ ಎಲ್ಲ ದೇಸಾಯಿ ಮನೆತನದವರಿಗೆ ದೊರಕಿರುವುದು ನಮ್ಮ ಪೂರ್ವಜರು ಮಾಡಿದ ಪುಣ್ಯಫಲ ಎಂದೇ ನಾನು ಭಾವಿಸಿರುವೆನು. ಈ ಕಾರಣದಿಂದ ನಾನು ಜನ್ಮತಃ ಹನುಮಂತದೇವರ ಭಕ್ತ. ಆದ್ದರಿಂದ ಪ್ರಸ್ತುತ 'ರಾಮಾಯಣ ಮಹಾಕಾವ್ಯ'ದ ಕರ್ತೃವಾಗಿರುವ ನಾನು, ನನ್ನನ್ನು ನುಗ್ಗೀಕೆರೆಯ 'ಹನುಮದಾಸ'ನೆಂದು ಹೆಸರಿಸಿಕೊಂಡು ಇದಕ್ಕೆ ' 'ಹನುಮದಾಸ'ನ ರಾಮಾಯಣ ಮಹಾಕಾವ್ಯ'ವೆಂದು ಹೇಳಿರುವೆನು. ಶ್ರೀರಾಮಚಂದ್ರನ ಪರಮ ಭಕ್ತನಾದ ಅಂಜನೇಯನು 'ರಾಮದಾಸ'ನಾದರೆ, ಬಾಲ್ಯದಿಂದಲೂ ಹನುಮಂತ ದೇವರ ಭಕ್ತನಾದ ನಾನು, ನನ್ನನ್ನು 'ಹನುಮದಾಸ'ನೆಂದು ಕರೆದುಕೊಂಡಿರುವುದು ನನ್ನ 'ಅಂತರ್ವಾಣಿ'ಯ ಪ್ರೇರಣೆ, ನಿವೇದನೆ.

ಶ್ರೀ ನುಗ್ಗಿಕೇರಿ ಪ್ರಾಣದೇವರು
[ವ್ಯಾಸರಾಯ ಪುನಃ ಪ್ರತಿಷ್ಠಾಪಿತ. ಧಾರವಾಡ.]

ನನಗೆ ಕಷ್ಟದ ಕಾರ್ಯವೆಂದರೆ ಕನ್ನಡ ಭಾಷೆಯಲ್ಲಿ ಕಾವ್ಯ ಬರೆಯುವುದು. ನಾನು ಕನ್ನಡ ಓದಿದ್ದು ೧೯೬೦ ರಲ್ಲಿ ಶಾಲೆಯಲ್ಲಿ. ಅದರ ನಂತರ ಇಷ್ಟು ವರ್ಷಗಳ ತರುವಾಯ ಕನ್ನಡದಲ್ಲಿ ಕಾವ್ಯ ಬರೆಯಲು, ಶಬ್ದಗಳನ್ನು ಸಂಗ್ರಹಿಸುವುದು, ಅವುಗಳನ್ನು ಸರಿಯಾಗಿ ಸೂಕ್ತವಾಗಿ ಉಪಯೋಗಿಸುವುದು

ಒಂದು ದೊಡ್ಡ 'ಚ್ಯಾಲೆಂಜ್' ಆಗಿ, ಇದು ನನಗೆ ಪರೀಕ್ಷೆಯನ್ನು ಕೊಟ್ಟಹಾಗೆ ಆಯಿತು. ಹೆಚ್ಚಾಗಿ ಶಬ್ದಕೋಶ, ಇಂಟರ್‌ನೆಟ್, ಬೇರೆ ಬೇರೆ ಗ್ರಂಥಗಳನ್ನು ಅವಲೋಕಿಸಿ ಅವುಗಳ ಅರ್ಥಗಳನೆಲ್ಲ ಸೂಕ್ತವಾಗಿ ಉಪಯೋಗಿಸಲು ಯತ್ನಿಸಿದ್ದೇನೆ. ಹಲವಾರು ಶಬ್ದಾರ್ಥಗಳನ್ನು ಈ ಕಾವ್ಯದ ಕೊನೆಯಲ್ಲಿ ಪದಕೋಶದ ರೂಪದಲ್ಲಿ ವಿವರಿಸಿದ್ದೇನೆ. ಕೆಲವು ಸಂಸ್ಕೃತ ಪದಗಳನ್ನೂ ಉಪಯೋಗಿಸಿದ್ದೇನೆ.

ಈ ಕಾವ್ಯ ರಚನೆಗೆ ಬಹಳಷ್ಟು ಜನರು ನನಗೆ ಸಹಾಯ ಮಾಡಿದ್ದಾರೆ. ನಾನು ಭಾರತ ಸರಕಾರದ ಸೇವಕ. ಭಾರತೀಯ ವಾಯುಸೇನೆಯಲ್ಲಿ ಗ್ರುಪ್ ಕ್ಯಾಪ್ಟನ್ ಆಗಿ ಸೇವೆ ಸಲ್ಲಿಸುತ್ತಿರುವ ಅಧಿಕಾರಿ. ಈ ನನ್ನ ಕೃತಿಯನ್ನು ಪ್ರಕಟಿಸಲು ಅನುಮತಿ ನೀಡಿರುವುದಕ್ಕೆ ಭಾರತೀಯ ವಾಯುಸೇನಾ ಮುಖ್ಯಾಲಯ (ವಾಯು ಭವನ) ದಲ್ಲಿರುವ 'ಮಾಧ್ಯಮ ಹಾಗು ಸಾರ್ವಜನಿಕ ಸಂಪರ್ಕ' (Media and Public Relations) ನಿರ್ದೇಶನಾಲಯದ ಸಕಲ ಅಧಿಕಾರಿಗಳು ಹಾಗೂ ವಾಯುಸೈನಿಕರಿಗೆ ಹೃತ್ಪೂರ್ವಕ ಕೃತಜ್ಞತೆಗಳನ್ನು ಸಲ್ಲಿಸಿತ್ತೇನೆ. ನನ್ನ ಸಹದ್ಯೋಗಿಗಳಾದ ಗ್ರುಪ ಕ್ಯಾಪ್ಟನ ಪಂಕಜ ಶುಕ್ಲಾ, ವಿಂಗ ಕಮಾಂಡರ ಸಂತೋಷ ನಾಯರ ಹಾಗೂ ವಿಂಗ ಕಮಾಂಡರ ದೀಪ್ತಿ ಮಲಿಕ ಅವರ ವಿಶೇಷ ಪ್ರೋತ್ಸಾಹಕ್ಕೆ ಮನಃಪೂರ್ವಕವಾಗಿ ಆಭಾರಿಯಾಗಿರುವೆನು. ನನ್ನ ಹಾಗೆ ಸೇವೆ ಸಲ್ಲಿಸುತ್ತಿರುವ ಭಾರತೀಯ ವಾಯು ಸೇನೆಯಲ್ಲಿ ಅಧಿಕಾರಿಗಳಾಗಿರುವ ಗ್ರುಪ ಕ್ಯಾಪ್ಟನ ಶ್ರೀನಿವಾಸ್ ಸವಣೂರ, ಗ್ರುಪ ಕ್ಯಾಪ್ಟನ ವಿಕ್ರಮ ದೇಶಪಾಂಡೆ, ಗ್ರುಪ ಕ್ಯಾಪ್ಟನ ಗುರುರಾಜ ಸಾಂಗಾ, ವಿಂಗ ಕಮಾಂಡರ ಕ್ಷಿತಿಜ ಜೋಶಿ ಮತ್ತು ಭಾರತೀಯ ಸೇನೆಯಲ್ಲಿ ಸೇವೇ ಸಲ್ಲಿಸುತ್ತಿದ ಕರ್ನಲ್ ನಾರಾಯಣ ಜೋಶಿ ಅವರು ಸಹಾಯ ನೀಡಿರುವುದಕ್ಕೂ ಅಂತಃಕರ್ಣಪೂರ್ವಕ ಋಣಿಯಾಗಿರುವೆನು.

ದ್ವಾಪರ ಯುಗದಲ್ಲಿ ಶ್ರೀಕೃಷ್ಣನಿಗೆ ಸುದಾಮ ಎಂಬ ಮಿತ್ರನಿದ್ದದು ಎಲ್ಲರಿಗೂ ತಿಳಿದ ಮಾತು. 'ಈ ಸುದಾಮ'ನಿಗೆ, ಶ್ರೀಕೃಷ್ಣನ ರೂಪದಲ್ಲಿ ಬಂದ ನನ್ನ ಗುರು-ಮಿತ್ರರಾದ ಹರೀಶ ಕುಲಕರ್ಣಿ ಅವರು ಮಾಡಿದ ಸಹಾಯವನ್ನು ಎಂದಿಗೂ ಮರೆಯಲಾರೆ. ತಪ್ಪುಗಳನ್ನು ತಿದ್ದಿ, ಸರಿ ಸಂದರ್ಭದ ಅರ್ಥಗಳನ್ನು ತಿಳಿಸಿ ತಮ್ಮ ಅಮೂಲ್ಯ ಸಮಯವನ್ನು ನನಗೆ ವಿನಿಯೋಗಿಸಿದಕ್ಕೆ ಅವರಿಗೆ ಚಿರಋಣಿಯಾಗಿರುವೆನು. ನಿದರ್ಶನಕ್ಕಾಗಿ ಹೇಳುವುದಾದರೆ ಅವರು ಶಿರಡಿ ಸಾಯಿಬಾಬಾ ಅವರ ಪುಣ್ಯಕ್ಷೇತ್ರಕ್ಕೆ ಹೋಗಿದ್ದರು. ಅಲ್ಲಿಯೂ ಕೂಡ ಅವರು

ಈ ಕಾವ್ಯದ ಬಗ್ಗೆ ನನಗೆ ವಿಶ್ಲೇಷಣೆ ಮಾಡುತ್ತಿದ್ದರು. ಅಷ್ಟೇ ಅಲ್ಲ, ರೈಲಿನಲ್ಲಿ ಬೆಂಗಳೂರಿಗೆ ಹೊರಟಾಗಲೂ, ಅವರಿಗೆ ಇದೇ ಕೆಲಸ.

ಶಾಲೆಯಲ್ಲಿ ನನ್ನ ಸಹಪಾಠಿಯಾದ ಗಿರಿಜಾ ಸಣ್ಣೆಲ್ಲಪ್ಪನವರ ಅವರ ಸಹಾಯವನ್ನು ಎಂದಿಗೂ ಮರೆಯಲಾಗದು. ಅವರ ತಾಯಿಯವರಾದ ಡಾ॥ ಶ್ರೀಮತಿ ಶಾಂತಾದೇವಿ ಲಕ್ಷ್ಮಣ ಸಣ್ಣೆಲ್ಲಪ್ಪನವರ, ಇವರ ಮಾತುಗಳು ನನಗೆ ಒಂದು ಆಶೀರ್ವಾದ. ಗಿರಿಜಾ ನನ್ನ ಈ ಕಾವ್ಯ ಕುರಿತು ತಮ್ಮ ತಾಯಿಗೆ ಹೇಳಿದ ನಂತರ, ಅವರು ನನಗೆ, "ಸಂಜಯ, ನನ್ನಿಂದ ಏನು ಸಹಾಯ ಆಗಬೇಕು ಹೇಳಿ?" ಎಂದು ಕೇಳಿದರು. ಇದು ದೇವರ ರೂಪದಲ್ಲಿ ದೊರೆತ ಅನುಗ್ರಹವೆಂದು ನನಗೆ ಅನಿಸಿತು. ಮುಂದೆ ಅವರು ನನ್ನ ಇಚ್ಛೆಯ ಪ್ರಕಾರ ಬರವಣಿಗೆಗೆ ಸಾಕಷ್ಟು ಮಾರ್ಗದರ್ಶನವನ್ನು ನೀಡಿದರು. ಕಾರಣ ಇವರಿಗೂ ನನ್ನ ಅನಂತ ಕೃತಜ್ಞತೆಗಳು.

ನನ್ನ ಪೂಜ್ಯ ಮಾವನವರಾದ ಶ್ರೀ ಸುಭಾಷ ಕುಲಕರ್ಣಿಯವರು ಈ ಕಾವ್ಯವನ್ನ ನೋಡಿ ಬೆರಗಾಗಿ ನನಗೊಂದು ಬಿರುದು ಕೊಟ್ಟರು. ಅತಿ ದೊಡ್ಡ ಮಾತದು ನನ್ನಂತಹ ಅಪ್ರೌಢ ಕವಿಗೆ. "ನೀನು ಕವಿಗಳ ಬೀಡಾದ ಧಾರವಾಡದಲ್ಲಿ ಹುಟ್ಟಿದ್ದೀಯಾ" ಎಂದರು. ಅಬ್ಬಾ! ಇದು ಎಂತಹ ಮಾತು ಎಂದು ಅಚ್ಚರಿಯಿಂದ ಪುಳಕಿತನಾದೆನು, ಪುನೀತನಾದೆನು. ತನ್ಮೂಲಕ ನನ್ನಲ್ಲಿ ಧನ್ಯತೆಯನ್ನು ತುಂಬಿದ ನನ್ನ ಮಾವನವರಿಗೆ ಗೌರವಪೂರ್ವಕ ವಂದನೆಗಳು.

ಶ್ರೀ ಅರುಣ ಕುಲಕರ್ಣಿಯವರು ನನ್ನ ತಮ್ಮನ ಪೂಜ್ಯ ಮಾವನವರು. ಇವರಿಗೆ ನಾನು ಮಿತ್ರ, ಬಂಧು, ಬಳಗ ಏನೆಂದರೂ ಸರಿ ಎನ್ನಬಹುದು. ಅವರು ಈ ನನ್ನ ಕಾವ್ಯವನ್ನು ಆಸಕ್ತಿಯಿಂದ ಓದಿ, ನನಗೆ ಅವರ ಜೀವಸ್ವರ, ಉಸಿರಾದ ಶ್ರೀರಾಘವೇಂದ್ರ ಸ್ವಾಮಿಗಳ ಮತ್ತು ಎಲ್ಲ ದೇವರ ಹೆಸರಿನಲ್ಲಿ ಆಶೀರ್ವದಿಸಿದ್ದನ್ನು ಎಂದೂ ಮರೆಯಲಾರೆನು. ಕಾರಣ ಇವರಿಗೂ ನಾನು ಸದಾ ಋಣಿಯಾಗಿರುವೆನು.

ನನ್ನ ಸಹಪಾಠಿಗಳಾದ ಸುಧೀಂದ್ರ ಕಟ್ಟಿ, ಕವಿತಾ ಕುಲಕರ್ಣಿ, ಸಚಿನ ರಾವ, ಜೈದೀಪ ಶೇವಡೆ, ಆಶಾ ಜಯರಾಮ ಹಾಗೂ ಶೀತಲ ಇವರೆಲ್ಲರೂ ಪ್ರೀತಿಯಿಂದ ತುಂಬಾ ಪ್ರೋತ್ಸಾಹ ಕೊಟ್ಟಿರುವರು. ಕಾರಣ ಈ ಸ್ನೇಹ ಬಳಗವನ್ನು ಯಾವತ್ತೂ ಸ್ಮರಿಸುವೆನು.

ಶಾಲೆಯಲ್ಲಿದ್ದಾಗ ನನ್ನ ತಾಯಿ ಡಾ॥ ಶ್ರೀಮತಿ ಪದ್ಮಾ ದೇಸಾಯಿ ಕನ್ನಡವನ್ನು ಕಲಿಸಿದರು. ಆಗ ಅವರಿಗೇನು ಗೊತ್ತಿತ್ತು ನನಗೆ ಅವರು ಈಗಲೂ ಕಲಿಸಬೇಕೆಂಬುದು? ವ್ಯಾಕರಣ ಶಬ್ದಾರ್ಥಗಳನ್ನು ತಿದ್ದಿ ತಿಳಿಸಿದರು. ನನ್ನ ಧರ್ಮಪತ್ನಿ ಅಶ್ವಿನಿಯೂ ಅದೇ ಪಾತ್ರ ವಹಿಸಿದಳು. ಭಲೇ ಜೋಡಿ ಇವರದ್ದು. ಇವರ ವಾತ್ಸಲ್ಯಕ್ಕೆ ನಾನು ಉಪಕೃತನಾಗಿರುವೆನು.

ಕಾವ್ಯ ಬರಹವನ್ನು ಮುಗಿಸಿದ ನಂತರ ನನ್ನ ಪರಿವಾರದವರ ಜೊತೆ ಇದರ ಬಗ್ಗೆ ಚರ್ಚೆ ನಡೆದಿತ್ತು. ಆಗ ನನ್ನ ತಮ್ಮ ಸುದರ್ಶನ ಮತ್ತು ಅವನ ಪತ್ನಿ ನೀತು ಒಂದು ಮಾತು ಹೇಳಿದರು – "ಅಣ್ಣ, ಮೊದಲು ನೀವು ಪಂಢರಪುರಕ್ಕೆ ಹೋಗಿ ಈ ಕಾವ್ಯವನ್ನು ವಿಠಲನಿಗೆ ಅರ್ಪಿಸಿರಿ." ಈ ಸಮಯದಲ್ಲಿ ನನಗೆ ಪಂಢರಪುರಕ್ಕೆ ಹೋಗಲು ಸಾಧ್ಯವಾಗದೇ ಅವರಿಬ್ಬರ ಮಾತು ನನ್ನ ತಲೆಯಲ್ಲಿ ದೊಡ್ಡ ಪ್ರೇರಣೆಯಾಗಿ ಮೂಡಿತು. ಕಾರಣ ಮುಂದೆ ನಾನು ಎಂಟು ಸಾಲುಗಳನ್ನು ಪಂಢರಿನಾಥ ವಿಠಲ ಮತ್ತು ಹರಿದಾಸರ ಹೆಸರಿಗೆ ನಮನವಾಗಿ ಬರೆದು ಭಕ್ತಿಯಿಂದ ಸಮರ್ಪಿಸಿರುವೆನು.

ನನ್ನ ಧರ್ಮಪತ್ನಿಯಾದ ಅಶ್ವಿನಿಯ ಸಹೋದರಿ, ರೋಹಿಣಿ ಕುಲಕರ್ಣಿ ಮತ್ತು ಅವರ ಮನೆಯವರಾದ ಸಚಿನ ಕುಲಕರ್ಣಿ ಅವರು ಕೊಟ್ಟ ಪ್ರೋತ್ಸಾಹಕ್ಕೆ ಹೃತ್ಪೂರ್ವಕ ಧನ್ಯವಾದಗಳು.

ನನ್ನ ಮಕ್ಕಳಾದ ಅನನ್ಯಾ ಹಾಗು ಸಮರ್ಥ ಮತ್ತು ನನ್ನ ಅನುಜ ಸುದರ್ಶನನ ಮಗಳು ಅವನಿ, ಇವರಿಗೆ ಈ ರಾಮಾಯಣವನ್ನು ನಟನೆಯ ರೂಪದಲ್ಲಿ ಓದಿ ಹೇಳುತ್ತಿದ್ದೆ. ಈ ಮೂರೂ ಮಕ್ಕಳ ಆಸಕ್ತಿ, ಸಹನ ಶಕ್ತಿ, ತಾಳ್ಮೆಯು ನನಗೆ 'ಬಾಲ ರಾಮಾಯಣ' ಪ್ರಸಂಗ ನೆನಪಿಸಿ, ನನ್ನನ್ನು ಈ ಕಾವ್ಯ ರಚನೆಗೆ ಇನ್ನೂ ಉತ್ಸಾಹಿಸಿತು. ಇವರಿಗೂ ನನ್ನ ಪ್ರೀತಿಯ ಪ್ರಶಂಸೆಗಳು.

ನವದೆಹಲಿ ಅಂದರೆ ಇಂದ್ರಪ್ರಸ್ಥದಲ್ಲಿ ಭಾರತಮಾತೆಯ ಸೇವೆ ಮಾಡುತ್ತ ಬಿಡುವಿನ ವೇಳೆಯಲ್ಲಿ ನಾನು ಈ ಕೃತಿಯನ್ನು ರಚಿಸಿರುವೆನು. ಈ ಮೂಲಕ, ನಮ್ಮ ನುಗ್ಗೀಕೆರೆ ಹನುಮಂತದೇವರ ಅನುಗ್ರಹ ಎಲ್ಲರಿಗೂ ಲಭಿಸಲಿ ಎಂದು ಪ್ರಾರ್ಥಿಸುತ್ತೇನೆ.

ದಿವಂಗತರಾದ ನನ್ನ ಪೂಜ್ಯ ತಾತ, ಕ್ಯಾಪ್ಟನ್ ರಾಘವೇಂದ್ರ ಹಣಮಂತರಾವ ದೇಸಾಯಿ, ದೊಡ್ಡಪ್ಪ, ಮೇಜರ ಪ್ರಹ್ಲಾದ ರಾಘವೇಂದ್ರ

ದೇಸಾಯಿ ಮತ್ತು ತಂದೆ, ಡಾ‖ ಶ್ರೀನಿವಾಸ ರಾಘವೇಂದ್ರ ದೇಸಾಯಿ ಇವರೆಲ್ಲರೂ ನನ್ನನ್ನು ಸ್ವರ್ಗಲೋಕದಿಂದಲೇ ಆಶೀರ್ವದಿಸಲಿ ಎಂದು ಬೇಡಿಕೊಳ್ಳುತ್ತೇನೆ. ನನ್ನ ಅತ್ತೆಯವರಾದ ದಿವಂಗತ ಶ್ರೀಮತಿ ವಿಜಯಲಕ್ಷ್ಮಿ ಕುಲಕರ್ಣಿ ಇವರಲ್ಲಿಯೂ ನನ್ನದು ಇದೇ ಪ್ರಾರ್ಥನೆ.

ಈ ಕೃತಿಗೆ ಒಂದು ಪುಸ್ತಕದ ರೂಪ ಕೊಟ್ಟು ಅದನ್ನು ಸುಂದರವಾಗಿ ಕಾಣುವಂತೆ ಮಾಡಿದ ಚನ್ನೈದ ನೋಶನ್ ಪ್ರೆಸ್ ಮೀಡಿಯಾ ಪ್ರೈವೇಟ್ ಲಿಮಿಟೆಡ್, ಪ್ರಕಾಶನ ತಂಡದವರಿಗೆ ನನ್ನ ಕೃತಜ್ಞತಾಪೂರ್ವಕ ವಂದನೆಗಳು.

ಜಯತು ಭಾರತ ಮಾತಾ, ಶ್ರೀ ಕೃಷ್ಣಾರ್ಪಣಮಸ್ತು

(ಹನುಮದಾಸ)
ಸಂಜಯ ಶ್ರೀನಿವಾಸ ದೇಸಾಯಿ

ಸ್ವಾತಂತ್ರ್ಯದ
ಅಮೃತ ಮಹೋತ್ಸವ

ಆರ್ಪಣೆ

ನಮ್ಮೆಲ್ಲರ ಸಂರಕ್ಷಣೆಗಾಗಿ ತಮ್ಮ ಪ್ರಾಣವನ್ನೇ ಸಮರ್ಪಿಸಿದ
ಭಾರತಮಾತೆಯ ವೀರ ಅಮರ ಯೋಧರಿಗೆ

ಮತ್ತು

ದಿವಂಗತರಾದ

ನನ್ನ ಪೂಜ್ಯ ತಾತ, ಕ್ಯಾಪ್ಟನ್ ರಾಘವೇಂದ್ರ ಹನುಮಂತರಾವ ದೇಸಾಯಿ,

ತಂದೆ, ಡಾ|| ಶ್ರೀನಿವಾಸ ರಾಘವೇಂದ್ರ ದೇಸಾಯಿ

ಅತ್ತೆ, ಶ್ರೀಮತಿ ವಿಜಯಲಕ್ಷ್ಮಿ ಕುಲಕರ್ಣಿ

ಅವರಿಗೆ

ಹನುಮದಾಸನ ರಾಮಾಯಣ ಮಹಾಕಾವ್ಯ

ಗೌರಿತನಯ ಗಣಪನಿಗೆ ಆದ್ಯ ವಂದನೆ, ಬರೆದಿರುವ ಈ ಪ್ರಯತ್ನಕೆ,
ಕುಲದೇವಿ ಎಲ್ಲಮ್ಮ ತಾಯಿ, ಸದಾ ಹೊರುವೆ ನಿನ್ನ ಹರಕೆ.
ಶಿರಸಾಷ್ಟಾಂಗ ನಮನ, ಕುಲದೈವ ಶ್ರೀನೀರಾಲಕ್ಷ್ಮೀನೃಸಿಂಹ ನಿಮಗೆ,
ನಮೋಃ, ಪ್ರೇರಿಸಿದ ನುಗ್ಗೀಕೆರೆ ಹನುಮಯ್ಯ ಮತ್ತು
ಶ್ರೀಸೀತಾರಾಮಲಕ್ಷ್ಮಣರಿಗೆ. ॥ 1 ॥

ದೇವತೆಗಳಿಗೆ ಅರ್ಪಿಸಿದೆ ಈ ಕೃತಿ, ಅವರು ಅನುಗ್ರಹಿಸಿದ ಸುವಿಚಾರಕೆ,
ತ್ರೇತಾಯುಗದ ಕಥೆಯು, ಪುರುಷೋತ್ತಮನು ಬಂದ ಭೂಲೋಕಕೆ.
ಶ್ರೀರಾಮ ಅವನು, ಸಂಗಾತಿ ಸೀತಾದೇವಿ, ಮಿಲನ ಅವರ ಪಾವನ,
ಕಷ್ಟ ಪರಿಹಾರ ಅವರ, ಸುಖದ ಕಾರಣನಿದ್ದ ಅಂಜನಿಸುತ ಪವಮಾನ. ‖ 2 ‖

ನರನ ವೇಷದಿ ಬಂದ ನಾರಾಯಣನ ಕಥೆ, ಭರತ ವರ್ಷದಲಿ ನಡೆದಿದ್ದು,
ಎಷ್ಟು ಶುಭ ಕಾರ್ಯಗಳು ಜರುಗಿದವು, ನವ ಶಸ್ತ್ರಗಳನು ಉಪಯೋಗಿಸಿದ್ದು.
ಸಂಕಟದ ಆ ಕಾಲವು, ದೈತ್ಯನೊಬ್ಬ ಭೂಭಾರನಾದ ದುರ್ಗತಿ,
ಬಾಲ್ಯದಿಂದ ಆರಂಭವಾದ ಶ್ರೀರಾಮ ಕಥನ, ನಾಶಗೊಳಿಸಿದ ರೂಕ್ಷರ
ಸಂತತಿ. ‖ 3 ‖

ವಿಶಾಲ ರಾಜ್ಯ ಉತ್ತರ, ಅಮಲ ಭರತಖಂಡ ವೈಭವ,
ನಭದ ಅಚಲ ತಾರೆಯಂತೆ, ದಶರಥನ ರಾಜ್ಯ ಕೋಸಲ.
ಕ್ಷೀರ ಪಾನ ಸ್ನಾನ ಮಾಡಿ, ತೃಪ್ತ ಮನಸು ಎಲ್ಲರ,
'ಅಯೋಧ್ಯೆ' ರಾಜ್ಯ ನಗರದಿ, 'ಸರಯು' ಸರಿತ ಸುಂದರ. ‖ 4 ‖

ಕ್ಲೇಶ ಮಾತ್ರ ಒಂದು, ಚಿತ್ಸದಾ ರಾಜನ ಕೊರಗಿತು,
ಸಂತಾನ ಬೇಕೆಂಬಾಪೇಕ್ಷೆ, ದಶರಥನಿಗೆ ವ್ಯಥೆ ಮೂಡಿತು.
"ಯಾಗ ಮಾಡಿ ರಾಜೇ", ಎಂದರೊಬ್ಬ ದಿವ್ಯ ಮುನಿಗಳು,
ನಯನ ತುಂಬಿ ರಾಣಿಯರ, ಅಶ್ರು ಸುಖದ ಸುರಿಯಿತು. ‖ 5 ‖

ಹರಿಯ ರೂಪದಲ್ಲಿ ರಾಮ, ಕೌಸಲ್ಯೆಗೆ ಸುಪುತ್ರನು,
ಸುಮಿತ್ರೆಗೆ ಪುತ್ರ ಲಕ್ಷ್ಮಣ, ಅವಳಿ ತಮ್ಮ ಶತ್ರುಘ್ನನು,
ಧರ್ಮ ಮೂರ್ತಿ ಭರತನು, ಕೈಕೇಯಿ ರಾಣಿ ತನುಜನು,
ನೋಡಿ ಇದನ್ನೆಲ್ಲ ರಾಜ, ಸುರಮಹಿಮೆ ಕೊಂಡಾಡಿದನು. ‖ 6 ‖

ಬಾಲ್ಯಕಾಂಡ

ಕಾಲ ಸುಖದ ಬಂದಿತು, ಉತ್ಸಾಹ ಮುಗಿಲು ದಾಟಿತು,
ಮಹಾಕಾವ್ಯದ ಈ ಭಾಗ, 'ಬಾಲ್ಯಕಾಂಡ'ವೆಂದ್ಢೆಸರಾಯಿತು. ‖ 7 ‖

ನಡಗಿತೊಮ್ಮೆ ರಾಜಧಾನಿ, ವಿಶ್ವಾಮಿತ್ರರ ಶೈಲಿಗೆ,
"ಅಗ್ರಜನುಜರಿಬ್ಬರೊಡನೆ, ಹೋಗಬೇಕು ಈಗ ಕಾಡಿಗೆ.
"ತಾರಕಾ" ಎಂಬ ರಾಕ್ಷಸಿ, ಯಜ್ಞ ಭಂಗ ಮಾಳ್ಪಳು,
ಸಿದ್ಧ ನಾವು ಮೂವರು, ನಮ್ಮ ಬಲಿಗೆ ಆ ರೂಕ್ಷಳು." ‖ 8 ‖

ತೋಚದಂತೆ ತಲೆ ಬಾಗಿ ತಂದೆ, "ಅವರಿನ್ನೂ ತರುಣರು,
ನನ್ನ ಶಬ್ದಭೇದಿ ಬಾಣದಿಂ, ನಾಶ ರಾಕ್ಷಸ ಸರ್ವರು,
ಗುರುವೆ ಪ್ರತಿಜ್ಞೆ ಮಾಡುವೆ, ರಘುವಂಶ ನನ್ನದು,
ಮುಂದೆ ಇಟ್ಟ ಹೆಜ್ಜೆಗಿಂತ, ಜೀವ ಅತೀ ಚಿಕ್ಕದು." ‖ 9 ‖

"ಸುರಾದೇಶದಂತೆ ನಡೆದು, ಪಾಲಿಸ ಬೇಕು ಬರೆದಕ್ಷರ,
ಹರಿಯಾಜ್ಞೆಯ ಕಾರ್ಯ" ಎಂದ ಮುನಿಗಳು, "ಅದು ಅಣ್ಣತಮ್ಮರಿಬ್ಬರ."
ರಾಮ ಬಿಟ್ಟ ಬಾಣದಿಂದ, ಭಸ್ಮಳಾದ ತಾರಕೆ,
ಬಹು ನವ್ಯ ದಿವ್ಯ ಅಸ್ತ್ರ-ಶಸ್ತ್ರಗಳಿಂ, ತುಂಬಿತವರ ಬತ್ತಳಿಕೆ. ‖ 10 ‖

ಚಾಪ ಬಾಣ ಪ್ರಯೋಜನೆ, ಭಿನ್ನ ರೂಪ ಇನ್ನೂ ಇರುವುದು,
ತಕ್ಷಣಕ್ಕೆ ಉದ್ದೇಶ ಬೇರೆ, ಈ ಮಾತು ಎಂದೂ ಮರೆಯದು.
ಜನಕ ಪುತ್ರಿ ಜಾನಕಿಯ, ಸ್ವಯಂವರಕ್ಕೆ ಕರೆದರು,
ಅನೇಕ ರಾಜಕುವರರು, ಯಾರವಳ ಕೈಪಿಡಿವರು? ‖ 11 ‖

ಕಾರ್ಯ ಸುಲಭ ಸರಳಿದೋ? ಎತ್ತಬೇಕು ದಿವ್ಯ ಶಿವ ಧನಸ್ಸಿದು,
ಮಲ್ಲರಂತೆ ಇದ್ದರೂ, ಧನು ಅತ್ತ ಇತ್ತ ಸರಿಯದು.
ಒಬ್ಬ ಇಬ್ಬರಲ್ಲ, ಪೂರ್ಣ ಸಭೆ ವಿಫಲಗೊಂಡಿತು,
ಮೀಸೆ ತಿರುಗಿ ಎದೆ ತಟ್ಟಿದ 'ಅಹಂ', ನಾಚಿ ಕೆಳಗೆ ಕುಗ್ಗಿತು. ‖ 12 ‖

ಚಿಂತೆಗೊಂಡ ಜನಕನು, ದುಃಖದಿಂದ ಬಾಗಿದಾ,
"ದಾರಿ ತೋರು ದೇವ", ಎಂದು ಪರಿಹಾರ ಮಾರ್ಗ ಬೇಡಿದಾ,
ಪೀಠ ಹಾರಿ ಬಂದ ಲಕ್ಷ್ಮಣ, "ನನ್ನಣ್ಣ ಶ್ರೀರಾಮನು,
ತಿಲಕ ನಮ್ಮ ಕುಲದ ಅವನು, ಸ್ಪರ್ಧೆ ಗೆಲ್ಲಬಲ್ಲನು." ‖ 13 ‖

ಹೃದಯ ಕಂಪಿಸಿತಿಬ್ಬರ, ಉಚ್ಚ ಸ್ವರವು ಕೇಳಿ ಬಂದಿತು,
ಭೂಮಂಡಲ ಅದುರಿತು, ಶಿವ ಧನಸ್ಸು ಮುರಿದ್ಹೋಯಿತು.
ಜಾನಕಿಯ ಹರುಷಕ್ಕೆ, ಸೀಮೆ ಇಲ್ಲದಂತೆ ತೋರಿತು,
'ಸೀತಾ-ರಾಮ' ಸಂಗಮ, ಪುರಾಣ ಪ್ರಸಿದ್ಧವಾಯಿತು. ‖ 14 ‖

ಮರಳಿ ಬಂದ ಎಲ್ಲರೂ, ಸಂತೋಷದಿ ಕೂಡಿ ಬಾಳಿದರು,

ನೆನಸಿ ಕೊಟ್ಟ ಮುನಿಗಳು, "ದೇವ ಪವಾಡ ಇದೇ", ಎಂದರು.

"ನಾನೆಷ್ಟು ಭಾಗ್ಯವಂತ ದೇವ, ಅನುಗ್ರಹ ನಿನ್ನ ದೊರಕಿತು",

ದಶರಥನ ಈ ಸುವಿಚಾರದಿಂದ, ಅರಮನೆಯು ಸುಖದಿ ಮೆರೆಯಿತು. ‖ 15 ‖

ಅಯೋಧ್ಯೆಕಾಂಡ

ಮುಂದೆ ಬರೆದಕ್ಷರ, 'ಅಯೋಧ್ಯೆಕಾಂಡ' ಎಂದು ಕರೆವರು,
ಗಾಯಗೊಂಡ ಜನರು ಎಲ್ಲ, ನೋವಿನಿಂದ ರೋದಿಸುವರು. ‖ 16 ‖

ದುರಿತ ಕಾಲ ನಿಕಟದಿ, ಸಮಯ ಹೊಂಚು ಹಾಕಿತು,
ಮಂಥರೆಯ ಮಂಕು ಬೂದಿ, ಕೈಕಾ ಕಿವಿ ಸೇರಿ ಕೆಡಿಸಿತು.
"ರಾಮನಿಂದ ರಾಜ್ಯ ಬಿರುದು, ಪುತ್ರ ಭರತಗೊಪ್ಪಿಸು,
ದೂರ ಮಾಡಿ ರಾಮನನ್ನು, ವನದ ಹಿತವ ತಬ್ಬಿಸು." ‖ 17 ‖

ಹೃದಯಕೆ ಬಾಣ ಇರಿಯಿತು, ಅಂತಹ ಆ ಕಲ್ಪನೆ,
ಪುತ್ರ ವಿಯೋಗ ಶಾಪ ಸ್ಮರಣೆ, ದಶರಥನ ತೀವ್ರ ವೇದನೆ.
ವನವಾಸ ಚತುರ್ದಶ ವರ್ಷ ರಾಮನಿಗೆ, ಋಷಿ ಮುನಿಯ ವೇಷದಿ,
ಮುಕುಟ ಭರತನ ಶಿರದ ಶೋಭೆ, ಆ ಸಂಪೂರ್ಣ ಅವಧಿ. ‖ 18 ‖

"ಮಡದಿ ನಾನು ನಿಮ್ಮ, ಸೀತೆ, ನೀವೇ ನನ್ನ ಸರ್ವ ಸಿರಿ,
ತಾಪ ಶಾಪ ಏನೇ ಇರಲಿ, ಕೂಡಿ ಬಾಳ್ವೆ ತಿಳಿಯಿರಿ."
"ಭ್ರಾತೃ ಸೇವೆ ದೊಡ್ಡ ಭಾಗ್ಯ, ಅದು ನನ್ನ ಹೆಸರಲಿ,
ಅಣ್ಣನನ್ನು ಬಿಟ್ಟಿರುವುದೇ? ಲಕ್ಷ್ಮಣ ನಾ ತಬ್ಬಲಿ." ‖ 19 ‖

ನನ್ನ ಸಹಪಾಠಿಯಾದ ಕವಿತಾ ಕುಲಕರ್ಣಿ ಅವರು ರಚಿಸಿದ ಚಿತ್ರ

ಕ್ಷಾಮ ಕಾಲ ತೃಷೆ ತುಂಬುವಷ್ಟು, ಅಶ್ರು ಎಲ್ಲ ಜನರಲಿ,
ರಾಮನನ್ನು ವನಕೆ ಕಳುಹು, ಸುಖ ಸಮಾಪ್ತಿ ಊರಲಿ.
ಎಲ್ಲರಂತೆ ವಿಷಾದ, ನಿಷಾದರಾಜ "ಗುಹನ" ಹೆಚ್ಚಾಗಲು,
"ಏನು ಕೆಲಸ ಅಯ್ಯೋ?, ಸುಖವ ಸಾಗಿಸಿ ದೂರ ಮಾಡಲು." || 20 ||

ರಾಮ ಭಾಗ್ಯದಲಿ, ಪಿತೃ ಆಶ್ರಯ ಕೊನೆಗಂಡಿತು,
ಶಾಪ ಮುಕ್ತ ದಶರಥನ ಕಣ್ಣು, ಸದಾಕಾಲ ಮುಚ್ಚಿತು.
ಕೇಳಿ ದುರ್ಗತಿ ಭರತ, ಗುಡ್ಡ-ಬೆಟ್ಟ ಓಡಿ ಬಂದ ಧಾವಿಸಿ,
ಮಂಥರೆಯ ಜಡೆಯ ಜಗ್ಗಿ, ಕೆನ್ನೀರು ಅವನ ಕಾಯಿಸಿ. || 21 ||

"ಹುಟ್ಟಿ ನಿನ್ನ ಮಧ್ಯಕದಿ, ಎನ್ನ ಪಾಪ ಅಗಣಿತವು,
ಕೈಕೇಯಿ ಎಂಬ ನಾಮಕರಣ, ಭವಿಷ್ಯದಲಿ ಕೇಳಲಾರೆವು."
ಹೀಗೆಂದು ಭರತ ತಕ್ಷಣ, "ರಾಜ ರಾಮನ ಕರೆದು ಬರೋಣ"
ವನದಿ ಓಡಿ ನೋಡಿ, ನಯನ ಅಶ್ರುಪಾತ ರಾಮಚರಣ. || 22 ||

ಶೋಕ ವಾರ್ತೆ ತಿಳಿದು ಬಂದು, ಕುಸಿಯಿತು ರಾಮಾನನ,
"ದುರ್ಗತಿಯೇ ಭಾಗ್ಯ ನಮ್ಮ, ಬರೆದಿದೆ ಈ ಕಾನನ".
"ಮುಕುಟ ಪೀಠ ಕಾಯುತಿದೆ", ಎಂದ ಭರತ, "ಮರಳಿ ಬಾ ಅಯೋಧ್ಯೆಗೆ,"
ಕೊಟ್ಟ ವಚನ ತಂದೆಗೆ, ಪ್ರಮುಖವಿತ್ತು ಈ ಹೊತ್ತಿಗೆ. ‖ 23 ‖

"ಅಧಿಪತ್ಯ ಒಪ್ಪುವೆನೆಂದ ಭರತ, "ಮಾತೊಂದು ನಾ ಹೇಳುವೆ,
ಪೀಠದ ಮೇಲೆ ರಾಮ ಪಾದುಕೆ ಇಟ್ಟು, 'ಅರ-ಮುನಿಯ' ವೇಷ ಬಾಳುವೆ",
ಸ್ವರ್ಣದಂತೆ ಪ್ರಕಾಶಗೊಂಡ, ಆ ಪಾದುಕೆಗಳು ಪಾವನ,
ಭರತ ಶಿರದಿ ಹೊತ್ತು ತಂದಿಟ್ಟು, ವಂದಿಸಿದಾ ಸಿಂಹಾಸನ. ‖ 24 ‖

ಋತು ಸಂವತ್ಸರಗಳು ನಡೆದು, ಮುಮ್ಮುಖಿ ಸಾಗಿತು,
ಕಾಲ ಚಕ್ರ ತಿರುಗಿ ಮುಂದೆ, ಪಂಚವಟೆಯಲಿ ನಿಂತಿತು.
ಇತ್ತ ನಡೆದವಾಂತರ, ಕಷ್ಟ ನಷ್ಟದಿ ಉಬ್ಬರಿಸಿತು,
ನೀತಿ ಹೀನ ಶೂರ್ಪಣಖಿಯ, ಬೆರಗಾದ ಪಾತ್ರ ತೋರಿತು. ‖ 25 ‖

"ರಾವಭಗಿನಿ ನಾನು, ನನ್ನ ಅಗ್ರಜ ದೊಡ್ಡರಸನು,
ವನದಿ ದಷ್ಟ ಪುಷ್ಟರಾರು, ನೋಡಲು ನಾ ಬಂದೆನು."
ಸೋದರರಿಬ್ಬರು ವೀಕ್ಷಿಸಿದ, ಗೆಜ್ಜೆ ಅಂದ ಅವರಂಗಳ,
ತಾರುಣ್ಯ ಲೀಲೆ ನುಡಿಯುತಿರಲು, ಮಿಡಿದ ಕರ್ಣಕುಂಡಲವಳ. ‖ 26 ‖

ರಾಮನನ್ನು ನೋಡಿ, "ಆಹಾ! ಬಾಳ್ವೆ ಜೀವ ನಿನ್ನ ಸಂಗದಿ",
ಏಕ ಪತ್ನಿ ವ್ರತಸ್ಥ ಶ್ರೀರಾಮ, "ಇಗೋ ಸೀತೆ ನನ್ನ ಮಡದಿ."
ವಿನೋದದ ದೃಷ್ಟಿ ಬೀರಿ "ನನ್ನನುಜನನ್ನು ನೋಡು ನಿನ್ನ ಕಣ್ಣಲಿ",
ಶಸ್ತ್ರ ಧರಿತ ಸುಂದರಾಂಗ, ಚಪಲ ತುಂಬಿತವಳ ಮನದಲಿ. ‖ 27 ‖

"ನೀನೇ ಸರಿ ಮಾಡುವೆ, ನನ್ನ ಜೀವ ಸಂಪೂರ್ಣ ನಿನ್ನ ಹೆಸರಲಿ",
"ಬೇಡ ತಾಯಿ ಇಂಥ ಪಾಪ, ಮಡದಿ ಊರ್ಮಿಳೆ ದೂರ ಕಾಯುತಲಿ",
ರೊಚ್ಚಿಗೆದ್ದ ರಾಕ್ಷಸಿ, ರೂಪ ಮೂಲ ಕಂಡು ಬಂದಿತು,
"ಕೆಡಕು ಮಾಡುವೆ ಸೀತೆಗೆ" ಎಂಬ, ದುಷ್ಟ ಇಚ್ಛೆ ಆಯಿತು, ‖ 28 ‖

ಸಿಡಿದು ಎದ್ದ ಲಕ್ಷ್ಮಣ, ಗಾಯಗೊಳಿಸಿದಲ್ಲ ಆಕಸ್ಮಿಕ,
ಶ್ವಾಸದ್ವಾರ ಕತ್ತರಿಸಿದ, ಅದೇ ಇಂದಿನ ನಗರ 'ನಾಸಿಕ'.
ಕತ್ತಲಾದ ಮುಖದ ಮೇಲೆ, ರಕ್ತ ಕಾಣದಂತೆ ತೋರಿತು,
ಕೆಕ್ಕಸದೊಳಗಾದ ದೃಶ್ಯ, ಹತ್ತು ಶೀರ್ಷನಿಗೆ ಪ್ರಸಾರವಾಯಿತು. ‖ 29 ‖

"ಇದೇನವಸ್ತೆ ತಂಗಿ ನಿಂದು, ಇದರ ಶಿಲ್ಪಿ ಯಾರೆಂದು ಕೇಳಲೇ?
ಪೇಳಿದರೆ ನೀ ಪೆಸರವನ, ಕಥೆಯ ಮುಗಿಸುವೆ ಈಗಲೇ."
"ಕಾಕುತ್ಸ ಕುಲದ ರಾಮನು, ಅನುಜ ಅವನ ಲಕ್ಷ್ಮಣ,
ರಾಮ ಪತ್ನಿ ಸೀತೆ ನೋಡಿ, ನಿಶ್ಚಿತ ನೀ ಅವಳ ಶರಣ." ‖ 30 ‖

ಅರಣ್ಯಕಾಂಡ

ಆರಂಭಿಸುವುದು 'ಅರಣ್ಯಕಾಂಡ', ಇನ್ನು ಮುಂದೆ ಕೇಳಿರಿ,
ಹರಿಯ ನರನ ವೇಷದ ಕಷ್ಟ, ಗುಡ್ಡದಷ್ಟು ದೊಡ್ಡ ನೋಡಿರಿ. ‖ 31 ‖

ಕ್ರೂರ ದೇಹ, ತೊಂತಿಸಿದಂತೆ ವ್ಯಾಮೋಹದ ಲತೆಗಳು,
ದುಸ್ವಭಾವಿ ಖಳನಾಯಕಾದಿ, ಕೆಲವು ರಾವನ ಶಿರೋನಾಮಗಳು.
ಮೈಮರೆತ ರೂಕ್ಷ ರಾಜನಲ್ಲಿ, ಉದಿತ ದುಷ್ಟಿಚಾರವು,
ಸೀತಾಹರಣದಾಲೋಚನೆ, ಅವನ ಮೃತ ಫಲಿಗೆ ನಿಕಟವು. ‖ 32 ‖

"ಎಲ್ಲಿ ಮಾವ ಮಾರೀಚನು? ಬರ ಮಾಡಿ ಈಗ ಸಭೆಯಲಿ,"
ದಿನದಿ ತಾರೆ ಕಂಡ ಮಾವ, "ಅಯ್ಯೋ! ಏನು ಮಾಡಲಿ?"
"ಪಂಚವಟಿಯ ಜಿಂಕೆ ಎಣಿಕೆ, ನಿನ್ನಿಂದ ಒಂದ್ಹೆಚ್ಚಾಗಲಿ,
ಅನನ್ಯ ರೂಪ ಮಾತ್ರ, ಸ್ವರ್ಣ ಪೀತವರ್ಣ ಕಾಣಲಿ. ‖ 33 ‖

"ಬೇಕೆನಗೆ ಆ ಸ್ವರ್ಣ ಮೃಗವು ಸ್ವಾಮಿ" ಹೇಳ್ದಳು ಸೀತೆ ರಾಮಗೆ,
ಬೆನ್ನಟ್ಟಿ ನಿಯೋಗ ಸಫಲವಾಗಿ, ಗುರಿ-ಬೇಟೆ ಅವರವರಿಗೆ."
ಸಿದ್ಧ ಮಾಡಿದಂತುಪಾಯ ರಾವನಂತೆ ನೆರವೇರಿತು,
ಜೀವಚಕ್ರ ಮಾರೀಚನ, ಸಂಪೂರ್ಣವಾಗಿ ನಿಂತಿತು. ‖ 34 ‖

ಬಾಣದೇಟು ಬಿದ್ದ ಕ್ಷಣ, ಮಾಯಾ ಜಾಲ ಎಸೆದು ಕುಸಿದನು,
ರಾಮನಣಕ ಮಾಡಿ ಕೂಗಿ, ಆಪತ್ಸಂಕೇತ ಕೊಟ್ಟನು.
"ಸೀತೇ, ತಮ್ಮಾ ಲಕ್ಷ್ಮಣ", ಎಂಬ ಕಂಪನ ಕೇಳಿ ಬಂದಿತು,
ಮಾರ್ದನಿ ಕೇಳಿ ಕಾಡಿನಲ್ಲಿ, ಅವಳ ಹೃದಯದಿ ದಿಗಿಲು ತುಂಬಿತು. ‖ 35 ‖

"ಸಹಾಯಬೇಕು ಅವರಿಗೆ, ನೋಡು ಹೋಗೋ ಮೈದುನ,"
"ಖಚಿತವಾಗಿ ಹೇಳ್ತೆ ತಾಯಿ, ಆ ಧ್ವನಿ ಅಲ್ಲ ಅಣ್ಣ ರಾಮನ".
"ವಿನಂತಿ ಅಲ್ಲ ಲಕ್ಷ್ಮಣ, ಆದೇಶ ಮಾಳ್ಪೆ ಈಗಲೇ,"
"ಮನಸ್ಸೊಪ್ಪುತಿಲ್ಲ ತಾಯಿ, ಪುನರಾವಲೋಕನ ತಮ್ಮ ಕೋರುವೆ." ‖ 36 ‖

ದೆಸೆ ತಿಳಿದು ಅವಳ ಸೌಮಿತ್ರನು, "ಆದರೆ ನನ್ನದೊಂದು ಕೋರಿಕೆ,"
ಹೀಗೆಂದು ಮಂತ್ರ ಜಪಿಸಿ ಎಳೆದನು, ಪ್ರಸಿದ್ಧ ಲಕ್ಷ್ಮಣ ರೇಖೆ.
"ಇದೇನು ನಿನ್ನ ಕೋರಿಕೆ, ತಿಳಿದುಕೊಳ್ಳೋ ವೃಥೆ ನನ್ನದು,
ಸುತ್ತುಗಟ್ಟಿದೆ ಸಂಕಟ ಅವರನು, ಅನುಮಾನವೇನು ನಿನ್ನದು?" ‖ 37 ‖

"ದಾಟ ಬೇಡ ರೇಖೆ ತಾಯಿ", ಕೈ ಮುಗಿದು ಕೇಳಿದ ಲಕ್ಷ್ಮಣ,
ಪ್ರಯತ್ನಿಸಿ ಒಳಗೆ ಬಂದವರಗತಿಗೆ, ಹುತಾಶನ ಮಾಡುವನು ಗ್ರಹಣ."
ಅತ್ತ ಓಡಿ ಹೋದ ತಮ್ಮ, "ಸರಿ ಅಲ್ಲ ಇದು" ಎನ್ನುತ,
ಇತ್ತ ಹೊಂಚು ಹಾಕಿ ನಿಂತ, ರಾವಣನ ಋಷಿಯ ವೇಷ ದೂಷಿತ. ‖ 38 ‖

"ಭಿಕ್ಷೆ ಕೊಡುವಿರಾ, ಬಡವ ದೀನ ಈ ಸನ್ಯಾಸಿಗೆ,
ಕ್ಷುತ್ತು, ದಣಿಕೆ, ಬಾಯಾರಿ, ನಡೆದ ಭಾಸ ಕಂಟಕದ ಹಾಸಿಗೆ,"
"ಅಯ್ಯೋ" ಎನಿಸಿಕೊಂಡ ಸೀತೆ, "ತಾಳಿ ತರುವೆ ಹಣ್ಣು-ಹಂಪಲ",
ಮೈ ಮರೆತು ಮೂರ್ತಿಯಾಯಿತವನ ಮನವು, ಇನ್ನೂ ಚಂಚಲ. ‖ 39 ‖

"ಅಪಹರಿಸಲು ದಾಟಿ ಹೋಗಬೇಕು ನಾ, ಕೊರೆದ ರೇಖೆಯಾಚೆಗೆ,
ಪುಷ್ಪಕ ವಿಮಾನದಿ ನಂತರ, ಸುಪ್ರಯಾಣ ಸೀತೆಯೊಂದಿಗೆ."
ಕಾಲು ಮುಂದೆ ಹಾಕಿದಂತೆ, ಕೇಳಿ ಬಂತು ಸದ್ದು ಚಟಚಟ,
ವಿಸ್ಫುಲಿಂಗದಿಂದ ಸುಟ್ಟ ಕಳ್ಳ ಮೆಟ್ಟು, ಹಿಂದೆ ಜಿಗಿದ ಪಟಪಟ. ‖ 40 ‖

ರತ್ನದ್ವೀಪ ವಿಭುಗೆ ಇಂದು, ತಾಳದಂತೆ ದೃಶ್ಯ ಮುಜುಗರ,
"ನೋಡಲಿಲ್ಲ ಯಾರೂ ತಾನೆ", ಬಂತು ಸ್ವರದ ನಾದ ಗೊಗ್ಗರ.
"ನಿಂತ ಅನಂತ ಕಾಲವಾಯ್ತು, ಭಿಕ್ಷೆ ನೀವು ಕೊಡುವಿರಾ?
ದಾಟಿ ರೇಖೆ ದಾನ ಮಾಡಿ, ಪಡೆ ಆಶೀರ್ವಾದ ಮುನಿವರ್ಯರ." ‖ 41 ‖

"ಕ್ಷಮಿಸಬೇಕು ಮುನಿಗಳೇ, ದಾಟಬಾರದೆಂದು ಕೋರಿಕೆ,"
"ಬೇಡ್ಡಾಗಾದರೆ ಭಿಕ್ಷೆ ನಿನ್ನ, ಇರಲಿ ಇದೆ ಬಾಯಾರಿಕೆ,
ಪಾಪ ನಿನ್ನ ಹೆಸರಲಿ, ಹೊರುವ ಕುಲ ನಿನ್ನ ಸರ್ವವೂ,
ಹಸಿವಿಗೆ ಮುಕ್ತಿ ಇಲ್ಲ, ಈ ದಟ್ಟ ದರಿದ್ರನ ದುಃಖವು" ‖ 42 ‖

"ಕಠಿಣ ಪರೀಕ್ಷೆ ನನ್ನದು, ಅತ್ತ-ಇತ್ತ ಸಂಕಟ,
ಶ್ರೀರಾಮ ಅನುಜ ಇಬ್ಬರ, ಮರಳಿ ಬರುವ ಸಮಯ ನಿಕಟ.
ದಾನ ಮಾಡಿ ಕುಟೀರ ಸೇರಿ, ಕ್ಷಮೆ ಬೇಡುವೆ ನನ್ನ ಶ್ರೀಗಳ,
ತಪ್ಪು ಇಂಥ ಮಾಡಿ, ನನ್ನ ಹೃದಯ ರಾಗ ಕಳವಳ." ‖ 43 ‖

ವಿಧಿ ಲಿಖಿತ ಬರಹ, ಬೇರೊಂದು ದೂರ ದಡವ ಸೇರಿತು,
ಭರತಲೋಕದ ಮಹಾಕಾವ್ಯ, 'ರಾಮಾಯಣ' ಪೆಸರು ಪಡೆಯಿತು.
ಬಲ ಪರೀಕ್ಷೆ ಕಂಡು ಬಂದಿತು, ಸೀತೆ ರೇಖೆ ದಾಟಲು,
ಬುದ್ಧಿ ಪ್ರಜ್ಞೆ ತಪ್ಪಿದಂತೆ, ಬಿದ್ದಿತೊಂದು ಸಿಡಿಲು. ‖ 44 ‖

ಮುನಿಯ ವೇಷ ಕರಗಿತು, ನಿಜ ರೂಪ ರೂಕ್ಷ ತಾಳಿದಾ,
ಗಂಭೀರ ಘರ್ಜನೆಯೊಂದಿಗೆ, ಮೀಸೆ ಅವನು ತಿರುವಿದಾ.
"ಪಾಪಿ ನೀಚ ಯಾರು ನೀನು? ಮರಣ ಕಾಲ ನಿನ್ನ ಬದಿಯಲಿ,"
ಕಠೋರ ಅಟ್ಟಹಾಸದಿಂದ, ಕಂಡ ಕೋರೆ ಹಲ್ಲು ಬಾಯಲಿ. ‖ 45 ‖

"ವಿಶ್ರಾವಸ್ಪುತ್ರ ನಾನು, ಕೈಕೇಸಿ ನನ್ನ ಮಾತೆಯು,
ಮಯಾಸುರ ತನಯೆ ಮಂಡೋದರಿ, ಎನ್ನ ಪ್ರಿಯ ಪತ್ನಿಯು,
ಶೂರ ವೀರ ಪುತ್ರರ ಜನಕ ನಾನು, ರಾಜ್ಯ, ಹೇಮ ಲಂಕೆ ನನ್ನದು,
ಅಭಿಮಾನಿ ಮಿಗಿಲಾಗಿ ಸೀತೆಯ, ಅಭಿದಾನ 'ರಾವಣ'ನೆಂಬುದು." ‖ 46 ‖

"ಸಾಕು ನಿನ್ನ ಪರಿಚಯ, ನಾಶ ನಿನ್ನ ನಿಶ್ಚಿತ,
ರಾಮಬಾಣದಿಂದ, ನಿನ್ನ ಎದೆ ಸೀಳುವುದು ಖಂಡಿತ."
"ಎಷ್ಟು ಬಲದ ನಂಬಿಕೆ, ಎಂದ ರಾವಣ,"ವನವಾಸಿ ಆ ರಾಮನ,
ಗಿಡಗೆದ್ದೆ ತಿಂದ ದುರ್ಬಲನು, ಗುರಿಗಿಲ್ಲ ಅವನ ಗಮನ." ‖ 47 ‖

"ತಾಳ್ಮೆ ಇರಲಿ ಆಮಂತ್ರಿಸು, ನಿನ್ನ ಮೃತ್ಯುಗೆ ನಿಮ್ಮೂರು ದರ್ಶಕ,
ಜನ ಕೇಳಿ ಸುಖಿದಿ ಕುಣಿವರು, ಲಂಕೇಶ ದಹನ ವಾರ್ತೆ ಶೀರ್ಷಕ."
ದಶಗ್ರೀವನ 'ಅಹಂ' ಹೆಚ್ಚಿತು, ಬಲ ಪ್ರಯೋಗ ಮಾಡಿದಾ,
ಸೀತಾಕೃತಿಯನು ಹರಣ ಮಾಡಿ, ವಾಯು ವೇಗದಿ ಹಾರಿದಾ. ॥ 48 ॥

"ಸ್ವಾಮಿ, ತಮ್ಮಾ ಲಕ್ಷ್ಮಣಾ" ಎಂಬ ಕೂಗು ವನದಿ ಅಡಗಿತು,
ಧಾವಿಸಿದ ಲಕ್ಷ್ಮಣನ ಭೇಟಿ, ಚಕಿತ ರಾಮನೊಂದಿಗಾಯಿತು.
"ಯಾಕೋ ತಮ್ಮಾ ಇಲ್ಲಿನೀ? ಸೀತೆ ಒಬ್ಬಳಿರುವಳೋ,"
"ಹಟವ್ಹಿಡಿದು "ಹೋಗು ಲಕ್ಷ್ಮಣ" ಎಂದ ತಾಯಿ, ಮಾತು ಕೇಳಲಿಲ್ಲವೋ!"
॥ 49 ॥

"ದೃಡ ಸಂಕಲ್ಪ ಅಣ್ಣಾ ನನ್ನದು, ನಿನ್ನ ಗುರಿಯು ಎಂದೂ ತಪ್ಪದು,
ಕುಟೀರ ಬೇಗ ಸೇರಬೇಕು, ಕಲ್ಲು ಕಂಟಿ ದಾರಿ ದೂರದು."
"ಸ್ವರ್ಣ ಜಿಂಕೆ ಹೋಗಿ, ಮಂದ ಕಂದು ಬಣ್ಣವೇನಿದು?"
"ಏನೋ ಕುಟಿಲ ನೀತಿ, ಸೂತ್ರಧಾರ ಯಾರು ತಿಳಿಯದು" ॥ 50 ॥

ಉಸಿರುಗಟ್ಟಿ ಇಬ್ಬರೂ, ಓಡಿದ ಕುಟೀರದ್ಹತ್ತಿರ,
ಕೂಗಿ, ತೆರೆದ ದ್ವಾರ ನೋಡಿ, ಸಿಗಲಿಲ್ಲ ಏನೂ ಉತ್ತರ.
"ಸೀತೇ", "ಅತ್ತಿಗೇ", ಕೂಗುತಾ ಅನ್ವೇಷಣ ಆರಂಭವಾಯಿತು,
ಊಹೆ ಮಾಡದಂತೆ ಮನವು, ಭಾವಶೂನ್ಯವಾಯಿತು. ॥ 51 ॥

ವಾಯು ಮಾರ್ಗದಿ ನಡೆಯುತಿರಲು, ಬಂದ ದೇವ ದೂತನೊಬ್ಬನು,
ದಶರಥ ಮಿತ್ರ, ಸುಪರ್ಣ ಭ್ರಾತೃಪುತ್ರ, 'ಜಟಾಯು', ಆ ವೀರನು,
ವಾಯುಯಾನ ಹಾರುತಿರಲು, ಯುದ್ಧ ಘೋಷಣೆ ಮಾಡಿದಾ,
ಸೀತೆಯ ಕಾಪಾಡಲು, ರಣ ಕಹಳೆಯನು ಊದಿದಾ. ॥ 52 ॥

ಬೃಹತ್ಪತ್ರ ರೆಕ್ಕೆ ಹರವು, ನೀಲಾಕಾಶದಲಿ ಹಾಸಿದಾ,

ಪಂಜ ಸಹಿತ ಆಕ್ರಮಿಸಿ, ರಕ್ಕಸನ ಮಾಂಸ ಕಿತ್ತಿ ಹರಿದಾ.

ಘೋರ ವಾಯು ಕದನ ನಡೆದು, ಜಟಾಯು ಗಾಯಗೊಂಡನು,

ಕೃಪಾಣದೇಟಿನಿಂದ ಪಾರ್ಶ್ವ ಹರಿದು, ಭೂತಾಯಿ ಮಡಿಲು ಸೇರಿದನು. ‖ 53 ‖

ವಯಸ್ಸು ಎಷ್ಟು ಹೆಚ್ಚಿನ, ಅದನ್ನು ಮೀರಿದ ಸಾಹಸ ಶೌರ್ಯವು,

ತನ್ನ ಚಿಂತೆ ಮಾಡದೆ, ಭಯೋತ್ಪಾದಕನನ್ನೆದುರಿಸುವ ತೀರ್ಮಾನವು.

ದಶಕಾಂತನ ಪ್ರಯಾಣ ಜರುಗಿ, ದಕ್ಷಿಣಕ್ಕೆ ಸಾಗಿತು,

ಕಲ್ಲು, ಗುಡ್ಡ, ಕಾಡು ಕಂಡು, ಸೀತೆಗೊಂದು ಉಪಾಯ ಹೊಳೆಯಿತು. ‖ 54 ‖

ಕೆಲವು ಆಭರಣ ತನ್ನ, ಗಂಟು ಮಾಡಿ ಕೆಳಗೆಸೆದಳು,

ಗುರುತು ಚಿಹ್ನ ಹೋದ ದಾರಿ, ರಾಮಚಂದ್ರನಿಗೆ ಬಿಟ್ಟಳು.

ಅಣ್ಣತಮ್ಮರಿಲ್ಲಿ, ಗುರಿ ದಿಕ್ಕಿಲ್ಲದಂತೆ ಅಲೆದರು,

"ಸೀತೆ", "ತಾಯಿ", ಕೂಗುತಾ, ಒಂದು ದಿಬ್ಬದ ಮೇಲೆ ನಿಂತರು. ‖ 55 ‖

ದಿಬ್ಬ ಸರಿದಂತೆ, ವಕ್ರಾಕಾರ ರೂಪ ಕಂಡು ಬಂದಿತು,

ಒಕ್ಕಣ್ಣನ ಪರಿವರ್ತನೆ, ಅಣ್ಣತಮ್ಮರನು ಚಕಿತಗೊಳಿಸಿತು.

'ವಿಶ್ವಾವಸು' ಮೊದಲು ಅವನು, ಎಂಬ ಗಂಧರ್ವನು,

ಸುರಪತಿಯ ಶಾಪದಿಂದ, ಆದ 'ಕಬಂಧ' ಕುಖ್ಯಾತನು. ‖ 56 ‖

"ಸುಗ್ರೀವಾದಿ ವಾನರರೊಂದಿಗೆ, ಮಿತ್ರತೆ ಬಲಿಷ್ಠವಾಗಲಿ,

ಮುಂದೆ ಬರುವ ಕಷ್ಟ-ನಷ್ಟ ದೂರಸಾಗಿ ಹೋಗಲಿ."

ಕಿಷ್ಕಿಂಧೆಗೆ ಹೋಗಿರೆಂದು ಹೇಳಿ ಕಬಂಧ, ಬಂಧ ಮುಕ್ತನಾದನು,

ಇಹಶರೀರ ತ್ಯಜಿಸಿ, ಸ್ವರ್ಗ ಲೋಕಕೆ ಮರಳಿದನು. ‖ 57 ‖

ಕೃತಜ್ಞರಾದ ಇಬ್ಬರು, ಕ್ರೌಂಚವನವ ದಾಟಿ ಹೋಗಲು,
ಕಾಯುತಿಹಳು "ಶಬರಿತಾಯಿ", ರಾಮಸೇವೆಯಿಂದ ಮೋಕ್ಷ ಹೊಂದಲು.
ಮಾತಂಗ ಗುರುಖುಷಿಗಳಂತೆ, ಹೊಂದಬೇಕು ಆತ್ಮೋದ್ಧಾರ ಎಂಬುದು,
ಉಚ್ಛಿಷ್ಟ ಹಣ್ಣು ಕೊಡಲು ಶ್ರೀರಾಮಗೆ, ತವಕದಿ ಕಾಯುತಿರುವುದು. ॥ 58 ॥

ಅವಳ ಇಚ್ಛೆ ಪೂರ್ಣವಾಗಿ, ಗುರುವಿನಂತೆ ಮೋಕ್ಷ ಸಿಕ್ಕತು,
ಕಿಷ್ಕಿಂಧೆಗೆ ತಲುಪಿದಂತೆ ಭೇಟಿ, ಅವಿತ ಸುಗ್ರೀವನೊಂದಿಗಾಯಿತು.
ಭೂಪಟವು ತಿಳಿಯದಂತೆ, ಅವರಲೆದ ಗಿಡ-ಮರಗಳು,
ಉಚ್ಚಾದ್ರಿ ದಟ್ಟ ವನಗಳು, ಈ ಭೂಮಿಯ ವೈಶಿಷ್ಟ್ಯಗಳು. ॥ 59 ॥

ಕಿಷ್ಕಿಂಧಾಕಾಂಡ

ಏನೋ ಅಣ್ಣ, ಗುಡ್ಡ ಬೆಟ್ಟ ತುಂಬ ಕಾಲು ಹಾದಿ ಎಷ್ಟಿದೆ?"

"ತಾಳ್ಮೆ ಇರಲಿ ಲಕ್ಷ್ಮಣ, ಸರಿ ಸಮಯ ನಮ್ಮ ಬಂದಿದೆ".

ಅಲೆದಾಡುತ ಬಂದು ಕಂಡರು, ಕಣ್ಸೆಳೆವ ನಿಶ್ಚಲ ಸರೋವರ,

ನೆನಪಾಯಿತು ಶ್ರೀರಾಮನಿಗೆ, ತನ್ನ ರಮಣಿಯ ಮುಖ ಸೌಮ್ಯ ಸುಂದರ.

‖ ೬೦ ‖

"ನೋಡು ಲಕ್ಷ್ಮಣ ಮನಸೆಳೆವ ವೈಢೂರ್ಯಗಳಿಂದ, ಈ ನೀರು ಉದಿತ,
ವಿವಿಧ ಪುಷ್ಪಗಳಿಂದ ಶೋಭಿತ, ಕಮಲ ಕಣ್ಣ ಸೆಳೆಯುತ.
ಪವಿತ್ರ ಸರಸ್ಸು 'ಪಂಪ', ವೃಕ್ಷ ಶಿಖರಗಳು ಇದನು ಸುತ್ತಿದೆ,
ಶುಭಕರ ಈ ದೃಶ್ಯ ಕಂಡು, ಎಲ್ಲರಲಿ ಹರುಷ ತುಂಬುವಂತಿದೆ." ‖ 61 ‖

"ಆನಂದ ಮಂದ ಮರುತ ಬೀಸಿ, ನೆನಪಾದ ನನ್ನ ಪ್ರಿಯಳು,
ಚೈತ್ರ ಮಾಸದಿ ಕೋಗಿಲೆಯ ಕೂಗು, ನೆನಹು ಹತ್ತಿರವಿದ್ದ ಅವಳು.
ದೃಶ್ಯ ಈ ವಸಂತ ಋತುವಿನ, ಅಯ್ಯೋ! ಸೀತೆ ಹತ್ತಿರ ಇರಲಾರದೆ,
ಅನಿಲ ತಂಪು ಹಾಯುತ್ತಿದೆ, ಹೃದಯ ನನ್ನ ಉರಿಯಾದಂತಿದೆ." ‖ 62 ‖

ವ್ಯಥೆಯನು ನಟನೆಯ ರೂಪದಿ ತೋರಿದ ರಘುಕುಲ ತಿಲಕನು,
ಖುಷ್ಯಮುಖ ಬೆಟ್ಟದಿ ಕಾಯುತಲಿದ್ದ ವಾನರೋತ್ತಮನು .
ಕಾವ್ಯಾಂಶದಲ್ಲಿ ಮುಂದೆ ಬರುವ ರೋಮಾಂಚಕ ಧೀರ ಶೂರನು,
ಪ್ರವೇಶ ಮಾಡುವವ ಈಗ, ಎನ್ನ ಹೃದಯದಲ್ಲಿರುವ 'ಹನುಮಂತ'ನು. ‖ 63 ‖

ಸುಗ್ರೀವ ಅಡಗಿ ನಿಂತನು, ಕಂಡ ಧನುರ್ಧರರಿಬ್ಬರು,
"ಸಂಹರಿಸಲು ಬಂದ ನನ್ನನಿವರು, ವಾಲಿಯ ಗುಪ್ತ ದೂತರು.
ಅರಿವು ಸಿಗದು ಇವರ, ಕಂಡ ಮೊದಲ ಬಾರಿ ರಾಜ್ಯದಿ,
ಹನುಮ ಹೋಗಿ ನೋಡಿ ಬಾ, ಪರಿಹಾರ ನೀನೇ ಕಷ್ಟದಿ." ‖ 64 ‖

"ಖದ್ಯೋತ ಇಹನು ತೀವ್ರ ಹನುಮಾ, ಕಣ್ಣು ಕುಕ್ಕುವ ಹೊಳಪಿದೆ,"
"ಸನ್ಯಾಸಿಗಳ ಈ ಶೋಭೆಗೆ ರಾಜೇ, ಕಿಷ್ಕಿಂಧಾ ಉದ್ಯಾನವನವಾಗಿದೆ.
ರಕ್ಷಣೆಗಿರಲು ನಾನು ಹನುಮ, ನಿಮಗೇಕೆ ಭಯವು ಪ್ರಭುವೇ,
ಮರ ಏರಿ ನೋಡಿ ತಿಳಿದು ಬಂದು, ಸಂಪೂರ್ಣ ವರದಿ ಕೊಡುವೆ." ‖ 65 ‖

"ಆದಿತ್ಯ ತರುಣ ರೂಪ ತೋರಿ, ಸಂದೇಶ ವಿಶೇಷ ಇರಬಹುದೇ?
ಯಾಕೋ ನನಗೆ ನಂಬಿಕೆ, ಪರಿಹಾರ ಅದೃಷ್ಟ ಬಂದಿದೆ."
"ಹಾಸ್ಯ ಸಮಯವಲ್ಲ ಪವನ, ನನ್ನ ಜೀವ ಮುಖ್ಯವಲ್ಲವೇ?,
ದಿಟವೇನು ತಿಳಿದು ಬರಲು ನಿನಗೆ, ಅದು ಅಷ್ಟು ಕಷ್ಟವೇ?" ‖ 66 ‖

"ಚಿಂತೆಬೇಡ ವಿರಮಿಸಿ, ಯಾಕೆ ಅನುಮಾನದ ಲತೆಗಳು,
ವಿಪ್ರನಂತೆ ವೇಷ ಧರಿಸಿ ಕೇಳುವೆ, "ಯಾರು ನೀವು ಶ್ರೀಗಳು."
ತಿಳಿದು ಬರುವೆ ಸನ್ನಿವೇಶ, ಕೇಡು ನಿಮ್ಮದಾಗದು,
ಮಿತ್ರರೆಂಬ ಭಾಸ ಎನಗೆ, ತರಲು ನಿಮ್ಮ ರಾಜ್ಯ ಬಿರುದು". ‖ 67 ‖

ವೇಷ ಬೇರೆ ಹೊತ್ತ ಹನುಮ, ಅವರ ಮುಂದೆ ಹೋಗಿ ನಿಂದನು,
ಶಿರಬಾಗಿ ವಂದಿಸಿ ಕಣ್ತೆರೆದು, ಪ್ರಶ್ನೆಗೆಂದು ಸಿದ್ಧನಾದನು.
ಕುವರ ರಾಜ ಮುನಿಖುಷಿಗಳೋ, ತೋಚದಂತೆ ಆಯಿತು,
ಸ್ತಬ್ಧ ನಿಂತ ಮಾರುತಿ, ಎವೆ ಇಲ್ಲವೆಂದು ಅನಿಸಿತು. ‖ 68 ‖

ಕೃಷ್ಣಾಜಿನ ವಸನ, ಭೂಷಿತ ಜಟಾ ಮುಕುಟದಂತಿತ್ತು,
ಚಾಪ ಬಾಣ ಧರಿತ ಕೈ ಭುಜಗಳು, ವಜ್ರವನು ಹೋಲುತಿತ್ತು.
ವಿನಮ್ರವಾಗಿ ಹನುಮನು, ಶ್ರೀರಾಮ ಲಕ್ಷ್ಮಣರಿಗೆ ವಂದಿಸಿದಾ,
ಸುಗ್ರೀವನು ಬಯಸಿದಂತೆ, ಗೌರವದಿಂದ ಮಾತಾಡಿದಾ. ‖ 69 ‖

"ಮುನಿಗಳಂತು ಅಸಾಧ್ಯ ನೀವು, ಪರಿಚಯ ತಮ್ಮದ್ದೇಳಿರಿ,
ಈ ವನದಿ ಅಲೆದಾಡುವ ಕಾರಣವೇನು? ಎಲ್ಲ ಮೃಗಗಳನು ಹೆದರಿಸಿರುವಿರಿ.
ಪಂಪೆಯ ದಡ ನಿಂದ ನೀವು, ನೀರು ಸಕಲ ಹೊಳೆಯುತಿಹುದು,
ಹೇಮವರ್ಣ ನಿಮ್ಮದು, ಅನಿಸುತಿದೆ ನಿಮ್ಮಲಿದೆ ಶೌರ್ಯ ರಾಜಕುವರರದು"
‖ 70 ‖

"ಪಂಕಜಾಕ್ಷ ನಿಮ್ಮಿಬ್ಬರ, ಮಂದಸ್ಮಿತವೂ ಸೆಳೆವ ಗಮನ,
ಗದೆಯಂತೆ ಭುಜ ಕಾಣುತಿವೆ, ನಿಮ್ಮ ಶಕ್ತಿಗೆ ಶತಶತ ನಮನ.
ಧನು ದಿವ್ಯ ಹೊಳೆಯುತಿವೆ, ಸುರಪತಿಯ ವಜ್ರಾಯುಧದ ಸಮಾನ,
ನಿಮ್ಮ ಕೃಪಾಣ, ಬಾಣ ತೀಕ್ಷ್ಣ ಕಂಡು, ದಿಗ್ಗಜರೆಂದು ಎನಗಿಲ್ಲ ಅನುಮಾನ."
‖ 71 ‖

"ಇಷ್ಟು ನಾ ಮಾತಾಡಿದೆ, ಶಾಂತರಾಗಿ ಏಕೆ ನಿಂತಿರಿ?
ಉತ್ತರಿಸಿ ದಯಮಾಡಿ, ನನ್ನ ರಾಯನಿರುವನು ಗಾಬರಿ.
ಮಂತ್ರಿ ನಾನು 'ಹನುಮ', 'ಸುಗ್ರೀವರು' ನನ್ನ ರಾಜರು,
ಮಿತ್ರತೆ ನಿಮ್ಮೊಡನೆ ಮಾಡಿಸುವೆ, ಬನ್ನಿರಿ ನಮ್ಮೂರು." ‖ 72 ‖

ಕೇಳಿ ಇದನು ಶ್ರೀರಾಮಾನನ, ಸೂರ್ಯಕಾಂತಿಯಂತೆ ಅರಳಿತು,
'ಅದೃಷ್ಟವು ಧೀರರ ಪರವಾದ' ಗಾದೆ ಮಾತು, ಸರಿ ಸಿದ್ಧವಾಯಿತು.
"ನೋಡು ಲಕ್ಷ್ಮಣ, ಹನುಮನ ಮಾತು ಆನಂದ ರಾಗದಂತಿದೆ,
ಸುಗ್ರೀವರ ಕಡೆ ಹೋಗುವ ದಾರಿ, ನಾವು ಬಯಸಿದ್ದು ಇದೇ." ‖ 73 ‖

"ಈ ರೀತಿ ನುಡಿದ ಹನುಮ, ಋಗ್ವೇದಾದಿಗಳ ಪಠಿಸಿದವನು,
ಲೋಪವಿಲ್ಲದೆ ನುಡಿವನೆಲ್ಲ, ಮತಿ ತುಂಬಿದವನಿವನು.
ಶಬ್ದ ಕೇಳಿದ ಕರ್ಣಗಳಿಗೆ, ಹೃದಯ ಹರುಷಗೊಳಿಸುವುದು,
ಮನಮೋಹಕ ಮಾತುಗಳಾಡುತ, ಶತ್ರುಗಳನೂ ಮರಳು ಮಾಡುವುದು."
‖ 74 ‖

"ಇಂತಹ ದೂತ-ಮಂತ್ರಿ ಇದ್ದ ರಾಜನ ಭಾಗ್ಯವೇ ದುರ್ಲಭ,
ಕಾರ್ಯ ಸೂರ್ಯ ಕರಗಿಸಿದ ಬೆಣ್ಣೆಯಂತೆ, ಸಾಕಷ್ಟು ಸುಲಭ.
ಹೇಳು ಲಕ್ಷ್ಮಣ, ಹನುಮನಿಗೆ, ನಾವು ಬಂದ ಕಾರ್ಯದ ಗುರಿ,
ಶಸ್ತ್ರಾಸ್ತ್ರಗಳಿಂದ ಶತ್ರುವಿಗೆ, ಕೊಡುವದಿದೆ ತಾಳದ ಉರಿ." ‖ 75 ‖

"ಲಕ್ಷ್ಮಣ ನಾ, ನನ್ನಣ್ಣ ಶ್ರೀರಾಮರಿವರು, ಕುಲುಕಿಸಿರಿ ಸುಗ್ರೀವರ ಕೈಗಳು,
ಕೇಳಿರುವೆವು ವಾನರೋತ್ತಮರ ಬಗ್ಗೆ, ಅಗಣಿತ ಅವರ ಸದ್ಗುಣಗಳು.
ಮಾತನಾಡಿಸಲು ದಾಹ ಹೆಚ್ಚು, ಭೇಟಿ ಆಗಬೇಕು ಅವರನು,
ಮಹಾಕಾರ್ಯ ಜರುಗಲಿದೆ, ಕೋರುವೆವು ಸುಗ್ರೀವರ ಸಹಾಯವನು. ‖ 76 ‖

ಮೈಮರೆತ ಹನುಮನಿಂದು, ಅಮೃತಘಳಿಗೆ ಕೊಂಡಾಡಿದಾ,
ಷಡ್ಗುಣಾಯ ರಘೋತ್ತಮನ ಕಂಡು, ಕಣ್ಣೀರಿನಿಂದ ಪಾದ ತೊಳೆದಾ.
ಕಮಲ ನಯನ ಶ್ರೀರಾಮನ ನೋಡಿ, ಹೃದಯ ಮನವು ಭಜಿಸಿತು,
"ಶ್ರೀರಾಮ ರಾಮ" ಎಂಬ ಗಾನ, ಜೀವ ಸಿರೆಗಳಲ್ಲಿ ಹರಿಯಿತು. ‖ 77 ‖

"ಸೇವೆ ನಿಮ್ಮ ಮಾಡಲು" ಎಂದ ಹನುಮ, "ನಿಂತಿಹೆನು ನಾನು ಕದಲದೆ,
ಅನುಕಂಪ ತೋರೊ ಕಾರುಣ್ಯಧಾಮ, ಸುಯೋಗ ನನ್ನ ಬಂದಿದೆ."
ನಿಮ್ಮ ದೇವರೂಪ ಕಂಡ ಕಣ್ಣು-ಹೃದಯ ಎನ್ನ, ವೈವಿಧ್ಯವಿಲ್ಲದು.
"ಜೀವಾಧಾರ ನೀವೇ ನನ್ನ, ಬೇರೆ ವಿಚಾರ ಏನೂ ತಿಳಿಯದು". ‖ 78 ‖

ಬನ್ನಿ ಪ್ರಭುವೆ ದಾರಿ ಇದೇ, ಹೋಗಲು ಸುಗ್ರೀವರ ಹತ್ತಿರ,

ಪ್ರಶ್ನಾವಳಿಯು ದೊಡ್ಡದವರ, 'ಶ್ರೀರಾಮ' ಒಂದೇ ಉತ್ತರ.

ದಶರಥಸುತರ ಸುಖದಿ, ಸ್ಪಷ್ಟ ಮೂಡಿತು ಹೊಳೆಯುವ 'ಸೂರ್ಯಕಿರಣ',

ಸುಗ್ರೀವ-ರಾಮ ಮಿತ್ರತೆ, ದೃಷ್ಟಾಂತ ಬೇರೆಯಿಲ್ಲ ಸ್ಮರಣ. ‖ 79 ‖

ಋಷ್ಯಮುಖ ಪರ್ವತ ಪವಿತ್ರದಿ, ಆದ ಮಿತ್ರರ ಸಮಾಗಮ,

ವಂದಿಸಿದ ಸುಗ್ರೀವ ಶ್ರೀರಾಮನಿಗೆ, ಅವರಿಬ್ಬರ ಸ್ಥಿತಿಯು ದುರ್ಗಮ.

ವೇದನೆ ಮುಚ್ಚಿಟ್ಟು, ಕೊಟ್ಟನವನು ತನ್ನ ಪರಿಚಯ,

ಕೈ ಮುಗಿದು ಬಾಗಿ ಕೋರಿದನು, ಶ್ರೀರಾಮನಿಗೆ ಜಯಜಯ. ‖ 80 ‖

"ಸುಗ್ರೀವ ನಾನು ವಾನರ, ನಿಮ್ಮೆದುರು ನಿಂತಿಹೆನು,

ಕಟುಕ ಅಣ್ಣ ವಾಲಿ, ಕಿಷ್ಕಿಂಧೆಗೆ ಈಗ ರಾಯನು.

ತಪ್ಪು ಇರದ ನನ್ನ, ದೇಶದಿಂದ ಹೊರ ಅಟ್ಟಿದಾ.

ನನ್ನ ಮೇಲೆ ಸಿಟ್ಟು ಮಾಡಿ, ಮಡದಿಯನು ಅಪಹರಿಸಿದಾ." ‖ 81 ‖

ವಿಜಯನಗರದ ವಿಜಯ ವಿಠ್ಠಲ ಮಂದಿರದಲ್ಲಿರುವ ಒಂದು ಶಿಲ್ಪಕಲೆ

"ಮಾಯಾವಿ ಎಂಬ ರಾಕ್ಷಸನೊಮ್ಮ, ರಾಜ್ಯದ್ವಾರ ನೇರ ಬಂದನು,
"ದ್ವಂದ್ವಕೆ ಸಿದ್ಧನಾಗು ವಾಲಿ", ಕೂಗಿ ಆಹ್ವಾನ ಕೊಟ್ಟನು.
ಕೆಂಪು ಕಣ್ಣಿನಿಂದ ವಾಲಿ, ಅವನ ಮೇಲೆ ದಾಳಿ ಮಾಡಿದಾ,
ಕಾಲು ನೆಲಕೆ ಹತ್ತದಂತೆ, ಕ್ರೂರ ಬೆದರಿ ಓಡಿದಾ." ॥ 82 ॥

"ಬೆಂಬಲವಾಗಿ ಹೋದೆ ನಾನು, ಅಣ್ಣ ಇರಲು ಒಬ್ಬನೇ,
ದಾರಿ ತಿರುಚಿ ಮಾಯಾವಿ ಹೋದ, ಗವಿಯೊಳಗೆ ಸುಮ್ಮನೆ.
"ಕಾವಲಿಗ ಸುಗ್ರೀವ ನೀನು, ನಿಲ್ಲು ನನ್ನ ಕಾಯುತ,
ಅಂಧಕಾರದೊಳಗೆ ಕೊಡುವೆ ಮೋಕ್ಷ, ಅವನ ಕಪಾಲ ಜಜ್ಜುತ." ॥ 83 ॥

"ದ್ವಾರ ಮರಳಿ ಬರುವ ಸಮಯ, ಹೆಚ್ಚಾದಂತೆ ಕಂಡಿತು,
"ಎಷ್ಟು ಕಾಯಬೇಕು?" ನನ್ನ ಮನವು ತಬ್ಬಿಬ್ಬುಗೊಂಡಿತು.
ದ್ವಾರಪಾಲನಾಗಿ ಆಜ್ಞೆ ಪಾಲಿಸಲು, ಧೃಡ ನಾನಿದ್ದೆನು,
ಕೇಳಿ, ನೋಡಿ, ಕೂಗು-ರಕ್ತಧಾರೆ, ನಾನು ನೆಲಕೆ ಬಿದ್ದೆನು." ॥ 84 ॥

"ರಕ್ಕಸ ಬರಬಾರದೆಂದು, ದ್ವಾರ ಕಲ್ಲಿನಿಂದ ಮುಚ್ಚಿದೆ,
ತಿಳಿದು ನಾನು ವಾಲಿ ನಿಧನ, ರಾಜ್ಯ ತಿರುಗಿ ಹೋದೆ,
ಘನ ದುಃಖದಿಂದ ಬಳಲಿ ಸೋತು, ಶಿರದಿ ಕಿರೀಟ ಇಟ್ಟುಕೊಂಡೆ,
ಮುಂದೆ ಸ್ವಲ್ಪ ಕಾಲದಲ್ಲಿ, ಮರಳಿದ ವಾಲಿಯ ಉಗ್ರರೂಪ ಕಂಡೆ. ॥ 85 ॥

"ಸುಗ್ರೀವ ನೀನು ವಂಚಕ", ಫರ್ಜಿಸಿದ ವಾಲಿ, "ಪೀಠ ಬಿಟ್ಟು ಸರಿ,
ದೇಶಭ್ರಷ್ಟ ಈಗಿಂದ ನೀನು, ಈ ಭೂಮಿಗೆ ದೊಡ್ಡ ಅರಿ."
"ಅಣ್ಣನ ನೋಡಿ, ಎಷ್ಟು ಸುಖ ಸಮಾಧಾನವಾಯಿತು,
ನಿಂದಿಸುವುದು ಬಿಟ್ಟು, ಬೇರೇನೂ ಕೇಳದಾಯಿತು." ॥ 86 ॥

"ರುಮಾದೇವಿ ನನ್ನ ಪತ್ನಿ, ಜೀವ ನನ್ನ ಅವಳ ಹೃದಯದಿ,
ಬಲವಾಗಿ ನಮ್ಮನು ತನಿಯಾಗಿ ಮಾಡಿ, ಕಡುಕೋಪ ಎನ್ನ ಮನದಿ.
ಖುಷ್ಯಮುಖಿದಿ ಪ್ರವೇಶ, ವಾಲಿಗೊಂದು ಅದು ಶಾಪವು,
ಕ್ಷಮಿಸಿರಿ ಕರುಣಾಕರ, ನಿಮಗೆ ಗುಪ್ತರೆಂದು ತಿಳಿದ ಪಾಪವು." ‖ 87 ‖

"ಕಥೆಯು ನನ್ನ ಹೇಳಿ ನಿಮಗೆ, ಅತಿ ಚೆಟ್ಟು ನಾ ಹಿಡಿಸಿದೆ,
ಆಹಾ! ನೋಡಿ ಪ್ರಭುವೇ, ವಿಸ್ಮಯದ ಮಾತೊಂದಿದೆ.
ಸ್ವಲ್ಪ ಕಾಲ ಪೂರ್ವ, ಆಕಾಶದಿಂದ ಗಂಟೊಂದು ಬಿದ್ದಿತು,
ಇರಬಹುದು ಆಸಕ್ತಿ ನಿಮಗೆ, ಅದರೊಳಗೆ ಆಭರಣ ಕಂಡಿತು." ‖ 88 ‖

ಹನುಮ ತಂದು ತೋರಿಸಿದ ವಿವಿಧಾಭರಣ ಕೆಲವು,
ಬಳೆ, ಕಂಠಹಾರ, ನೂಪುರವು, ಶ್ರೀರಾಮನಿಗೆ ಅತೀ ದುಃಖವು.
"ಇದೇ ಅಣ್ಣಾ ನೂಪುರ" ಲಕ್ಷ್ಮಣ ಉವಾಚ, "ಕಂಡ ತಾಯಿಯ ಪಾದಗಳಲಿ,
ನನ್ನ ದೃಷ್ಟಿಗೆ ಬಿದ್ದಿತದು, ಅವಳ ಆಶೀರ್ವಾದ ಪಡೆಯುತಲಿ." ‖ 89 ‖

ಹನಿಗೂಡಿದ ಕಮಲನಯನಗಳಿಗೆ ಕಂಡದ್ದು ಮಂಜಾಯಿತೆಲ್ಲ,
ಹರಿದ ಕಣ್ಣೀರಿನ ಜಲಪಾತ ಕಂಡು, ಅಲ್ಲಿ ದುಃಖಿತರೆಲ್ಲ.
ಸ್ವಯಂ ಸಂತೈಸಿಕೊಂಡು, "ಮಿತ್ರ ಇದೇ ನನ್ನ ಸೀತೆ ನೋಡಿ,
ಬಿಡೆನು ಹರಣ ಮಾಡಿದವನ, ನಿಮ್ಮ ಸಹಾಯದಿಂದ ಕೂಡಿ." ‖ 90 ‖

ಅಗ್ನಿ ದೇವನೆದುರು ಆದ ಪವಿತ್ರ ಮಿತ್ರ ಬಂಧನ,
ಸಂಕಲ್ಪ ಧೃಡವಾದ ಮಾಡಿ, ಹಣೆಗ್ಗಟ್ಟಿದರು ತಿಲಕ ಚಂದನ.
"ಕಣ್ಣೀರು ನಿಮ್ಮ ತಡೆಯಲು, ಈ ಸುಗ್ರೀವನ ವಚನ ಕಠೋರವದು,
ಸೀತಾಮಾತೆ ಸಿಗುವವರೆಗೆ, ವಿಶ್ರಾಂತಿ ನನಗೆ ಸಲ್ಲದು" ‖ 91 ‖

"ವಾಲಿಯಿಂದ ಮುಕ್ತಿ ಆಗಿ, ಮಿಲನ ಮಾಡಿಸಿ ರುಮೆಯ ಒಟ್ಟಿಗೆ,
ರಾಮಬಾಣವೇ ಪರಿಹಾರ, ದುಷ್ಟ ವಾಲಿಯ ಸುಳ್ಳು ಸಿಟ್ಟಿಗೆ.
ಅರಿವು ಸ್ವಾಮಿ ಇರಲಿ ಅವನ, ಸಪ್ತತಿಃ ಸಹಸ್ರ ಗಜಬಲ ದೊರಕಿದೆ,
ಎದುರಾಳಿಯ ಅರ್ಧ ಬಲ ಹೀರುವನು, ಕಮಲೋದ್ಭವನ ವರವಿದೆ. || 92 ||

ತಪ್ಪು ತಿಳಿಯಬೇಡಿ ನನ್ನ, ನಿಮ್ಮ ಬಲದ ಪರಿಚಯ ಎಂದು ನೋಡಲಿ?
ಕಿವಿ ಕೇಳಿದ ಪರಾಕ್ರಮ ನಿಮ್ಮ, ಈ ಕಣ್ಣ ನೋಡಿ ಒಪ್ಪಲಿ.
ಇರಿದ ಸಪ್ತಸಾಲ ವೃಕ್ಷ, ಬಿಟ್ಟ ರಾಮಬಾಣ ಒಂದು,
ತಿರುಗಿ ಬಂದಿತು ಬತ್ತಳಿಕೆಯ ಒಳಗೆ, ಚಕಿತರಾದರೆಲ್ಲ ನಿಂದು. || 93 ||

ಸಿದ್ಧನಾದ ಸುಗ್ರೀವನು, ಕಲಿಸಲು ವಾಲಿಗೆ ಅಂತಿಮ ಶಿಕ್ಷೆಯ,
ಕಾರ್ಯ ವಿಧಾನ ಹೇಗೆ ಎಂದು, ಸೆಳೆದನು ಗತಿನಕ್ಷೆಯ.
"ಮುಂದೆ ಹೋಗಿ ಸುಗ್ರೀವರೇ, ಕದನ ಕೂಗು ನೀವು ಕೊಡಿ,
ಸನ್ನದ್ಧ ನಾನಿರುವೆ ರಾಮ, ವಾಲಿಯ ಎದೆಗುರಿ ಮಧ್ಯಭಾಗ ನೋಡಿ." || 94 ||

ಧೈರ್ಯ ತುಂಬಿಕೊಂಡ ತಮ್ಮ, "ವಾಲಿ ನನ್ನನ್ನು ಎದುರಿಸು,
ಅಡಗಿ ಒಳಗೆ ಕುಳಿತ ನೀನು, ಆವಾಸ ಸ್ಥಾನ ಬದಲಿಸು.
ಮೃತ್ಯು ನಿನ್ನ ನಿಂತಿದೆ, ಅರಮನೆಯ ಹೊರ ಹೊಸ್ತಿಲಿಗೆ,
ಮಲ್ಲನಂತೆ ಬಾರೋ, ಪೂರ್ಣವಿರಾಮ ಕೊಡುವೆ ನಿನ್ನ ಶಕ್ತಿಗೆ." || 95 ||

ಭಯಂಕರ ಯುದ್ಧ ನಡೆಯಿತು, ಬಂಡೆಗಳ್ಳು ಬೆಣ್ಣೆಯಂತೆ ಒಡೆದವು,
ಯಾರು ಸುಗ್ರೀವ, ವಾಲಿ ಯಾರು, ತಿಳಿಯಲು ಅಸಾಧ್ಯವು.
ದೇಹ ಅತ್ತು ಬಿಡುವ ಪ್ರಕಾರ, ಸುಗ್ರೀವ ಗಾಯಗೊಂಡನು,
ಪ್ರಯೋಜನವೇನಿಲ್ಲ ಇದರ, ಮುಖ ಬಾಡಿ ಸಹಾಯ ಕಾಯ್ದನು. || 96 ||

"ಬಾಣ ಎಲ್ಲಿ ಶ್ರೀರಾಮರ, ಎಷ್ಟು ಪ್ರಸಾದ ನಾನು ತಿಂದೆನು?
ಯಾಕೆ ಬೇಕಿತ್ತು ನನಗಿದು, ಯಾವ ಮೂಹೂರ್ತದಲಿ ಬಂದೆನು?
ಮರೆತರೇ ಶ್ರೀರಾಮರು, ಪ್ರಸಿದ್ಧ ಒಂದು ನಾಣ್ಣುಡಿಯನು,
'ಅಗತ್ಯಕೊದಗುವ ಮಿತ್ರನೂ, ನಿಜವಾಗಿಯೂ ಮಿತ್ರನು.' ॥ ೯೭ ॥

"ಕಥೆಯು ನನ್ನ ಮುಗಿದ ಮೇಲೆ, ನಿಮ್ಮ ಬಾಣ ಬಿಡುವ ಆಲೋಚನೆ!
ನುಡಿದ ಮಾತು, ಕೊಟ್ಟ ವಚನ", ಎಂದ ಸುಗ್ರೀವ, "ಏನು ನಿಮ್ಮ ಯೋಜನೆ?"
"ವಿಚಾರ ಮಿತ್ರ ನಿಮ್ಮ ಸರಿ, ಒಂದು ಸೂಕ್ಷ್ಮ ಸೂಚನೆ ನೋಡಲು ಬಯಸಿದ್ದೆ,
ನಿಮ್ಮ ಮೇಲಿದ್ದ ಅವನ ಕೋಪ, ಕರುಣೆಯ ರೂಪದಿ ಪರಿವರ್ತಿಸಲು
ಕಾಯುತ್ತಿದ್ದೆ." ॥ ೯೮ ॥

ಸುಗ್ರೀವನ ಭುಜದ ಮೇಲಾದ, ಶ್ರೀರಾಮನ ಕೈ ಸ್ಪರ್ಶವು,
ಪೀಡೆ ಸಕಲ ದೂರವಾಗಿ, ಗಾಯ ಮಾಯಗೊಂಡವು.
ಶ್ರೀರಾಮಲೀಲೆ ಏನೆಂದು, ಸುಗ್ರೀವನಿಗೀಗ ಸ್ಪಷ್ಟವಾಯಿತು,
ನರ ವೇಷದಿ ಬಂದ ಹರಿಯು ಇವನು, ಅವನ ಧೈರ್ಯ ಹೆಚ್ಚಾಯಿತು. ॥ ೯೯॥

ರಾಮನುಡಿದ, "ಮುಂದುವರೆಯಿರಿ ಮಿತ್ರಾ, ಪ್ರಯೋಗ ವಿಫಲವಾಗದು,
ಕೊರಳಲಿ ನಿಮ್ಮ ಹಾರವಿರಲಿ, ವಾಲಿಯನು ಗುರುತಿಸಬಹುದು."
"ಆಯ್ತು ಸ್ವಾಮಿ, ನೀವು ಹೇಳಿದ ಹಾಗೆ ಸುಗ್ರೀವ ನಾ ಕೇಳುವೆ,
ಆಶ್ವಾಸನೆ ಸಿಕ್ಕಿತೆನಗೆ ಈಗ, ಪುನಃ ಸಿದ್ಧನಾಗುವೆ." ॥ ೧೦೦ ॥

"ಸುಗ್ರೀವ ರಾಜದ್ರೋಹಿ ನೀನು, ಮತ್ತೆ ಮರಳಿ ಬಂದೆಯಾ?
ಕೊನೆಯ ದಿನ ಇವತ್ತು ನಿನ್ನ, ವಾಗ್ದಾನ ವಾಲಿಯ ಜಿಹ್ವೆಯಾ."
ಬಿರುಗಾಳಿ ಬೀಸಿದ ಭಾಸ, ಬುಡಸಮೇತ ಹೊರಬಂದ ಮರಗಳು,
ಕದನ ವಿರಾಮ ಇಲ್ಲದಂತೆ, ತಲ್ಲಣಿಸಿದ ಅಲ್ಲೆಲ್ಲರ ಕಣ್ಣು. ॥ ೧೦೧ ॥

ಗದಾ ಪ್ರಹಾರಕೆ ಸಿದ್ಧ ವಾಲಿಯ, ಭುಜಗಾತ್ರ ವಿಸ್ತಾರವಾಯಿತು,
ದೂರದಿಂದ ಬಿಟ್ಟ ರಾಮಬಾಣ, ಅವನ ವಕ್ಷ ರಂಧ್ರ ಮಾಡಿತು.
ಗಾಯಗೊಂಡು ನೋವಿನಿಂದ, ವಾಲಿಯ ದೇಹ ನೆಲಕೆ ಬಿದ್ದಿತು,
ಇಂಥ ಅವನ ಪರಾಕ್ರಮವು, ಅನುಪಯುಕ್ತವಾಯಿತು. ‖ 102 ‖

"ಅಣ್ಣಾ", ಎಂದು ಕೇಳಿಸಿದ, ಸುಗ್ರೀವನ ದೀನ ಮರುಕ ಸ್ವರ,
ಕ್ಷಣವೊಂದು ಹಿಂದೆ ಇದ್ದರವರು, ವೈರಿಗಳು ಅತೀ ಭೀಕರ.
ಒಡಹುಟ್ಟಿದವನ ರಕ್ತ ನೋಡಿ, ದುಃಖದಿಂದ ಸೋತನು,
ಬಿಕ್ಕಿ ಬಿಕ್ಕಿ ಅಳುತ, ವಾಲಿಯ ಬದಿಗೆ ಓಡಿ ಹೋದನು. ‖ 103 ‖

ಘರ್ಜನೆಯ ಪ್ರಯತ್ನ ಮಾಡಿ ವಾಲಿ, "ಯಾರದಿದು ಬಾಣ?
ಮಲ್ಲಯುದ್ಧ ಮಧ್ಯ, ತಂದ ಬಿಲ್ಲು ಯಾರು ಜಾಣ?"
ಧಬಧಬೆ ಕಣ್ಣೀರಿನ, ನಿಲ್ಲದಂತೆ, ಸುಗ್ರೀವ ಆಳುತ್ತಿದ್ದನು,
ಕೋದಂಡರಾಮ ಬರುವದ ಕಂಡು, ವಾಲಿ ಆಶ್ಚರ್ಯಗೊಂಡನು. ‖ 104 ‖

"ಮಡದಿ ನನ್ನ ತಾರೆ ನುಡಿದ, ಮಾತು ಸತ್ಯವಾಯಿತು,
ರಾಮನ ಸಹಾಯ ಕೋರಿ, ಸುಗ್ರೀವನಿಗೆ ಜಯವು ದೊರಕಿತು."
"ಇಲ್ಲ ಅಣ್ಣ, ಗೆಲುವು ಬೇಡ, ಪ್ರಾರ್ಥಿಸುವೆ ಕೇವಲ ನಿನ್ನ ಕ್ಷೇಮವು,"
"ಅಸಾಧ್ಯ ಮಾತು ಬೇಡ ತಮ್ಮ, ಸಿಗುವುದಿದೆ ನನಗೆ ಮೋಕ್ಷವು." ‖ 105 ‖

ಪ್ರಸ್ತುತರಲ್ಲೆಲ್ಲರು, ಬಂದು ಒಂದು ಗೂಡಿದರು,
ವಾಲಿಯ ಈ ದೆಸೆ ಕಂಡು, ಮನ ನೋಯಿಸಿಕೊಂಡರು.
ಕಣ್ಣು ಮುಚ್ಚುತಿರಲು ವಾಲಿ, ಉತ್ತರ ರಾಮನಿಗೆ ಬೇಡಿದಾ
"ತಪ್ಪು ನಿಮ್ಮದೆಷ್ಟಿದೆ!, ಇದು ಸದ್ವರ್ತನೆಯೇ?" ಎಂದು ಕೇಳಿದಾ. ‖ 106 ‖

"ಗವಿಯ ಕತ್ತಲಲ್ಲಿ, ಬಿಡಲಾರದೆ ಹೋರಾಡಿದೆ ನಾ ನಾಡಿಗೆ,
ಮರಳಿ ಬಂದು ಕಂಡೆನು, ವಿಧವೆಯ ಉಡುಪು ಮಡದಿಗೆ,
ಅಷ್ಟೇ ಅಲ್ಲ ಮುಂದೆ ಕೇಳಿ, ಸುಗ್ರೀವ ಎಂತಹ ಪಾಪಿಷ್ಠನು,
ರಾಜ್ಯ ತನ್ನ ವಶವ ಮಾಡಿ, ನನಗೆ ದ್ರೋಹ ಬಗೆದನು." ‖ 107 ‖

"ಅರಿವು ನನಗೆ ಇಹುದು ಶ್ರೀರಾಮರೆ, ಮನದ ಕಷ್ಟ ನಿಮ್ಮದೇನು,
ಸಹಾಯ ಮಾಡ ಬಹುದಿತ್ತು, ಶಕ್ಯಾವತಾರ ನಾನು.
ಸೋಲಿಸಿದ್ದೆ ರಾವಣನನು, ಸತ್ಯವಚನ ನಂದೊಂದಿದೆ,
ಕಂಕುಳದಲಿ ಅವನ ಹೊತ್ತು, ವರುಷ ಹರುಷ ರಾಜ್ಯವಾಳಿದೆ." ‖ 108 ‖

"ಪ್ರಯೋಗಿಸಿದ್ದು ಭುಜಬಲ ಮಾತ್ರ" ಎಂದ ರಾಮ, "ಅವಿವೇಕದ ವಿಚಾರವು,
ವಿಷಯ ವಾಸ್ತವಾಂಶ ತಿಳಿಯದೆ, ಮಾಡಬೇಡಿ ದುಷ್ಪ್ರಚಾರವು.
ಜ್ಞಾಪಕ ಇಹುದೆ ಸೋದರನವನು ನಿಮ್ಮ, ಪಿತೃ ಸಮಾನ ನೀವು,
ಅಸಭ್ಯ ವರ್ತನೆ ರುಮಾದೇವಿಯೊಡನೆ, ಸುಗ್ರೀವರ ಗಾಯ ತುಂಬಿದ
ಕೀವು". ‖ 109 ‖

"ಏನೇ ಶಿಕ್ಷೆ ಕೊಟ್ಟರೂ ಸೂಕ್ತವಲ್ಲ, ಅದು ಅತೀ ಸಣ್ಣದು,
ಗೌರವಿಸುವ ನಿಮ್ಮನ್ನ ಸದಾ ಕಾಲ, ಸುಗ್ರೀವರ ವಚನ ದೊಡ್ಡದು.
"ಅರಿತುಕೊಂಡೆ ಪಾಪಿ ವಾಲಿ ನಾನು, ಕ್ಷಮೆಯ ನಿಮ್ಮ, ಕೇಳುವೆ,
ಸರಿಯಾದ ದಂಡ ಅನುಗ್ರಹಿಸಿರುವಿರಿ, ಶಾಂತವಾಗಿ ಸ್ವರ್ಗ ಕಾಣುವೆ."
‖ 110 ‖

ಸುಗ್ರೀವನ ರಾಜ್ಯಾಭಿಷೇಕವಾಯ್ತು, ಅನಂತರ ಘೋಷಣೆ ಮಾಡಿದನು,
"ಸಾಮ್ರಾಜ್ಞಿ ವಾಲಿಯ ಮಡದಿ 'ತಾರಾ ದೇವಿ', ಯುವರಾಜ 'ಅಂಗದ'ನು,
ಗೌರವಿತ ಜಾಂಬುವಂತ, ಈ ರಾಜ್ಯದ ಸಲಹೆಗಾರನು,
ಮಂತ್ರಿಪದವಿಗೆಂದು, ಪ್ರಾಣರಕ್ಷಕ, ನನ್ನ ಹನುಮನು." ‖ 111 ‖

"ವರ್ಷಾಕಾಲ ಮುಗಿಯಲಿ, ತಾಯಿ ಸೀತೆಯನು ಹುಡುಕುವೆ,
ನಾಲ್ಕೂ ದಿಕ್ಕು ಸೀಮೆ ಅಳಿದು, ಸುಖದ ವಾರ್ತೆ ತಂದು ಕೊಡುವೆ.
ದಿಗ್ಗಜ ವಾನರರ ಸೈನ್ಯ ಕಳಿಸಿ, ದುರಿತವೆಲ್ಲ ತಡೆಗಟ್ಟುವೆ,
ಸೀತಾಮಾತೆ ದೊರಕಲೆಂದು, ಕಲ್ಲುಗುಡ್ಡ ಅದುರಿಸುವೆ." ॥ 112 ॥

ಮುಕ್ತಾಯವಾದ ಕಿಷ್ಕಿಂಧಾ ಕಾಂಡ, ಕಾವ್ಯ ಮುಂದೆ ಕೇಳಿರಿ,
ಕಣ್ಣೆರೆದು ಕಿವಿಗೊಟ್ಟು, ಧೃಡವಾಗಿ ಕುಳಿತುಕೊಳ್ಳಿರಿ.
ಕೇಳಿರಿ ಶೂರ ವೀರ ವಾನರ, ಮುಗಿಲು ಹಾರಿದ ಕಥೆಯು,
ವಾತಾತ್ಮಜ ಹನುಮನ ನಿಜರೂಪ ಕಂಡ, ರಾಕ್ಷಸರ ವ್ಯಥೆಯು. ॥ 113 ॥

ಸುಂದರಕಾಂಡ

ಸುಂದರ ರೂಪ ಅವನದು, ಅಂಜನಿಮಾತೆ ಹೆಸರಿಟ್ಟ ಒಂದು,
ಬರುವ ಅಧ್ಯಾಯಕೆ, ವಾಲ್ಮೀಕಿ ಋಷಿಗಳೆಂದರು 'ಸುಂದರಕಾಂಡ'ವೆಂದು.
‖ 114 ‖

ಶರದೃತುವಿನ ಕಾಲದಲ್ಲಿ, ಲಕ್ಷ್ಮಣ ನೆನಸಿ ಕೊಟ್ಟನು,
ಆರಂಭವಾಗಬೇಕಿತ್ತು ಕಾರ್ಯ, ಸುಗ್ರೀವನೇ ನಾಯಕನು.
ಒಂದು ಕೂಗಿನಿಂದ, ಎಲ್ಲ ವಾನರರನು ಬರಮಾಡಿದಾ,
ಸೈನ್ಯ ನಾಲ್ಕು ಭಾಗ ಮಾಡಿ, ನಿರ್ದಿಷ್ಟ ವಿವರ ತಿಳಿಸಿದಾ. ‖ 115 ‖

"ಪೂಜ್ಯರಾದ 'ಸುಷೇಣರೆ', ಪಶ್ಚಿಮ ದೀಪಧಾರಕ,
ವೀರ ವಾನರ 'ಶತಾವಲಿ', ಉತ್ತರಕ್ಕೆ ಪ್ರಧಾನ ನೇಮಕ,
ಸೂರ್ಯೋದಯ ಪಥಕೆ ಹೋಗಲು, 'ವಿನತ' ನೀನೇ ನಾಯಕ,
'ಜಾಂಬುವಂತ', 'ಹನುಮ', 'ಅಂಗದಾ', ತೆಂಕಣಕ್ಕೆ ನಿಮ್ಮ ಕಾಯಕ. ‖ 116 ‖

ಸಿದ್ಧರಾದ ಎಲ್ಲರೂ, ದಿಕ್ಕು ನಾಲ್ಕು ಒಂದೇ ಸಮಯ ಹೊರಟರು,
ಪೂರ್ವ-ಪಶ್ಚಿಮೋತ್ತರದವರು ವಿಫಲವಾಗಿ ನಿರಾಶರಾದರು,
ದಕ್ಷಿಣದವರು ಅಲೆದಾಡಿ, ಭೂಮಿಯ ಕೊನೆಭಾಗ ಮುಟ್ಟಿದರು,
ಮುಂದೆ ದಾರಿ ಇಲ್ಲವೆಂದು, ಸಂತಾಪದಿ ಹತಾಶಗೊಂಡರು. ‖ 117 ‖

ವೃದ್ಧ ಪಕ್ಷಿ ಬಂದನೊಬ್ಬ, ಇವರು ನಿಂತ ಅರ್ಣವ ತೀರದಿ,
'ಸಂಪಾತಿ' ಎಂಬ ಹೆಸರು, ಅದ್ಭುತವವನ ಕಥನ ಆಕಾಶದಿ,
ರೆಕ್ಕೆ ಹರಡಿ ಸೂರ್ಯನ ಪ್ರಕೋಪದಿಂದ, ತಮ್ಮನನ್ನು ಕಾಪಾಡಿದಾ,
ಹಾರಲಾರೆ ಅವತ್ತಿನಿಂದ ಎಂದು, ಮನನೊಂದು ಕೊರಗಿದಾ. ‖ 118 ‖

ಜಾಂಬವಂತ ಕೇಳಿದ, "ತಾವ್ಯಾರು ಶ್ರೀಮಾನ್ಯರೇ,
ಸಹಾಯ ಮಾಡಿ ನಮಗೆ, ಏನು ಬೇಕು ಕೇಳಿ ಉಡುಗೊರೆ,
ಶ್ರೀರಾಮರ ಸೀತೆಯನು ಅಪಹರಿಸಿದ, ರಾವಣನೆಂಬ ದುರುಳನು,
ದೂರದಿಂದ ಬಂದು ನಾವು, ಕಲ್ಲು ಮುಳ್ಳು ಕೊರೆದಿವೆ ಕಾಲ್ಬೆರಳನು." ‖ 119 ‖

"ಆ ಕಟುಕನನ್ನು ಎದುರಿಸಿದ, ಕೆಟ್ಟಿದೆಯ ನಿಮ್ಮಂಥ ಒಬ್ಬ ವಿಹಗನು,
ಗೊತ್ತೇನು ಅವನ ವಿವರ ನಿಮಗೆ, ಹುತಾತ್ಮ 'ಜಟಾಯು' ವೀರನು."
"ಅಯ್ಯೋ!" ಸಂಪಾತಿ ದುಃಖಿತ, "ಅವನು ನನ್ನ ತಮ್ಮನು,
ಏನು ಗೋಳು ನನ್ನದು, ನೋಡದಾಯಿತವನ ಮುಖವನು." ‖ 120 ‖

"ಸರಿಯಾಗಿ ಕೇಳಿ ಮಾತು ನನ್ನ, ಲಂಕೆ ಸಾಗರದ ಆ ದಡದಲ್ಲಿದೆ,
ಹೋಗಲು ಇರಲಿ ಎಷ್ಟರ", ಎಂದ ಸಂಪಾತಿ, "ವಿವಿಧಾಪಾಯ ಕಾದಿದೆ,
ರಾವಣನಿರುವ ನಗರ ದೂರ, ಪ್ರಯಾಣ ಶುಲ್ಕ, 'ಜೀವವು',
ಮುಟ್ಟಿ ತಿರುಗಿ ಬರುವ ದಾರಿ, 'ಕೊಡುವದದೇ ಸೀಮಾಸುಂಕವು'." ॥ 121 ॥

ಎಲ್ಲ ಕಣ್ಮನಗಳನು, ಲಂಕಾಪುರದ ದಿಕ್ಕಿಗೆ ತಿರುಗಿಸಿದರು,
ಸೂರ್ಯ ಉಗಮ, ಸಂಧ್ಯಾವರ್ಣ, ಒಂದೇ ರೂಪ ಕಂಡರು,
ಹಾರಬಹುದಿತ್ತು ವಾನರರು ಅಲ್ಲಿದ್ದ, ಹತ್ತಿಪ್ಪತ್ತು ಯೋಜನ,
ಲಂಕೆ ನೂರು ಯೋಜನ, ತಲುಪಲಾಗದೆ ಏನು ಪ್ರಯೋಜನ? ॥ 122 ॥

"ನಾನು", "ನಾನು", ಎಂದು ಜಿಗಿದು ಪರಿಶೀಲಿಸಿದರು ಬಲವನು,
ಸದ್ದು ಮಾಡದೊಬ್ಬ ಮಾತ್ರ, ಬಂಡೆ ಮೇಲೆ ಕುಳಿತಿದ್ದನು.
ಜಾಂಬವತನು ಮುಂದೆ ನಡೆಸಿದ ಕಾರ್ಯಕೆ, ಕೃತಜ್ಞನಾದ ಶ್ರೀರಾಮನು,
ನೆನಪಿಸಿದ ಹನುಮನ ಪರಾಕ್ರಮ, ಬಾಲ್ಯದ ಶಪಿತ, ಈಗ ಮುಕ್ತನಾದನು.
॥ 123 ॥

"ನೀನೇ", ಎಂದ ರಿಕ್ಷರಾಜ, "ಸಮರ್ಥ ಲಂಕೆಗೆ ಹಾರಲು,
ಅಸಾಧ್ಯ ಕಾರ್ಯ ಬೇರೆಯವರ, ಸುರಕ್ಷಿತ ತಿರುಗಿ ಬರಲು.
ಬುದ್ಧಿ, ಬಲ, ಯಶ, ಧೈರ್ಯವಿರುವ, ನೀನೊಬ್ಬ ಧೀರನು,
ವಾಯುಪುತ್ರ ನೀನು, ಮನವ ಗೆಲ್ಲುವ ಮನೋಜನು. ॥ 124 ॥

"ಬಾಲ್ಯದಲಿ ಉದಯಾದಿತ್ಯನನು, ಸವಿ ಮಾವು ಎಂದು ತಿಳಿದೆ,
ಕಣ್ಣು ಕುಕ್ಕಿಸಿ ಕುರುಡ ಮಾಡುವ ಸೂರ್ಯನ, ತಿನ್ನಲು ಹಾರಿದೆ.
ಏನಾಗದ ನಿನ್ನನು ನೋಡಿ ಇಂದ್ರನು, ವಜ್ರಾಯುಧವ ಪ್ರಯೋಗಿಸಿದಾ,
ಮರುತನ ಕೋಪ ಶಾಂತಗೊಳಿಸಲು, ಸುರರ ಕಡೆಯಿಂದ ನಿನಗೆ
ಆಶೀರ್ವದಿಸಿದಾ." ॥ 125 ॥

"ನಿರ್ಭಯಸ್ಥ, ನಿಪುಣ ಮಾತಿನಲ್ಲಿ ಸೋಲಲಾರನು,
ಆರೋಗ್ಯವಂತ, ಧೃಡ ಸಂಕಲ್ಪದವನು, ನೀ ವಾನರ ಶ್ರೇಷ್ಠನು,
ಬೃಹ್ಮಿತ ವಾಕ್ಯಕ್ತಿ ನಿನ್ನ, ಮನಸೆಳೆವ ನೀ ಕಾಂತನೇ,
ಸೀತಾಮಾತೆಗುಂಗುರ ಕೊಡಲು ಹಾರು ಸಾಗರ, ರಾಮಭಕ್ತ
ಹನುಮಂತನೇ." ॥ 126 ॥

ತಂದೆಗೆ ನಮಿಸಿ, ಶ್ರೀರಾಮನ ಭಜಿಸಿ, ಬ್ರಹದಾಕಾರ ತಾಳಿದಾ,
ಬಲವಾಗಿ ತಟ್ಟಿ ಮಹೇಂದ್ರಗಿರಿ, ಆಕಾಶ ಮಾರ್ಗದಿ ಹಾರಿದಾ.
ಅನ್ಯ ವಾನರರಲಿ, ತುಂಬಿದ ಹರುಷ ಕಂಡು ಬಂದಿತು,
ಜಾಂಬವಾನನ ಬೋಧನೆ, ಸದ್ರೂಪ ಹೀಗೆ ತಾಳಿತು. ॥ 127 ॥

ಹಾರುವ ಮುಂಚೆ ಹನುಮ, ತನ್ನ ವಾನರರಿಕ್ಷ ಮಿತ್ರರಿಗೆ ಹೀಗೆಂದನು,
"ಶ್ರೀರಾಮರು ಬಿಟ್ಟ ಬಾಣದಂತೆ, ನೇರ ಸೇರುವೆ ಲಂಕೆಯನು.
ಕಾಣದಿದ್ದರೆ ಅಲ್ಲಿ, ಸುರಲೋಕದಿ ಸೀತಾ ಮಾತೆಯನು ಹುಡುಕುವೆ,
ಅವರಿಲ್ಲದೆ ಬಂದರೆ ನಾ, ಲಂಕೆ ಧ್ವಂಸಗೊಳಿಸಿ, ರಾವಣನ ಬಿಗಿದು ತರುವೆ."
‖ 128 ‖

ಗಿರಿಯ ವೃಕ್ಷ ಜಂತು ಜಾಲ, ಬಲವಾಗಿ ಎಳೆದು ಬಂದವು,
ವಾಯುವೇಗ ತಟ್ಟಿ ಸಾಗರಕ್ಕೆ, ಜಲಪ್ರಾಣಿ ಹಿಂದೆ ಹೋದವು.
ಸಮುದ್ರ ಲಂಘನ ಮಾಡುತಿರಲು, ಉದಿತ ದೈತ್ಯಾಕಾರ ಅಲೆಗಳು,
ತುಣುಕು ಪರಿಚಯ, ಅನನ್ಯ ಶಕ್ತಿ ಅವನ ನೋಡಿ, ಉತ್ಸುಕರಾದ ಕಪಿಗಳು.
‖ 129 ‖

ನೀರಿನಿಂದ ಎದ್ದು ಬಂದ, ಹರನ ಅಳಿಯ ‘ಮೈನಕ’,
“ವಿಶ್ರಾಂತಿ ಸ್ವಲ್ಪ ತೆಗೆದುಕೋ, ಹಾರು ಪುನಃ ಲಂಕೆಯ ತನಕ.
ಕಾಪಾಡಿ ಶಕ್ರನಿಂದ, ಈ ಸ್ಥಳ ಕೊಟ್ಟ ಮರುತ ನನ್ನ ರಕ್ಷಕ,
ಸಂಚರಿಸು ಮುಂದೆ, ಅರಿಯುವರಾ ವೈರಿಗಳು ನಿನ್ನ ಕೈಚಳಕ.” ‖ 130 ‖

ವಿಶ್ರಾಂತಿ ಪಡೆದುಕೊಳ್ಳಲು, ಸ್ವಲ್ಪವಾದರೂ ದಣಿಯಬೇಕಲ್ಲವೇ?
ಅಸಾಧ್ಯ ಈ ವಿಚಾರ ಹನುಮನ ಬಗ್ಗೆ, ಅಪಾರ ಶಕ್ತಿ ಉಳ್ಳವನಲ್ಲವೇ?
ಪ್ರಯಾಣ ಜರುಗಿ ಭೇಟಿಯಾದ, ನಾಗ ಮಾತೆ ‘ಸುರಸಾ’ ದೇವಿಯು,
ಬಲ ಬುದ್ಧಿ ಪರೀಕ್ಷಿಸಬೇಕಿವನದೆಂಬ ದೇವತೆಗಳ ಇಚ್ಛೆಯು. ‖ 131 ‖

“ತಡೆದು ನಿಂತಿರಲು ನಾನು”, ಎಂದ ಮಾತೆ, “ಮುಂದೆ ಹೇಗೆ ಸಾಗುವೆ?”,
“ಬಾಯಿ ಗಾತ್ರ ದೊಡ್ಡ ಮಾಡು ತಾಯಿ, ಒಳಗೆ ಹೋಗಿ ಬರುವೆ.”
ಹೋಗಿ ಬಂದ ಬಾಯಲಿ, ತಾಳಿದ ರೂಪ ಸಣ್ಣದಮು ‘ಹುಳು’,
ಮೆಚ್ಚಿ ಆಶೀರ್ವದಿಸಿ, “ವಿಜಯೀ ಭವ” ಎಂದಳವಳು. ‖ 132 ‖

ಅಂಕ ಶ್ರೇಷ್ಠ ಪಡೆದು ಹನುಮ, ದೇವತೆಗಳನು ಸಂತೋಷಗೊಳಿಸಿದಾ,
ಸಾಗುವಾಗ ಆಕಾಶ ಮಾರ್ಗದಲಿ, ‘ಸಿಂಹಿಕೆ’ ರಾಕ್ಷಸಿಯನು ನೋಡಿದಾ.
ಲಂಕೆಯ ರಕ್ಷಣೆಗೆಂದು, ಅಡಗಿ ಕುಳಿತವಳು ನೀರಲಿ,
ಚತುರ್ಮುಖನ ವರದ ಮೇರೆಗೆ, “ನೆರಳು ಸೆಳೆದು ದೇಹ ಭಕ್ಷಿಸಲಿ.” ‖ 133 ‖

"ಹರಿ ಸ್ವರೂಪ ಶ್ರೀರಾಮ ಭಕ್ತಿ ಎದುರು, ಏನೂ ನಷ್ಟವಾಗದು,

ಪ್ರವೇಶ ಮಾಡಿ ಅವಳಲಿ, ಹೊರ ಬರುವೆ ಶರೀರ ಹರಿದು.

ಏನೇ ಬರಲಿ ಕಷ್ಟ ದಾರಿ, ಅದ ನಾ ಬಿಡಿಸುವೆ,

ಲಂಕೆಯಲಿ ಪ್ರವೇಶ ಮಾಡಿ, ಸೀತಾಮಾತೆಯನು ಹುಡುಕುವೆ." ‖ 134 ‖

ಸಂಹರಿಸಿ ಸಿಂಹಿಕೆಯನು, ಲಂಕೆಯ ಕಡೆ ಹಾರಿದಾ,

ಗುಡ್ಡದಂತೆ ಇದ್ದವನು, ಗೂಢ ರೂಪ ತಾಳಿದಾ.

ಪುಟ್ಟ ಬೆಕ್ಕಿನಂತೆ, ನಿಶಬ್ದ ಮೆಲ್ಲ ಮೆಲ್ಲನೆ ಬಂದನು,

ಕಣ್ಣು ಮೀರುವವಷ್ಟು, ಅಗಾಧ ಪ್ರಹರಿ ಲಂಕಿಣಿಯನು ಕಂಡನು. ‖ 135 ‖

'ಧಂ', ಎಂದು ಬಿದ್ದ ಪೆಟ್ಟು, ಮಾಂಸದ ದೊಡ್ಡ ಬೆಟ್ಟಕೆ,

ಮುಷ್ಟಿ ಬಲದ ಏಟಿನಿಂದ, ನೆಲಗಂಡಲು ಅಲ್ಲಿ ಆಕೆ,

ಒಂದೇ ಹೊಡೆತ ತಿಂದು, ಆದಳವಳು ಸೂಕ್ಷ್ಮ ಪಿಷ್ಟ,

ಪ್ರಾರಂಭ ಪತನ ಲಂಕೆಯ, ಅರ್ಧ ಸಂಪೂರ್ಣ ನಷ್ಟ. ‖ 136 ‖

ಚುರುಕು ಶ್ರವಣ ಶಕ್ತಿ ಅವನದು, "ಸದ್ದು ಮಾಡಬಾರದು",

ಕಣ್ಣು ಮುಚ್ಚಲಾರದೆ, "ಕಾಣಬೇಕು", ಮಾತೆಯನೆಂಬುದು,

ಅರಮನೆಯ ತುಂಬ ಕಂಬ, ಬಿಟ್ಟು ಬಿಡದೆ ಅವನು ಹುಡುಕಿದಾ,

ರೂಕ್ಷ ರಾಜನ ಪ್ರಾಂತದಲ್ಲಿ, 'ಶ್ರೀರಾಮ' ಗಾನ ಕೇಳಿದಾ. ‖ 137 ‖

"ಶ್ರವಣೇಂದ್ರಿಯ ಕೇಳಿದ ಪದವೇನಿದು!, ಇರಬಹುದು ಸತ್ಯವೆ?

ಭಕ್ತಿ ನನ್ನ ಭ್ರಮೆಯಾಗಿ, ಅಥವಾ ಅದು ಮಿಥ್ಯವೆ?"

ಕಂಡ ದಶಾನನನುಜ, 'ವಿಭೀಷಣ'ನ ಮೊಗವೆ,

ಮರುಭೂಮಿಯ ಸೊಗಸಾದ ಅದೊಂದು ನೀರೊಸರಲ್ಲವೆ? ‖ 138 ‖

"ರಕ್ಕಸಕುಲ ನನ್ನದು, ಕ್ರೂರ ಸ್ವಭಾವ ನನ್ನದಲ್ಲ,
ಹೇಳಿ ಸೋತೆ ನಾ ವಿಭೀಷಣ, "ತಪ್ಪ ಅಣ್ಣ ನಿನ್ನದೇ ಎಲ್ಲ."
"ಬಂಧಿಸಿ ಮಾತೆಯ, ಕಾಪಿಟ್ಟ ಅಶೋಕವನದಲಿರುವಳು,
ಶಿಂಶುಪಾವೃಕ್ಷದಡಿಗೆ ಕುಳಿತು, 'ಶ್ರೀರಾಮ' ಸ್ಮೃತಿಯಲಿ ನಿರತಳು". ‖ 139 ‖

"ಭೇಟಿ ಮತ್ತೆ ಆಗುವೆ" ಎಂದ ಹನುಮ, ಬೆಲೆ ಸಮಯದ ಅಗಣಿತವು,
ನುಂಗಿಸಬೇಕು ರೂಕ್ಷರಿಗಲ್ಲಿ, ಅವರ ಮನದಲಿದ್ದ ಕೊಬ್ಬೆ ವಿಶವು."
ಹೀಗೆಂದು ವಿಭೀಷಣನಿಗೆ, ಹಾರಿ ಹೋದ ವನ ಮರಗಳ ಮರೆಯಲಿ,
ಸಂತಾಪದಲಿ ಕಂಡ ಮಾತೆಯನು, ತುಂಬಿತವನ ಮನ ದುಃಖದಿಂದಲಿ.
‖ 140 ‖

ಹನುಮ ಉರುಳಿಸಿದ ಉಂಗುರ, ಮಾತೆ ಸೀತೆಯಡೆಗೆ ಬಂದಿತು,
"ಸವಿ ಸ್ವಪ್ನವೋ, ರಾವನ ಮಾಯೆಯೋ, ರಘುಕುಲ ಚಿಹ್ನೆ ಕಂಡಿತು.
ಅಲ್ಲ! ನನ್ನ ಹೃದಯ ಸ್ವಾಮಿಯ, ಬೆರಳುಂಗುರ ನಾ ಕಂಡೆ,
ಬಂದರೇನು ಕಾಪಾಡಲು, ದಾಟಿ ಸಮುದ್ರ ದಂಡೆ." ‖ 141 ‖

ಗೊರಕೆ ಶಬ್ದ ಕಾವಲಿಗರ ಕೇಳಿ, ಮರದಿಂದ ಹನುಮನಿಳಿದನು,
ಕೈ ಮುಗಿದು ಬಾಗಿ ಸೀತೆಗೆ, ಕಣ್ಣೀರು ತನ್ನ ಮುಚ್ಚಿಟ್ಟು ಕೊಂಡನು.
"ಯಾರು ನೀನು ತಂದವನು, ಈ ಗುರುತು ರಘುಕುಲದ್ದು?
ಕಾಲ ಗತಿಸಿದೆ, ನೆನಪಿಡಲು ಕಷ್ಟ ಎನಗೆ, ಪ್ರಸಂಗ ಸುಖದ ಇಂಥದ್ದು."
‖ 142 ‖

"ಜನನಿ, ಹನುಮಂತ ನಾನು, ದೂತ ಶ್ರೀರಾಮನ,
ಚರಣ ಕಮಲ ವಂದನೆ, ಸ್ವೀಕರಿಸು ಈ ಕಂದನ,
ದೇವಿ-ದೇವ ಸ್ವರೂಪ ನೀವು, ಪ್ರತಿಮೆ ನನ್ನ ಹೃದಯದಲಿ,
ಅಪಹರಿಸಿದ ರಾವ ನಿಮ್ಮನು, ಕುಲನಾಶ ಅವನದೇ ಲಂಕೆಯಲಿ." ‖ 143 ‖

"ಸತ್ಯ ಕೇಳಿ ತಾಯಿ, ಮಾಳ್ಪರು ಪ್ರಭು ನಿಮ್ಮ ಸತತ ಚಿಂತನ,
ಲಂಕಾ ದಾಳಿ ಮಾಡಿ ಬರಲು, ನಡೆದಿದೆ ಗುಟ್ಟಾದ ಮಂಥನ.
ಅಶ್ರುನಯನ ತಣಿಸಿಕೊಂಡು, ತೀವ್ರ ವ್ಯಾಕುಲವವರ ಮನ,
ಜನನಿ, ಹನುಮಂತ ನಾನು, ದೂತ ಶ್ರೀರಾಮನ." ‖ 144 ‖

"ತಮ್ಮಜ್ಞೆ ಇದ್ದರೆ, ನಿಮ್ಮನ್ನು ಕರೆದುಕೊಂಡು ಕ್ಷಣದಲಿ ಹಾರುವೆ,
ಹುಡುಕುವನಿಲ್ಲಿ ರಾವ ನಿಮ್ಮನು, ಅಗೆದು ಸಮುದ್ರ ಕಾಲುವೆ.
"ಕಸಿದಾಧಿಕಾರ ಕೊಡಿಸಬೇಕು ಪುತ್ರ, ಲಂಕಾಪುರದ ಸಂತ್ರಸ್ತ ಜನರ,
ಶ್ರೀರಾಮ ಸೇನೆ ನಿನ್ನೊಡನೆ ಬರುವ, ಅವತರಿಸಿದಂತೆ 'ಹರಿ-ಹರ'." ‖ 145 ‖

"ನಿಮ್ಮಾಸೆಯಂತೆ ಆಗಲಿ ಆದರೆ ಕ್ಷಮಿಸಿ, ನನಗಾಜ್ಞೆ ಇದು ದ್ವಿತೀಯ,
ಪ್ರಥಮಾಶನ ಮಾಡಿ ಜರುಗಿಸುವೆ, ಶುಭಕಾರ್ಯ ಸೀತಾಪತಿಯ.
ಮನ ಜಠರ ತೃಪ್ತಿಯಾಗುವಂತೆ, ರಿಕ್ತಗೊಳಿಸುವೆ ವನ, ತೃತೀಯ,
ಎತ್ತಿ ಬಿಸಾಡಿ ಎಸೆಯುವೆ, ಏಪ೯ಡಿಸಲು ರಕ್ಕಸರ ತ್ರಯೋದಶ ತಿಥಿಯ."
‖ 146 ‖

"ಎಷ್ಟು ದಿನಗಳಾದವು, ವಿನೋದ ಕೇಳದ ಈ ಕಿವಿಗೆ,
ಮನೆ ನಿನ್ನದೆಂದು ತಿಳಿದು ತಿನ್ನು ಹಣ್ಣು, ಕೊಡಲಾರದೆ ರಕ್ಕಸರಿಗೆ.
ಆಂಜನೇಯ ತೆಗೆದುಕೋ, ನೆನಪಿನಂತೆ ನನ್ನೀ 'ಚೂಡಾಮಣಿ',
ಅವರ ಭೇಟಿಯಾದ ಕ್ಷಣವು, ಇದನು ಸ್ವೀಕರಿಸಲಿ ಅವರಮೃತಪಾಣಿ." ‖ 147 ‖

"ಹಸಿವು ತಾಳಲಾರೆ ಮಾತೆ, ಹೊರಟೆನು ಫಲ ಭಕ್ಷಕೆ,
ಯಾರೇ ಬರಲಿ ನಿಲ್ಲಲಾರೆ", ಏರಿದನು ಹಣ್ಣಿದ್ದ ವೃಕ್ಷಕೆ,
ಫಲತರು ಅಲ್ಲಾಡಿಸಿ, ಚೇಷ್ಟೆ ಮಾಡುವಂತೆ ಕಂಡನು,
ಸಿಂಹನಾದದಿ ದ್ವಾರಕೆ, ತೋರಣಾಕಾರ ನಿಂತ ಪ್ರಚಂಡನು. ‖ 148 ‖

"ಲಂಕೇಶರೇ, ಒಬ್ಬ ವಾನರ ವನದಲಿ ಕೆಡುಕು ಮಾಡಿದಾ,
ಗಿಡ ಸಸಿಗಳಂತೆ ಕಿತ್ತು ಹಾಕಿ, ಗುಂಡಿ ದೊಡ್ಡ ತೋಡಿದಾ."
ಕಂಪಿಸಿದ ಸೇವಕನ ಧ್ವನಿ ಕೇಳಿ, ದಶಗ್ರೀವ ಭ್ರೂ ಗಂಟಿಕ್ಕಿದಾ,
"ಕಿಂಕರರಾರು ಅಲ್ಲಿ?", ಕರ್ಕಶ ಕಂಠದಿ ಆದೇಶಿಸಿದಾ. ‖ 149 ‖

ಸೈನ್ಯ ಕೋಟಿ ಕೂಡಿ ಬಂದಿತು, ಕದನ ಕವಚ ಧರಿಸಿ,
ಅಂಗ್ಯ ಪ್ರಹಾರ ಹನುಮನ, ಹೋದರವರು ಜೀವ ತ್ಯಜಿಸಿ.
ಸಪ್ತ ಮಂತ್ರಿ ಪುತ್ರರು, ದಶಕಂಠನ ಆದೇಶ ಪಡೆದರು,
ಮೊದಲ ತಂಡದವರು, ನರಕದಲಿ ಇವರನು ಸ್ವಾಗತಿಸಿದರು. ‖ 150 ‖

ತಡೆಯಲು 'ಯಾರೋ' ವಾನರನನು, ಸುತ ಅಕ್ಷಯನ ಕಳಿಸಿದಾ,
ದಿವ್ಯ ಶಸ್ತ್ರ ಅಭಿಮಂತ್ರಿಸಿ, ಸುರಿಮಳೆ ಬಾಣದ ಹೂಡಿದಾ.
ವಜ್ರ ದೇಹಕ್ಕೆ ತಾಕಿದ ಶರಗಳು, ತೃಣ ಸಮಾನ ಕಂಡಿತು,
ಅಕ್ಷಯನಿಗೆ ತನ್ನ ಶೌರ್ಯ, ಪ್ರಶ್ನೆಯಾಗಿ ನಿಂತಿತು. ‖ 151 ‖

ಸೂಕ್ಷ್ಮ ವಿಚಾರ ಮನೋಜನ, "ಬಲ ಲಂಕೆಯ ಎಷ್ಟಿದೆ?
ಮೂರು ಭಾಗ ಮಾಡಿದಲ್ಲಿ, ನನ್ನೆದುರು ಪ್ರಥಮ ನಿಂತಿದೆ,
ದ್ವಿತೀಯ ರಾವಣನಿರುವನು, ಶ್ರೀರಾಮಬಾಣ ಅವನ ಹೆಸರಲಿ,
ತೃತೀಯ, ವೀರ ಇಂದ್ರಜಿತ, ಅವನ ಶೌರ್ಯ ಭೂಲೋಕ ನೋಡಲಿ."
‖ 152 ‖

ಕನಿಕರ ತೋರಿ ಪವನಜ, ಬುದ್ಧಿ ಮಾತು ಹೇಳಿದನು,
"ಕತ್ತಲಾಯ್ತು ತಮ್ಮ ಹೋಗೋ ಮನೆಗೆ, ನಿಮ್ಮಪ್ಪ ಕರೆಯುತಿಹನು"
ಎಳೆದ ಬಿಲ್ಲು ಅಕ್ಷಯ ಕೋಪದಿ, ಬಾಣ ದಿವ್ಯ ಆಹ್ವಾನಿಸಿದನು,
ಚಕ್ರದಂತೆ ತಿರುಗಿಸಿ, ಅಕ್ಷಯನನು ಹನುಮ ಅಪ್ಪಳಿಸಿದನು. ‖ 153 ‖

ಕೆರಳಿದ ಕೋಪ ದುಃಖದಿಂದ, ರಾವ ಮುಷ್ಟಿ ಬಿಗಿದನು,
"ಮೇಘನಾದ, ಎಲ್ಲಿ ನೀನು? ಗೌರವ ನನ್ನ ಉಳಿಸುವವನು.
ಹೋಗಿ ತೀರಿಸಿಕೊಳ್ಳು, ಪ್ರತೀಕಾರ ಅಕ್ಷಯನು ದೂರ ಹೋದ,
ಹೊರ ಬರಲಾರರಾರು ವಶೀಕರಿಸಿದ ನಿನ್ನ ಮಾಯಾ ಜಾಲದ." ‖ 154 ‖

ಕಥೆಯು ಅವನ ವಿಸ್ಮಯ, ಜನ್ಮ ಕೂಗು ಭಾಸ ಗುಡುಗಿನ,
ಹೀಗಾಗಿ 'ಮೇಘನಾದ', ತಂದೆಯಂತೆ ತಲೆ ಸಿಡುಕಿನ.
ಬಾಣದೇಟು ಹನುಮನಿಗೀಗ, ಸ್ವಲ್ಪವೇನು ಆಗದು,
ದಾರಿ ಬೇರೆ ಕಾಣದೆ, ಬಿಟ್ಟನು ಬ್ರಹ್ಮಾಸ್ತ್ರ ಮಂತ್ರ ಬಿಗಿದು. ‖ 155 ‖

"ಓಹೋ!" ಎಂದ ಹನುಮ, "ನನ್ನೆಡೆಗೆ ಬಂದಿತು, ದಿವ್ಯಾಸ್ತ್ರ ಬ್ರಹ್ಮನ,
ಗೌರವಿಸುವೆ ಮನಃಪೂರ್ವಕ, ಧ್ಯಾನದಲಿ ಕುಳಿತಿರುವ ಕಮಲಾಸನನ,
ಶರಣಾಗತನಾಗಿ ಕಾಣ್ತೆ, ಮಾಡಿದವನು ಸೀತಾಮಾತೆಯ ಹರಣ,
ಬಂಧಿಸಿ ತಂದ ಸ್ವರ್ಣ ಕಂಬದ ಮಧ್ಯ, ಎದುರು ಕಂಡ ದಶಶಿರ ರಾವಣ.
‖ 156 ‖

"ಯಾರೋ!? ಕಪಿಯು ನೀನು, ವನ ಭಂಗಿಸಿ ಕಿತ್ತಿಟ್ಟೆ,
ಎಷ್ಟು ನಿನ್ನ ಸಾಹಸ? ನನ್ನ ಗುರುತು ನಿನಗೆ ಗುಟ್ಟೇ?
ನನ್ನ ಹೆಸರಿನ ಬಲವು ಎಷ್ಟು, ಕೇಳಿಲ್ಲವೇನು ನೀನು?
ನೀರು ಹಾರಿ ಬಂದೆಯಾ, ತಿಳಿಸಲಿಲ್ಲವೇನು ತಿಮಿಂಗಲು ಮೀನು? ‖ 157 ‖

ದಾನವರೆಲ್ಲರ ಮೂಳ ಮುರಿದೆ, ತಿಳಿದು ತಿನ್ನುವ ಎಳೆ ತರಕಾರಿ,
ಜೊತೆಗೂಡಿಸಲು ಯತ್ನಿಸಿದ ವೈದ್ಯರು, ಶ್ವಾಸ ಬಿಟ್ಟರು ಹೌಹಾರಿ."
ಯಾರ ದೂತ ನೀನು? ಎಲ್ಲಿಂದ ಬಂದೆ ಹಾರಿ?
ಈ ದ್ವೀಪ ಸುತ್ತ ಇರುವುದು, ಅಪಾಯ ತುಂಬಿದ ವಾರಿ." ‖ 158 ‖

ಕಿವಿ ಕಣ್ಣು ತೆರೆದು ಶಾಂತವಾಗಿ ಹನುಮ ಎಲ್ಲವನು ಕೇಳಿದಾ,
ಶ್ರೀರಾಮ ಸ್ಮರಣೆ ಮಾಡಿ, ಮನ ಮೀರುವಂತೆ ಉತ್ತರಿಸಿದಾ.
"ಅಮಿತ ಪರಾಕ್ರಮಿ ರಘೋತ್ತಮನಾದ, ಶ್ರೀರಾಮರ ದೂತ ನಾನು,
ಕಿಷ್ಕಿಂಧೆಯ ಮಂತ್ರಿ, ಹೆಸರು "ಹನುಮಂತ", ವಾಯುದೇವನ ಸುಪುತ್ರನು."
‖ 159 ‖

"ಬಂದ ವಿಷಯ ತಿಳಿದುಕೋ, ಕೇಳಿ ನನ್ನ ಪ್ರಭುಗಳ ಹೆಸರು,
ಬಚ್ಚಿಟ್ಟ ಅವರ ಮಡದಿ ತಿರುಗೊಪ್ಪಿಸು, ಇಲ್ಲವಾದರೆ ನಿನ್ನ ಕುಲಕೆ ಕೆಸರು.
ಪುತ್ರ, ಮಿತ್ರ, ಬಾಂಧವಾದಿ, ನಿನ್ನ ಸಕಲವೂ ನಾಶ,
ನೆನಪಿರಲಿ ಸುರರೂ ಎದುರಿಸಲಾರದ, 'ರಾಮಬಾಣ' ಎಂಬ ಪಾಶ." ‖ 160 ‖

"ದ್ಯುಲೋಕವಾಸಿಗಳು ತಡೆಯ ಬಲ್ಲದ ಶಕ್ತಿ ಶ್ರೀರಾಮರ, ಯಾರೋ ನೀ
ಮಂದನು?"
ಕೆಂಪು ನೀರು ಸುರಿದಂತೆ ಆಯ್ತು ಮುಖದ ಮೇಲೆ, ರಾವ ಎದ್ದು ನಿಂದನು.
"ಕೊಲ್ಲಿರಿ ಈ ವಾನರನು", ಎಂದ ಒಂದೇ ಅನುಚಿತ ಮಾತನು,
"ದೂತ ಕೊಲೆ ನಿಷೇಧ ಅಣ್ಣ", ವಿಭೀಷಣ, "ಬೇಡ" ಎಂದನು. ‖ 161 ‖

"ವಾನರನ ಸ್ವಸ್ವರೂಪ, "ಎಂದ ರಾವ," ಇರುವುದವನ ಪುಟ್ಟದಲಿ,
ಜ್ವಾಲೆ ಬೆಂಕಿಯ ಹಚ್ಚಿ ತೋರಿಸಿ, ಪುರದ ಒಂದೊಂದು ಬೀದಿಯಲಿ"
ಪ್ರಜ್ವಲಿತ ಉಷ್ಣ ತೀವ್ರವೂ, ಪರಿಣಾಮ ವ್ಯರ್ಥವಾಯಿತು,
ಮರುತ್ಸಖಿ ಪಾವಕನ ಸಹಾಯದಿಂದ, ಬೆಳಕು ಮಾತ್ರ ಕಂಡಿತು. ‖ 162 ‖

"ಬಂಧಿಸಿದ ಪಾಶ ಉಕ್ಕಿನ, ಅರಳೆ ಹರಿದಂತೆ ಕಂಡ ಪುರಜನರು,
ಕಣ್ಣು ಬಾಯಿ ದೊಡ್ಡ ತೆಗೆದು, ಅಚ್ಚರಿಗೊಂದು ನಿಂದರು,
ಮನೆ, ಭವನ, ಕಟ್ಟಡಗಳು, ಅಖಿಲ ನಗರ ಅವನು ಸುಟ್ಟನು,
ವಿಶ್ವಕರ್ಮ ರಚಿತ ಲಂಕೆ, ನೆಲ ಸಮಾನ ಮಾಡಿ ಬಿಟ್ಟನು. ‖ 163 ‖

ಘರ್ಜನೆ ಸಿಂಹನಾದದಿಂದ, ಲಂಕೆ ಭಸ್ಮ ಮಾಡಿದಾ,
ಬೇಟೆಯಾಡಿ ಹಸಿವು ತೀರಿಸಿ, ತಿರುಗಿ ಮಿತ್ರರ ಕಡೆಗೆ ಹಾರಿದಾ.
ನೋಡುತಿದ್ದ ರಾವ, ಇಂದ್ರಜಿತ, ದೂರಿಂದ ನೋಡುತಲೇ ನಿಂತರು,
ಆರಂಭವಾದ ಅಂತ್ಯವು, ಸಂತೋಷಗೊಂಡ ದೇವರು. ॥ 164 ॥

ಜರುಗಿದ ಮಧೂತ್ಸವ ಹನುಮನ, ಎಲ್ಲ ಮಿತ್ರರ ಸಂಗಡ,
ಕೇಳಿಸಿಕೊಂಡಿತು ಉತ್ಸಾಹ ಧ್ವನಿಯು, ಲಂಕೆಯ ರಾಕ್ಷಸ ಪಂಗಡ.
ಮಾತೆ ಕೊಟ್ಟ ಚೂಡಾಮಣಿ, ಇಟ್ಟು ಸ್ಮರಿಸಿದನು ಶ್ರೀರಾಮನ ಚರಣ,
ಹನುಮನಿಗೆ ಅಪ್ಪಿಕೊಂಡ ರಘುರಾಯ, ಮರೆಯಲಾರದ ಸ್ಮರಣ. ॥ 165 ॥

ವಿಜಯನಗರದ ವಿಜಯ ವಿಠ್ಠಲ ಮಂದಿರದಲ್ಲಿರುವ ಒಂದು ಶಿಲ್ಪಕಲೆ

ಕೇಸರಿ ನಂದನ ಇರುವ ಕಾರಣ, ಸುಲಭ ಸಕಲ ಅನಿಷ್ಟ ದಹನ,

ರಾಮನ ವರವೊಂದು, "ಪೂಜಿಸುವವರು ನಾಮವಿಟ್ಟು ನಿನಗೆ, ಸಂಕಟ ವಿಮೋಚನ".

ಸಹಭುಜದ ಪ್ರಸಾದ ಕೊಟ್ಟನು ಶ್ರೀರಾಮ, ಪವನಜನ ನಿಸ್ವಾರ್ಥ ಸೇವೆಯೇ ಪ್ರಮಾಣ,

ಆ ಚಿತ್ರದ ಕಲ್ಪನೆಯೇ ಆನಂದಯಾನ, ಊಹಿಸಿರಿ ಹನುಮನ ಸುಖಿದ ಪ್ರಮಾಣ. ‖ 166 ‖

ಯುದ್ಧಕಾಂಡ

ಸುಂದರಕಾಂಡ ಸಮಾಪ್ತವಾಯಿತು, ಬರುವ 'ಯುದ್ಧಕಾಂಡ' ನೂತನ,
ಕೇಳಿರಿ ಮನ್ವಂತರವನು ಕಾಪಾಡಿದ ಅಸೀಮಿತ ಸಾಹಸ,
ಶ್ರೀರಾಮಚಂದ್ರನ. ‖ 167 ‖

ಕಿಷ್ಕಿಂಧೆಯ ರಾಯ, ಮಿತ್ರತೆಯ ಪಣವ ತೊಟ್ಟನು
ಪ್ರಶಾಂತ ಮಾತು ಮಿತ್ರನ ಕೇಳಿ ರಾಘವ, ಮಂದಸ್ಮಿತದಿ ಉತ್ತರವ
ಕೊಟ್ಟನು.
ಹನುಮನಿಂದ ತಿಳಿದ ಸೂಕ್ಷ್ಮ ವಿವರ, ಲಂಕೆಗೆ ದಾಳಿಹೂಡಲು,
ಜರಗಿದ ಉತ್ಸಾಹ ಸಂಭ್ರಮ ಕಿಷ್ಕಿಂಧೆಯಲಿ, ಶ್ರೀರಾಮನ ಜಯ ಕೋರಲು.
‖ 168 ‖

"ಆಜ್ಞೆಮಾಡಿ ಸುಗ್ರೀವರೆ", ಎಂದ ಶ್ರೀರಾಮನು, "ಹೆಜ್ಜೆ ಸದ್ದು ಗಗನ ತಟ್ಟಲಿ,
ಗಜ, ಗವಯ, ಗವಾಕ್ಷ ಧೀರರು, ಮುಂದೆ ದಾರಿ ತೋರಲಿ,
'ಋಷಭ' ನಿಪುಣ ಜಿಗಿಯಲು, ಪ್ರಧಾನಿ ಬಲಭಾಗದ,
ಬಲಶಾಲಿ 'ಗಂಧಮಾದನ', ಮಾರ್ಗಸೂಚಕ ಎಡ ಪಕ್ಕದ." ‖ 169 ‖

"ಗ್ರಹ ತಾರೆ ನಾಳೆ ಬರುವ ಮಿಲನ, ಮಂಗಳ ಸೂಚನೆ ನಿಶ್ಚಿತ,
ಶುಭವಾದ ಫಳಿಗೆ ಹೊರಟರೆ ನಾವು, ಇರುವುದದು ಉಚಿತ.
ಬಲಗಣ್ಣು ತುಡಿಯುತಿದೆ, ಅದೊಂದು ಶುಭ ಸಂಕೇತವು,"
ಶ್ರೀರಾಮನ ಮನವಿಗೆ, ಎಲ್ಲ ಸೇನೆ ಆಯ್ತು ಸುಗ್ರೀವ ಸೂಚಿತವು. ‖ 170 ‖

ಸೈನ್ಯ, ಸೈನಿಕ, ಸೇನಾಧಿಪತಿಗಳಿಗೆ, ಸುಗ್ರೀವ ಕರೆ ಮಾಡಿದಾ,
ಸಾವಧಾನ ನಿಂತವರಿಗೆಲ್ಲ, ಜನ್ಮಧ್ಯೇಯ ತಿಳಿಸಿದಾ,
ಯೋಧ ದಂಡು ಸೇರಿದ ಪುಣ್ಯಫಲ, ಅದರ ಅಮಿತಾರ್ಥವು,
ಸ್ಫೂರ್ತಿ ಪೂರ್ಣ ಭಾಷಣ, ಅಂಬರ ದಾಟಿದ ದೇಶಪ್ರೇಮವು. ‖ 171 ‖

"ರಾಜ ನಾನು ನಿಮ್ಮ, ನನ್ನ ಶಕ್ತಿ ನೀವೇ ಎಲ್ಲ,
ಧೈರ್ಯ, ಶೌರ್ಯ, ವಿಶ್ವಾಸ ಭರಿತ, ಒಬ್ಬೊಬ್ಬ ನಿಂತ ಮಲ್ಲ.
ಮುಂದಿನ ಕಾರ್ಯ ನೆನಪಿಡುವವರು, ಪ್ರತ್ಯೇಕ ನರಸುರಾಸುರ,
"ಶ್ರೀ ರಾಮರಿಗೆ ಜಯ ಜಯ", ಅದೇ ನಮ್ಮ ಕಾಳಗದಬ್ಬರ." ‖ 172 ‖

"ಶಿರ ಭುಜದ ಮೇಲೆ ಇರಲಿ, ವಿಸ್ಫುಲಿಂಗ ಕಣ್ಣಿಂದ ಹಾರಲಿ,
ರೂಕ್ಷ ತಿಳಿವ ರಾಗ ನುಡಿದು, ಸಂಗೀತ 'ಘರ್ಜನೆ' ಬರಲಿ.
ಯುದ್ಧ ಭೂಮಿ ಸೇರುವಾಗ, ನನ್ನ ಮುಂದೆ ಯಾರಿರಲಾರರು,
ಕಿರೀಟ ವಿಜಯದ ಹೊತ್ತು ಮರಳಿದಲ್ಲಿ, ನನ್ನ ಮುಂದೆ ಎಲ್ಲರು" ‖ 173 ‖

"ರಾಜಕುವರ ಅಂಗದಾ, ಮುಂದುಗ ನಮ್ಮ ಸೈನ್ಯದ,
ದಾರಿ ಸುಲಭ ಹೋಗಲು, ನಳ-ನೀಲ ಯಂತ್ರಶಿಲ್ಪಿಗಳು ಮತಿ ತುಂಬಿದ,
ಭೂ ಪರಿಶೀಲನೆಗೆಂದು, ಮತ್ಯಾರು? ಮಂತ್ರಿ ಆಂಜನೇಯನು,
ಪ್ರವೀಣ ಉಪದೇಶಕ್ಕೆಂದು ಜಾಂಬವಂತ, ಮಾಗಿದವನು" ‖ 174 ‖

"ಮೂಲೋಕ ತಡೆಯಬಲ್ಲ, ಆ ಶಕ್ತಿ ಇದೆ ಶ್ರೀರಾಮರಿಗೆ,
ನಮನ ಅವರ ನೆರಳಾದ, ಪ್ರಿಯ ಸೋದರ ಲಕ್ಷ್ಮಣರಿಗೆ.
ನಡೆಯಿರಿ ಮುಂದೆ ಹೆಜ್ಜೆ ಇಟ್ಟು, ದಾಳಿ ನಾವು ನಡೆಸುವ,
ನಮನ ನಮ್ಮೆಲ್ಲ ಹಿರಿಯರಿಗೆ, ಹರಸಿರೆಂದು ನಾವು ಕೋರುವ." ‖ 175 ‖

ಪಥ ಸಂಚಲನ ಆರಂಭವಾಯಿತು, ಭೂಕಂಪನದಂತೆನಿಸುವ,
ಸಂಕಲ್ಪ ಪ್ರಥಮ ಒಂದೇ ಇತ್ತು, ರೂಕ್ಷರ ರುಂಡ ಚೆಂಡಾಡುವ.
ತಲುಪಿದಂತೆ ಕೊನೆಯ ದಡವು, ನೀರು ನೀರೇ ಕಂಡಿತು,
"ಎಲ್ಲಿ ನನ್ನ ಸೀತೆ", ಎಂಬ ನೆನಹು ರಾಮನನ್ನು ಕಾಡಿತು. ‖ 176 ‖

ದೂರ ಲಂಕೆಯಲಿ ನಡೆದ ಚರ್ಚೆ, ಎಲ್ಲ ಮಾಗಿದವರೊಂದಿಗೆ,
"ಏನು ಹೇಳುವನು ಲಂಕೇಶ"? ಕೇಳುವದಾತುರ ಅವರಿಗೆ.
ಲಂಕೆ ಸುಟ್ಟ ಸಿಟ್ಟು, ಎಲ್ಲ ಜನರ ಮೇಲೆ ರಾವ ಹಾಕಿದಾ,
ಯೋಧ ಮಂತ್ರಾಧಿಕಾರಿಗಳನು ಕರೆದು ಸಂವಾದಿಸಿದಾ. ‖ 177 ‖

"ಮೆಚ್ಚಿದೆ ರಾಕ್ಷಸ ಬಲ ನಿಮ್ಮ, ಹೋರಾಡಿದ್ದು ಶಸ್ತ್ರದೊಂದಿಗೆ,
ಅರಿವಾಯ್ತು ಕ್ಷಮತೆ ನಿಮ್ಮದು, ಹೊರಲಾಗದು ನೀರಿನ ಬಿಂದಿಗೆ.
ಆಭಾರ ನನ್ನ ತಿಳಿಸಿ, ಪುರವ ಸುಟ್ಟ ಆ ಒಬ್ಬ ಕಪಿಗೆ,
ಆಕ್ರಮಿಸಲು ನಿಂತಿದೆ ಅವನ ಸೇನೆ, ರಾಮನೊಂದಿಗೆ." ‖ 178 ‖

"ಕೇಳಿ ಬಂದ ರಾಮ ಶೌರ್ಯ, ಅದ್ರಿ ಎತ್ತ ಬಲ್ಲ,
ಸಮುದ್ರ ಶುಷ್ಕಮಾಡಿ ದಾಟ ಬಹುದು, ಸಹಿತ ವಾನರರೆಲ್ಲ.
ದಶಶಿರ ಬಿಟ್ಟು ಪರರಲಿ, ಹೊಳೆಯುತಿದೆಯೋ ಏನಾದರೂ ಯೋಜನೆ?
ನೆನಸಿಕೊಳ್ಳಿ ಸುಟ್ಟ ಲಂಕೆ, ಮತ್ತು ಆ ವಾನರನ ಘರ್ಜನೆ." ‖ 179 ‖

"ಅವನ ಪುಷ್ಟಕೆ ಹಚ್ಚಿಸಿ ಬೆಂಕಿ, ತಿಳಿದೆ ಅದನ್ನು ಸುಡುವೆ,
ತಿರುಗಿ ಬಿದ್ದಿತುಪಾಯ ಎನ್ನ, ನಿಮ್ಮನ್ನು ಹೇಗೆ ಬಿಡುವೆ?
ಮರೆತಿರೇನು ಹಿಂದಿನ ಹೋರಾಟಗಳ, ಸುರರನ್ನು ಅಜೇಯಗೊಳಿಸಿದ,
ಪುನಃ ಆದೇಶ ಮಾಡುವೆ, ಬರಲು ಅಂತಹ ಸಮಯ ನನ್ನ ಸುಖದ." ‖ 180 ‖

"ಲಂಕೇಶ ಸ್ವಾಮಿ, ನೀವು ತಿಳಿದ ಹಾಗಲ್ಲ ನಮ್ಮ ಸಂತತಿ,
ಯುದ್ಧಕೂ ಸಿದ್ಧನಾವು, ಬರಲಿ ಯಾರೇ, ಸೇರುವರು ಪರಗತಿ.
ಜೊತೆ ನಿಮ್ಮ ನಿಂತ ಕದನವಾಡಿ, ಪರಾಜಯ ಹೊಂದಿದ 'ಧನಾದ'ನು,
ಜಯ ನಿಮ್ಮ ಶಿರೋಭೂಷಣ, ಅವನ ಅಭಿಮಾನಿ ಇದ್ದರೂ 'ರುದ್ರ'ನು." ‖ 181‖

"ಎಷ್ಟು ನಿಮ್ಮ ಮಹಿಮೆ, ಹೆಸರು ಹಾಟಕಾದ್ರಿಯಂತೆ ದೊಡ್ಡದು,
ಭಯ ಭಕ್ತಿಯಿಂದ ಹೆಣ್ಣು ಕೊಟ್ಟ ಮಯಾಸುರ, ನಿದರ್ಶನವಲ್ಲ ಚಿಕ್ಕದು.
ದಮನಿಸಿದ ನಾಗಾರಿ ನೀವು, ವರಗ್ರಸ್ತ ತಕ್ಷಕಾದಿ ವಾಸುಕಿ,
ಮಾಯಾ ಜ್ಞಾನ ಹೀರಿ ಅವರ, ಕಂದರವರು ನಿಮ್ಮ ನರ್ತಕಿ." ‖ 182 ‖

"ಸುರಪತಿ ಹೆದರುವನು ನಿಮಗೆ, ಸುತನು ಧೀರ ಇಂದ್ರಜಿತ,
ಸರಿಜತೆ ನಿಮ್ಮಿಬ್ಬರ ಶಕ್ತಿ, ರಾಮನಿರುವನು ಅಪರಿಚಿತ.
ಅಸೀಮಿತ ಸಾಹಸ ಮೊದಲು ನೋಡಿ, ಕೈಮುಗಿದು ಬಾಗಿದ್ದೆವು,
ಕಪಿ ಸುಟ್ಟ ಲಂಕೆ ಕ್ಷಮಿಸಿ, ನಾವು ಸೋಮರಸದ ವಶದಲಿದ್ದೆವು." ‖ 183 ‖

ಪ್ರತ್ಯೇಕವಾಗಿ ಯೋಧರು ಅಭಿಮತ ವ್ಯಕ್ತಪಡಿಸಿದರು,
ವಜ್ರದಂಷ್ಟ್ರ, ವಜ್ರಹನು, ದುರ್ಮುಖಿರೆಂಬ ಕೆಲವರು.
ಪರಿಣಾಮ ರಾವನ ಪ್ರಕೋಪದಿಂದ, ಕಂಡಿತು ಸಭೆಯಲಿ ವರ್ತನೆ
ಆವೇಗದ,
ವಿಭೀಷಣ ಮಾತ್ರ ಅಲ್ಲಿ ನಿಂತವನು, ಒಪ್ಪಿಗೆ ಕೊಡಲಾರದ. ‖ 184 ‖

ಆಡಿಸಿದ ರಾಕ್ಷಸರು ಅಸಿ ಖೀಟ ಚಾಪ ಬಾಣ ಗದಾದಿ,
ಪ್ರಹಸ್ತ, ರಭಸ, ಸೂರ್ಯಶತ್ರು ಕೆಲವು ಮೇಧಾವಿ ಆಸ್ಥಾನದಿ.
ವಿಭೀಷಣನ ಕೈಗಳು, ನಿರತವಾಗಿ ರಾಜನಿಗೆ ಮುಗಿದವು,
ಸ್ಥಿರಾಭಯ ಲಂಕೇಶನ ಎದುರು ನಿಂತು, ಮಾತು ಹೀಗೆ ಬಂದವು. ‖ 185 ‖

"ಜಯ ಕಾಯ್ದು ನಿಂತಿಹರು, ಶ್ರೀರಾಮರಿರುವರು ಉತ್ಕಟ,
ಮರೆತು ಯಾರು ಏನು, ಮುಂದೆ ಬರುವುದೇನು ಸಂಕಟ.
ಕೇವಲ ಭಕ್ತ ದೂತನೊಬ್ಬ, ಲಂಕೆಗೆ ತಿಳಿಹೇಳಿದ,
ಸೇನೆ ಬರಲು ಗಣನೆ ಇಲ್ಲ, ಇಲ್ಲಿ ಕುಳಿತವರ ಮತಿ ಶೂನ್ಯದ." ‖ 186 ‖

"ಅನುಜ ನೀನು ವಿಭೀಷಣ, ನಿನ್ನ ಮರೆಗುಳಿಗೆ ಬೇಕೆ ಮದ್ದು?
ನುಡಿದರಾರು ಇದನ್ನ ಬೇರೆಯವರು, ಕೇಳುತಿರಲಿಲ್ಲ ಅವರ ಸದ್ದು.
ಆಹಾ! ಕಂಡು ಹಿಡಿದುಕೋ, ಸ್ಮರಣ ಶಕ್ತಿಗೊಂದು ಉಪಾಯ,
ಉಪಸರ್ಗ "ಶ್ರೀ" ಕೇಳಿದಲ್ಲಿ, ಅರಮನೆ ಬಿಡಿಸುವೆ ತತ್ಸಮಯ." ‖ 187 ‖

"ಹಿತವು ಅಣ್ಣ ಮುಖ್ಯ ನಿನ್ನ, ಕೇಳಿದೆ ಮಾತು ನೀ ಹೇಳಿದ,
ಯಾಕೆ ತಿಳಿಯುತಿಲ್ಲ ನಿನಗೆ, ಧರಿತ ಜ್ಞಾನ ಮಂತ್ರ ವೇದದ.
ವೈದೇಹಿಯನು ತಂದ ನೀನು, ಕಂಡ ವಿವಿಧ ಅಪಶಕುನವು,
ಕಣ್ಣೀರು ಗಜಾಶ್ವಗೋವುಗಳಲಿ, ವೈದ್ಯರು ಕಂಡ ಹೊಸತನವು." ‖ 188 ‖

"ತಪ್ಪು ಒಪ್ಪಿರುವರು ನಿನ್ನ ಎಲ್ಲರಿಲ್ಲಿ, ಮಾಡಿದ ಮೈಥಿಲಿ ಹರಣ,
ಭಾಷೆ ಮುಕ್ತ ಕುಳಿತಿರುವರು, ತಿಳಿದು ಬಾಯಿ ತೆಗೆದರೆ ಮರಣ.
ಹಟವೇಕೆ ಅಣ್ಣ ಮಾಡುವೆ, ಸೀತೆ ರಾಮಗೊಪ್ಪಿಸು,
ಉಳಿಯಬೇಕು ವಂಶ ನಮ್ಮದೆಂದರೆ, ರಾಮನಾಮ ಜಪಿಸು." ‖ 189 ‖

"ಎಷ್ಟು ದಿನಗಳಾಯ್ತು ತಮ್ಮ, ಖಡ್ಗ ಭಲ್ಲೆ ನೀ ಹಿಡಿಯದೆ?
ತುಕ್ಕು ಹಿಡಿದಿರಬೇಕು ಅವುಗಳಿಗೆ, ನಿನ್ನ ಹುಳಿ ಮಾತಿನಂತಿದೆ."
ಮೇಘನಾದ ಸಹಿತ ಹರಿಯುವ ನೀರಿನಲ್ಲಿ ಕೈ ತೊಳೆದನು,
ಚಿಕ್ಕಪ್ಪನನ್ನು ಎದುರಿಸಿ, "ಹೇಡಿ" ಅವನಿಗೆಂದನು. ‖ 190 ‖

"ತಂದೆ ಸಮಾನ ಅಣ್ಣನು, ಸೋತು ಹೋದೆ ತಿಳಿಸಿ ನಿಮಗೆ,
ನಿಶ್ಚಿತ ಸಂಹಾರ ಎಲ್ಲ ನಾವು, ಕ್ಷಮಿಸಬೇಕು ನನ್ನ ಮಾತಿಗೆ."
"ಮುಖ ತೋರಿಸಬೇಡ ವಿಭೀಷಣ, ಮರೆಯುವೆ ನೀ ನನ್ನ ತಮ್ಮನು,"
ಸಾಗರ ದಾಟಿದ ವಿಭೀಷಣನು, ಕಂಡ ಸುಗ್ರೀವ, ಹನುಮ, ಶ್ರೀರಾಮರನು.
‖ 191 ‖

ಪರ್ವತ ಸಮೀಪಿಸಿದಂತೆ ವಿಭೀಷನನ್ನು, ವಾನರರು ಕಂಡರು,
ಚತುರ್ಮೇಘಗಳು ಸುತಿದ ಭಾಸ ಅವನನು, ಹಿಂಬಾಲಿಸಿದ ಸಹಚರ
ರಾಕ್ಷಸರು.
ದಮ್ಮಗಿಸಿ, ಉಸಿರು ಬಿಟ್ಟು ಕಹಳೆಯನು ಊದಿದ ವಾನರರು,
ರಾಕ್ಷಸರ ದಾಳಿ ತಿಳಿದ ಸುಗ್ರೀವಾದಿಗಳು, ಗದೆ ಭುಜದ ಮೇಲೇರಿಸಿದರು.
‖ 192 ‖

ನಾಲ್ವರು ನಂಬಿಗಸ್ಥರೊಡನೆ ವಿಭೀಷಣ ಅಲ್ಲಿ ತಲುಪಿದಾ,
ನಮ್ಮನು ಸಂಹರಿಸಲು ಬಂದವರೆಂದು, ರುಮಾಪತಿ ಅಭಿಮತಿಸಿದಾ.
ಅಪಾಯ ಶಂಕಿಸಿ ಆದೇಶ ಕಾಯ್ದರು, ಗಿಡ ಬಂಡೆ ಕಿತ್ತಿ ವಾನರರು,
ಇಲ್ಲಿ ಏನೋ ಸರಿಯಿಲ್ಲವೆಂದು, ಸ್ವಪರಿಚಯ ಕೊಟ್ಟ ಪಂಚಮರು. ‖ 193 ‖

"ವಿಭೀಷಣ ನಾ, ಲಂಕೆಯಿಂದ ಬಂದ ನಾವು, ರಾವಣ ನನ್ನಣ್ಣನು,
ಜನಸ್ಥಾನದಿಂದ ಸೀತಾಮಾತೆಯ ಅಪಹರಿಸಿ ರಾವಣನು, ಜಟಾಯುವ
ಕೊಂದನು.
ದೋಷ ಅವನದೆಲ್ಲವೆಂದು ತಿಳಿಸಿ, ಬಲ ಸೋತು ನಾ ನಿಂದೆನು,
ಪರಿವಾರ ಬಿಟ್ಟು ಈ ನಾಲ್ವರ ಜೊತೆ, ಶ್ರೀರಾಮರ ಶರಣು ಕೋರುವೆನು."
‖ 194 ‖

"ನಮಸ್ಕಾರ ವಾನರ ರಾಜರೇ, ಶ್ರೀರಾಮರಿಗೆ ಸಂದೇಶ ತಿಳಿಸಿ,
ರಾಮಾಶ್ರಯದ ದಾಹ ನಮಗೆ, ಜೀವ ನಮ್ಮದುಳಿಸಿ."
ನಿಂತ ಅಲ್ಲಿ ಕೆಲವರು, ಭಿನ್ನಾಭಿಪ್ರಾಯ ತಮ್ಮ ಕೊಟ್ಟರು,
ಅಂಗದ, ಜಾಂಬುವಂತ, ಮಂತ್ರಿ ಮ್ಯೆಂದರು, ಸಮ್ಮತಿಸದವರು. ‖ 195 ‖

ಬಂದ ನೋಡಿ ಮತ್ತೆ ಹನುಮ, ಬುದ್ಧಿಜೀವಿ ಇದಕ್ಕೆನ್ನುವರು,
"ಲಂಕೆಯಲಿ ಹಾನಿ ಆಗಬಾರದೆಂದು, ವಿಭೀಷಣರೇ ನನ್ನ ಹಿತರಕ್ಷಕರು,
ಮರೆಯಾಗಿ ಕೇಳಿದ್ದೆ ನಾನಿವರ ಮಾತು, ವಿರೋಧಿಸಿದ ಅವರಣ್ಣನನ್ನು.
ಹಿತಕರ ನಮಗೆ ಅವರಿರುವುದು, ನಿಶ್ಚಿತ ಲಂಕೇಶ ಜೀವ ಮುಕ್ತನು." ‖ 196 ‖

ಭವಿಷ್ಯದಲ್ಲಿ ದಾಸರೊಬ್ಬ, ಪದವಾಗಿ ಇದನು ನುಡಿದರು,
"ಹನುಮನ ಮತವೇ ಹರಿಯ ಮತವು", ಇಂಪಾಗಿ ಹಾಡಿದರು.
ಕರೆತಂದ ವಿಭೀಷಣನನು, ತಿಳಿಯುವ ಹಂಬಲದಿ ಲಂಕಾಬಲವನು,
"ನಮೋ ನಮಃ ಪ್ರಭುವೆ", ಎಂದು ಶಿರ ಸ್ಪರ್ಶಿಸಿದ ಶ್ರೀರಾಮಾಂಘ್ರಿಯನು.
‖ 197 ‖

ಪುರುಷೋತ್ತಮನು ಕೇಳಿದ ರಾಕ್ಷಸೋತ್ತಮನನ್ನು ಪ್ರಶ್ನೆ ಲಂಕೆಯ,
"ಬಲವೇನು ಹೇಳಿರಿ ರಾವಣನ, ದುರ್ಬಲದ ವಿಷಯ, ವಿಸ್ಮಯ?"
"ಶಿವಪ್ರಸಾದ ಸ್ವಾಮಿ ಅವನಿಗೆ, ಆದರದು ದೊಡ್ಡ ಶಾಪ ಸಂಸಾರದ,
ಸುರಾಸುರ, ಕಿನ್ನರ, ಕಿಂಪುರುಷ, ಗಂಧರ್ವರಿಂದ, ಹಾನಿಯಾಗಲಾರದ."
‖ 198 ‖

"ಕುಂಭಕರ್ಣನೆಂಬ ಇವನಿಗಿನ್ನೊಬ್ಬ, ದೈತ್ಯಾಕಾರ ತಮ್ಮನು,
ಅನ್ನಭಕ್ಷಿಸಿ ಮಲಗಿದರೆ, ಯಮರಾಜನೇ ಚಕಿತನಾಗುವನು.
ಪ್ರಹಸ್ತನೆಂಬ ಸೇನಾಧಿಪತಿಯು, ಅಜೇಯ ಕವಚ ಅವನದು,
ಸುತ ಮಾಯಾವಿ ಇಂದ್ರಜಿತ, ಧನುರ್ಧರ ಯಾರಿಗೂ ಹೋಲಿಸಲಾಗದು."
‖ 199 ‖

"ಸಹಸ್ರ ರಾಕ್ಷಸ ಸೈನಿಕರವನ, ವೇಷವನು ರೂಪಾಂತರಿಸುವ,
ಲೋಕಪಾಲಕರಿಗೆ ಹೋಲಿಸಬಲ್ಲ, ಇವರ ಶಕ್ತಿ ಕಂಡು ಬರುವ.
ಎಲ್ಲ ಬಲ ಜ್ಞಾನದಿಂದ ನಾನು, ಸಂಪೂರ್ಣ ಸಹಾಯ ಮಾಡುವೆ,
ಸಾಗರ ದೇವತೆಯನು ಪ್ರಾರ್ಥಿಸಿರಿ ಪ್ರಭುವೇ, ಲಂಕೆಗೆ ಕರದೊಯ್ಯುವೆ."
‖ 200 ‖

"ಪ್ರಭು ಎಲ್ಲಕ್ಕಿಂತ ಹತ್ತಿರ", ಎಂದ ಹನುಮ, "ಇಲ್ಲಿಂದ ಇದೆ ಲಂಕೆ,
ಹಾರಿದ್ದೆ ನಾನು ಸ್ಮರಿಸಿ ನಿಮ್ಮಿಸರು, ಇಲ್ಲಿಂದ, ನನಗಿಲ್ಲ ಶಂಕೆ."
"ಹೌದು ಹನುಮ ನುಡಿದ ಮಾತಿನಲ್ಲಿ ಇರುವುದು ಸತ್ಯತೆ,
ಬೇರೆ ಉಪಾಯ ಹೂಡಬೇಕು, ತೀರ್ಮಾನಿಸುವೆ ಈ ಹೊತ್ತೇ." ‖ 201 ‖

"ಸಾಗರ ದೇವತೆಗೆ ಬೇಡಿಕೊಂಡು, ಉಪಾಯ ವಿನಮ್ರವಾಗಿ ಕೋರುವೆ,
ದಾರಿ ಮಾಡಿ ನೀರಿನಲ್ಲಿ, ಎಲ್ಲರ ಸಂಗ ಲಂಕೆಗೆ ಹೋಗುವೆ."
ಪೂರ್ವ ದಿಕ್ಕು ನಮಿಸಿ, ದರ್ಭೆ ಸಹಿತ ಕುಳಿತ ಶ್ರೀರಾಮನು,
ಕೇಶವ, ನಾರಾಯಣ, ಮಾಧವರಿಗೆ ಜಪಿಸಿ, ಮಂತ್ರಾಚಮನ ಮಾಡಿದನು.
‖ 202 ‖

ಮೂರು ಸೂರ್ಯ ಸಂಧ್ಯಾಕಾಲ ಮುಗಿದು, ರಜನಿ ಎಲ್ಲೆಡೆ ಹರಡಿತು,
ತಾಳ್ಮೆಯ ಮಿತಿ ತುಂಬಿ ರಾಘವನಿಗೆ, ಕಾಣಲಾರದ ಕ್ರೋಧ ಸಿಡಿಯಿತು.
"ಉತ್ತರ ಕೊಡುತ್ತಿಲ್ಲ ಯಾಕೆ? ಎನ್ನ ಪ್ರಾರ್ಥನೆ ಅಷ್ಟು ಕನಿಷ್ಠವೇ?
ಸೌಮಿತ್ರ ಕೋದಂಡ ತಾರೋ ನನ್ನ, ಸಾಗರವನೇ ನಾಶ ಮಾಡುವೆ."
‖ 203 ‖

ಖಿಡಖಿಡ ಸಿಡಿಲು ಬಿದ್ದ ಭಾಸ, ಚಾಪ ಬಿಗಿದ ಬಾಣವು,
ಅಂತಿಂತಹ ಶಸ್ತ್ರವಲ್ಲ, ಅಭಿಮಂತ್ರಿಸಿದ ಬ್ರಹ್ಮಾಸ್ತ್ರವು.
"ಜೀವಮಾನ ಸಾರ್ಥಕ ನಮ್ಮ", ವೀಕ್ಷಿಸಿದ ಎಲ್ಲ ವಾನರರು,
ಮುಂದೆ ಬರುವ ದೃಶ್ಯ ನೋಡಿ, ಇನ್ನೂ ಬೆರಗಾದರು. ॥ 204 ॥

ನೀರಿನಿಂದ ಬೆದರಿ, ಬೆವರಿ ಎದ್ದ ದೇವ ಸಾಗರ,
ಅವನ ಹಿಂದೆ ಅಡಗಿ ಹೌಹಾರಿದ, ನಕ್ರ ಸರ್ಪಾದಿ ಅಗರ.
ಹಿಮಾವತನಂತೆ ಕಾಣುತಾ, ಸಿಂಧು-ಗಂಗೆ ಬದಿಗೆ ಸತ್ಸರಿತವು,
ಕೈಮುಗಿದು ವಂದಿಸಿದರು, ಕೊಟ್ಟು ವಿನಂತಿ ಪತ್ರವು. ॥ 205 ॥

"ಬೇಡ ಸ್ವಾಮಿ ತಾಳಲಾರೆ, ಅಮಿತ ಪರಾಕ್ರಮ ನಿಮ್ಮದು,
ಊರ್ವೀ ಭೂವಿ ಘನರಸಾನಿಲ ನಿಯಮ ಪಾಲನೆ, ಸೃಷ್ಟಿಕರ್ತನದು.
ಉಪಾಯ ಅನನ್ಯವಿರುವದೊಂದು, ನಿಮ್ಮಲಿದ್ದ ಸಮರ್ಥ ನಳ-ನೀಲರು,
ಬಂಧಿಸುವರು ಸೇತು ಶಿಲೆಗಳಿಂದ ಬರೆದು, 'ಶ್ರೀರಾಮ' ನಿಮ್ಮ ಹೆಸರು.
॥ 206 ॥

ಶಾಂತನಾದ ರಘುರಾಯನು, ಅರ್ಣವ ದೇವಗೆ ಸಮ್ಮತಿಸಿದನು,
ಬ್ರಹ್ಮಾಸ್ತ್ರದ ಪರಿಹಾರ ಹೇಳಿ, ಸೃಷ್ಟಿ ಕೆಡಕು ಉಳಿಸಿದ ಸಾಗರದೇವನು.
"ಉತ್ತರಕೆ 'ದ್ರುಮಕುಲ್ಯ' ಸರೋವರ, ಅತಿ ಅಮಲ, ಈಗ ಕಲುಷಿತ,
ಕಪ್ಪುಕುಳಿ ಅದೊಂದು ಇಲ್ಲಿ, ರಾಕ್ಷಸರು ಮಾಡಿದ ಅನುಚಿತ." ॥ 207 ॥

ಭೇದಿಸಿದ ಬಾಣ, ಆದ ದೊಡ್ಡ ಕುಳಿ ಆಳದ,
ನವ ನಿರ್ಮಾಣವಾದ 'ಮರುಕಾಂತರ', ಪ್ರದೂಷಣವಿಲ್ಲದ.
ಧನ್ಯವಾದ ಒಪ್ಪಿಸಿ, ಸಮುದ್ರ ದೇವ ಹೊರಟು ಹೋದನು,
ದೊಡ್ಡ ಕೆಲಸ ಆರಂಭವಾಗಲು, ಕಲೆಗಾರ 'ನಳ'ನು ಬಂದನು. ॥ 208 ॥

ವಿಶ್ವಕರ್ಮ ಸುತನು, ತಂದೆಯಂತೆ ಅವನು ನಿಪುಣ,

ಸೇತು ಕಟ್ಟಿ ದಾಟಬೇಕು, ನೀಲಿ ನೀರು ಭರಿತ ಲವಣ.

ಬಾಗಿ ವಂದಿಸಿ ಶ್ರೀರಾಮನಿಗೆ, ಕಾರ್ಯಭಾರ ನೆರವೇರಿಸಿದಾ,

ಆಶೀರ್ವಾದ ಪಡೆದು ಶ್ರೀರಾಮನಿಂದ, ಕೆಲಸ ವಿಭಜಿಸಿದಾ. ॥ 209 ॥

ರಾಮಾಜ್ಞೆ ಪಡೆದು ಸಿಂಹ ಕಪಿಗಳು, ವನದಿ ಓಡಿ ಹೋದರು,

ಕಲ್ಲು ಸಣ್ಣ, ಬಂಡೆ ದೊಡ್ಡ, ಕಿತ್ತಿ ಸಿದ್ಧರಾದರು.

ಇನ್ನೂ ಅಗತ್ಯವಿರುವುದನ್ನು, ಕಿತ್ತು ತಂದ ಸಾಮಗ್ರಿಗಳು,

ಸಾಲ, ತಾಲ, ಧವ, ಕುಟಜ, ತಿಲಕ, ತಿನಿಶ ಕೆಲವು ವೃಕ್ಷಗಳು. ॥ 210 ॥

ಕಿತ್ತೆಸೆದ ಕಲ್ಲು ಬಂಡೆ, ಕ್ಷಿತಿರುಹಗಳು, ನೀರಿನಲ್ಲಿ ಬಿದ್ದವು,

ರೂಪಿಸಿದ ಸೇತು, 'ಸ್ವಾತಿ' ತಾರಾಮಂಡಲದಂತೆ ಸಿದ್ಧವು.

ಆಕಾಶದಿ ನಿಂತ ಸುರರು, ಚಕಿತ, ನೋಡಿ ಈ ದೃಶ್ಯವು,

ಸೈನ್ಯದ ಭಾರ ಪೂರ್ಣ ತಡೆದು, ನಡೆದು, ಮುಟ್ಟಿದ ಲಂಕೆ ನಗರವು. ॥ 211 ॥

ರಾಮಸೇನೆ ತಲುಪಿದ ಲಂಕೆಯ ದಡವನು, ರಾವಣ ಚಕಿತನಾದನು,

ಆಕ್ರಮಣದ ಮುನ್ಸೂಚನೆ ಊಹಿಸಿ, ರಾಜಸಭೆಯ ಕರೆದನು.

ಗಾಳಿಮಾತುಗಳನು ನುಡಿದರು, ಮಂದ ಮತಿಯ ಸಭೆಯವರು,

"ಇಂದ್ರಜಿತಾದಿ ನಾವೇ ಸಾಕು, ರಾಮನ ಸೋಲಿಗೆ ಕಾರಣರು." ॥ 212 ॥

ಕ್ಷಮತೆ ತಿಳಿದುಕೊಂಡ್ಡಿದ್ದ ರಾವಣ, 'ಶಾರ್ದೂಲ' ಗುಪ್ತ ದೂತನ ಕಳಿಸಿದಾ,

ನೋಡಿ ಬಂದ ರಾಮಸೇನೆ, ಸಕಲ ವಿವರ ಮನದ ಕಣ್ಬಿಟ್ಟಿ ಹೇಳಿದಾ.

"ಸಹಸ್ರ ರಿಕ್ಷವಾನರಗಣ, ಪುರದ ಆಚೆ ಬಂದಿದೆ,

ಅಮಿತ ಶರಧಿಯಂತೆ ಸೇನೆ, ಅತಿ ದೊಡ್ಡ ನಿಂತಿದೆ." ॥ 213 ॥

"ಎಂಥಾ ಸೂರ್ಯ ತೇಜ, ನಿಂತ ದಶರಥ ಪುತ್ರರು,

ಜಡ ಕೃಕಾಟಿಕ ಸುಗ್ರೀವ, ಹನುಮ, ರಾಮನ ವಾಮಲವಾಮರು.

ಕ್ಷೋಭೆಗೊಂಡ ರಾವಣ, ಪರಿಣಿತ ಶುಕನ ಕರೆದನು,

"ಸಂಧಾನದ ನೆಪದಿ ಶಕ್ತಿ ತಿಳಿದು ಬಾ, ಹೋಗೊ ನೀ", ಎಂದನು. ॥ 214 ॥

ತೇಲುತ ಗಾಳಿಯಲಿ, ವೇಷ ಬದಲಿಸಿ ಬಂದ ಶುಕನು,

ಕಂಡ ವಾನರರಿಂದ, ನೆಲಕ್ಕೆ ಜಗ್ಗಿಸಿಕೊಂಡು ಬಿದ್ದನು.

"ಅಯ್ಯೋ! ಇದೇನು ವರ್ತನೆ? ರಾಜದೂತ ನಾನೊಬ್ಬನು,"

ಕಪಿಗಳಿಂದ ಒಂದೇ ಸ್ವರವು, "ಇಳಿಸುವೆವು ನಿನ್ನ ಕೊಬ್ಬನು." ॥ 215 ॥

"ಯಾರ ದೂತನೀನು? ಗುಪ್ತಚಾರನೇನು ರಾವನ?"

ಸುಗ್ರೀವನ ಧ್ವನಿ ಕೇಳಿದ ಶುಕನಲ್ಲಿ, ಶರುವಾಯ್ತು ಕಂಪನ.

"ದೂತನಲ್ಲ ಇವನು, ನರಿಯಂತೆ ಬಂದ ಕೋಣ,

ನಡೆಯಿರೆಂದ ಅಂಗದ, "ಒಂದು ಕೈ ನೋಡಿಯೇ ಬಿಡೋಣ."

॥ 216 ॥

ತರಚಿ ಪರಚಿಕೊಂಡ ಶುಕನು, ರಾಮನನ್ನು ಹುಡುಕಿದಾ,
ಜೀವದಾನ ದೊರಕಿದಲ್ಲಿ, ಶ್ರೀಹರಿಯ ಭಾಷೆ ತಿಳಿದಾ.
ಮರಳಿ ತೆವಳಾಡುತ, ರಾವಣನೆದುರು ಹೋದನು,
ಅಯ್ಯಾ! ನಿಪುಣನೆಂದು ಕಳಿಸಿದೆ, ಬಾಲಕ ಇನ್ನೂ ನೀನು.” ॥ 217 ॥

“ಅಲಕ್ಷಬೇಡ ಪ್ರಭುಗಳೇ, ರಾಕ್ಷಸರಿಗೆ ಹೀಗೇ ಆಗುವುದು,
ಸೇನೆ ಅರ್ಣವದಂತೆ ಅಮಿತ ನಿಂತಿದೆ, ಕಂಡೆ ಭೂಮಿ ನಡುಗುವುದು.
ದ್ವ್ಯೆಷ್ಟಿಕ ನನ್ನ ಊಹೆ” ಎಂದ ಶುಕನು, “ಅಲ್ಲಿ ಎಲ್ಲ ನೋಡಿದ ನಾನು,
ಸೀತೆ ರಾಮಗೊಪ್ಪಿಸಿ, ಇಲ್ಲವೆ ಯುದ್ಧದಿ ತ್ಯಜಿಸೋಣ ತನುವನು.” ॥ 218 ॥

“ಅರಿವು ಇನ್ನೂ ತನ್ನಿ ರಾಮಸೇನೆಯ”, ಅಸಂತೃಪ್ತ ರಾವಣ,
ಶುಕನ ಜೊತೆಗೆ ಕಳಿಸಿದ ಇನ್ನೊಬ್ಬ, ಹೆಸರು, ಸಾರಣ.
ವೇಷ ಧರಿಸಿ ಕಪಿಗಳಂತೆ, ಕಪಿಯೋಧರಾಗಿ ಒಳಗಿಳಿದರು,
ವಿಭೀಷಣನ ಕಣ್ಣು ತಪ್ಪಲಿಲ್ಲ, ಸಿಕ್ಕ ಬುದ್ಧಿಹೀನ ಕಳ್ಳರು. ॥ 219 ॥

ಬಂಧಿಸಿದ ಇವರನು, ಪಾಶ ಬಿಗಿದು ಬಲವಂತವಾಗಿ ತಂದರು,
ಬೆದರಿ ನಡುಗಿ ಕೈಮುಗಿದು, ಶ್ರೀರಾಮನೆದುರು ನಿಂದರು.
ರಘುರಾಯನ ಮಂದಸ್ಮಿತ ನೋಡಿ, ಭಯಶೂನ್ಯರಾದರು,
ಬಂದ ಕೆಲಸವೇನೆಂದು, ಸರಿಯಾಗಿ ತಿಳಿಸಿ ಬಿಟ್ಟರು. ॥ 220 ॥

“ಕಳಿಸಿದ ನಮ್ಮನ್ನು ಲಂಕೇಶನು, ಬಲ ತಿಳಿಯಲು ಶ್ರೀರಾಮರ,
ನೋಡಿ ಬರಲು ಹೇಳಿರುವರು, ಒಂದೊಂದು ಸೂಕ್ಷ್ಮ ವಿವರ.”
“ತಿಳಿದುಕೊಂಡಿರಾ ಎಲ್ಲ?” ಅವರನು ಕೇಳಿದ ರಘುರಾಯರು,
“ಬೇರೆ ಏನೋ ಉಳಿದ ಕಾರ್ಯ ಇದ್ದರೆ, ತಿಳಿಸುವರು ವಿಭೀಷಣರು.” ॥ 221 ॥

"ಹಾನಿ ಆಗಲಾರದು ನಿಮಗೆ, ಮರಳಿ ಲಂಕೆಗೆ ಹೋಗಿರಿ,
ಹೊಸ ಜಾವದಲಿ ರಾಮಬಾಣದಿಂದ, ಲಂಕಾ ನಾಶ ನೋಡಿರಿ.
ತಿಳಿಸಿ ನಿಮ್ಮ, ದೊರೆಗೆ, ಹತ್ತು ಮೆದುಳಲಿ ಹೋಗಲಿ,
ಅಶೋಕ ವನದಿ ಬಚ್ಚಿಟ್ಟ ಶಕ್ತಿ ನನ್ನ, ನಿಂತಿಹೆನು ಅದರ ಹೊಸ್ತಿಲಲಿ." ‖ 222 ‖

ಮರಳಿದ ದೂತನಿಂದ, ವರದಿ ತಿಳಿದುಕೊಂಡನು ರಾವಣ,
"ಯುದ್ಧೋನ್ಮುಖ ಸೇನೆ ಪ್ರಭುಗಳೇ, ಕಣ್ಣಿಗೆ ಹಬ್ಬದಾಚರಣ.
ಶರದೃತುವಿನಂತೆ, ಚಂದ್ರಕಾಂತಿ ಉಳ್ಳ ರಾಮನು,
ಅದುರಿಸುವನು ಭೂಮಿ, ಅಲ್ಲಿರುವ ಪ್ರತ್ಯೇಕ ದಿಗ್ಗಜನು. ‖ 223 ‖

ಸಾಗುತ ಮಂತ್ರಿಗಣ ಸಂಗಡ, ರಾವನ ಕೋಪವೇರಿತಂಬರ,
ಅರಮನೆ ಹಿಮಸಮಾ ಶ್ವೇತವರ್ಣ, ಗುಡ್ಡದಷ್ಟು ಎತ್ತರ.
ಅಲ್ಲಿಂದ ಸೇನಾಲಂಕಾರ ನೋಡಿ, ಸಾರಣನ ಕಿವಿಯೋಳ್ ಪ್ರಶ್ನೆ ಮಾಡಿದ,
"ಮುಖ್ಯಸ್ಥರಾರು ವಾನರರ, ಯುವರಾಜ ಅವರ ತಂಡದ?" ‖ 224 ‖

"ಸುತ್ತಿರುವ ನೂರೆಂಟು ವೀರರು, ಕಾಣುತಿಹನಲ್ಲಿ ಎತ್ತರದ ವಾನರ,
ಕಿವಿ ಹರಿಯುವಂತೆ ಘರ್ಜಿಸುವನು, ಕೊಡುವರಾರಿಲ್ಲ ನಮ್ಮಲ್ಲಿ ಉತ್ತರ.
ಮಹಾದ್ವಾರದ ಗೋಡೆಗಳಲಿ, ಬಿರುಕು ಕಂಡು ಬಂದಿದೆ,
ಸೇನಾಧಿಪತಿ ಒಂದು ಭಾಗದ, 'ನೀಲ' ಅವನ ಹೆಸರಿದೆ. ‖ 225 ‖

"ಭೂಮಿ ಅಜ್ಜಿಬಜ್ಜಿ ಮಾಡುವ ದಷ್ಟಪುಷ್ಟ ಯುವಕನು,
ಬೀಸಿದ ಪುಚ್ಚ ಸಿಟ್ಟಿನಿಂದ, ಕೇಳುವುದು ದಶದಿಕ್ಕನು,
ಘನ ಬೆಟ್ಟದಂತೆ ಕಾಣುವ, ಹೊಗರು ಅಂದ ಕಮಲದ,
ಅರಿವು ನಿಮಗೆ ಅವನ ತಂದೆ, ವಾಲಿಪುತ್ರ 'ಅಂಗದ'." ‖ 226 ‖

"ಯಾಂತ್ರಿಕ, ಶೂರ ತಂಡೇಲನು, ಸಮುದ್ರ ದಾಟಿಸಿದವನು,
'ನಳ', ನೀಲ ಅನುಜ ಅಲ್ಲಿ ನೋಡಿ, ರಣಾಂಗಣ ಸಿದ್ಧನು.
ಚಟುಲ ಧೀರ ರಜಕ ವರ್ಣ, 'ಶ್ವೇತ' ಜಾಣ ವಾನರ,
'ಕುಮುದ' ಸೇನಾಧಿಪತಿ, ಆಳಿದ ರಾಜ್ಯ ಗೌಮತಿ ಸರಿತ ತೀರ." ‖ 227 ‖

"ಶರೀರ ದ್ಯುಮಣಿ ಬಣ್ಣದವನು, ಸುಕೇಶ ಧರಿತ ಮರ್ಕಟ,
'ಕಂದ' ಅವನಿಗೆನ್ನುವರು, ಕದನ ತಜ್ಞ ಉತ್ಕಟ.
ಮೈ ಬಣ್ಣ ಕಂದ ಕಿತ್ತಳೆ, ನೀಳ ಗೂದಲದವ ಸಿಂಹಾವೇಷ, 'ರಂಭ',
ಸಹ್ಯಾದ್ರಿ ಬೆಟ್ಟ ವಾಸಿ ಅವನು, ಗಟ್ಟಿನಿಂತ ಧ್ವಜಸ್ತಂಭ." ‖ 228 ‖

"ಕರ್ಣ ಕುಲುಕಿಸುವವ, ತೀಕ್ಷ್ಣ ನೋಟ ಅವನದೆಂದು ಕೇಳಿದ ನಾವು,
ಕೇಳಿ ಬಂದ ಅವನ ಶೌರ್ಯ, ರಣ ಹಿಂಜರಿತ ಅಸಾಧ್ಯವು.
ಶಕ್ತಿವಂತ ಅಭಯ ಸಾಹಸಿ, ಕಣ್ತುಂಬ ಕಾಣುವ 'ಶರಭ',
ಚತ್ವಾರಿಂಶತ ಲಕ್ಷ ಯೋಧರಿಗೆ, ಅವನಿರುವ ಪ್ರಿಯ ವಲ್ಲಭ." ‖ 229 ‖

"ಹಾರುವ ಪಕ್ಷಿ ಹಿಡಿಯುವಂತೆ, ದೊಡ್ಡ ವಾನರ ನಿಂತವ,
ಅಬ್ರ ಧೂಳಿನಂತೆ ಗುಡಿಸಿ, ಅರಿಯನು ಎತ್ತಿ ಎಸೆಯುವ.
ಮಹಾನಾಯಕ 'ಪಾನಸ', ಸಂಗ ಪಂಚಾಶತ ಸಹಸ್ರ ವೀರರು,
ಆದೇಶಿಸುವ ಧ್ವನಿ ಅವನದು, ಕೇಳಿದಂತೆ ಬಹು ಮೃದಂಗವಾದಕರು."
‖ 230 ‖

"ಅಷ್ಟ ಲಕ್ಷ ಸೇನೆಯೊಡನೆ, 'ವಿನಿತ' ಇನ್ನೊಬ್ಬ ಹೋರಾಡಲು,
'ಕ್ರಥನ', ಅವನ ದಂಡು, ಆತುರದಿ ನಿಂತ ಯುದ್ಧ ಮಾಡಲು.
ಕಾವಿ ಬಣ್ಣ ಮೈಕಟ್ಟಿನವನು, 'ಗವಯ', ಪ್ರಖ್ಯಾತನು,
ಲಂಕೆ ತಿಪ್ಪೆ ಮಾಡುವೆನೆಂದು, ಅವ ಪಣ ತೊಟ್ಟವನು." ‖ 231 ‖

"ಕುದಿಯುತಿರುವ ಅಗ್ನಿಪರ್ವ, ಮಧ್ಯದಲಿ ರಾಮನ ನೆರಳು,
ಅನುಜನವನೇ 'ಲಕ್ಷ್ಮಣ', ಬಿಲ್ಲು ಸುತ್ತಿದ ಕೈ ಬೆರಳು.
ಜಾಂಬವಂತನ ಜೊತೆ, 'ಧೂಮ್ರ' ಇವರು ರಿಕ್ಷರು,
ಸ್ನಾಯು ಶಕ್ತಿ ಅವರಂತಹ, ಕೆಲವೇ ನಮ್ಮ ದಾನವರು." ‖ 232 ‖

"ಬಾಲಾರ್ಕ ವರ್ಣ ಉಡುಪು ಧರಿಸಿ, ಕಾಯುತ ಹಲ್ಲು ಮಸೆಯುತ,
ವಾಸವ ಪೂಜಿಪ ವರುಣನಂತೆ, ರಿಕ್ಷವಾನರರಿಂದ ಭಜಿಪ ಈ ದಶರಥ
ಸುತ.
ಇವರೇ ಕೆಲವರು ಲಂಕೇಶರೇ, ನಮಗೆ ಕಂಡ ಯೋಧರು,
ಆಹಾ! ಕೊನೆಯವನು ಕನಿಷ್ಠವಲ್ಲ, ಪುರದವರು ನೋಡಿರುವರು." ‖ 233 ‖

"ಹೇಮ ಒರಪು ಕಣ್ಣು ಸೆಳೆವ, ವಜ್ರ ಸಮಾನ ದೇಹವು,
ದ್ಯೋತ ಕರ್ಣಕುಂಡಲ, ಗುಂಗುರ ಮೋಹಕ ಕೇಶವು.
ಗುರುತು ಪತ್ರವಿಲ್ಲದೇ, ಗತಕಾಲದಲಿ ಬಂದ ವಾನರ,
ಶಾಂತ ನಿಂತ ಹನುಮನು, ಆ ಉಗ್ರರೂಪ ಕಂಡ ಲಂಕಾಪುರ." ‖ 234 ‖

"ಸ್ವಾಮಿ ಹೂಡಬೇಕು ತಂತ್ರ ನೀವು, ಉಳಿಸಲು ನಮ್ಮನು,
ಮಂತ್ರ ಉಪಯುಕ್ತವಲ್ಲ, ಅಲ್ಲಿದ್ದ ಶತ್ರು, ನಿಮ್ಮ ತಮ್ಮನು.
ನವ ಯಂತ್ರ ಸೃಷ್ಟಿಸಿದರೂ, ಸಮಯ ಅಲ್ಪವಿರುವುದು,
ಉಳಿದ ಒಂದೇ ಉತ್ತರ, ಅಂತಃಶಕ್ತಿ ನಮ್ಮ ನಿಮ್ಮದು." ‖ 235 ‖

ಸುವೇಲ ಪರ್ವತದ ಹತ್ತಿರ ಬೀಡುಬಿಟ್ಟ ರಾಮಸೇನೆಯು,
ಸಮಾಚಾರ ಪ್ರಸರಿಸಿದ ದೂತರು, ನಗರದ ಮೂಲೆ ಮೂಲೆಯು.
ಚಿಂತೆ ಇರುವ ದಶಾನನ, ತೋರಿಸಲಾರದಿರುವನು,
ಎಲ್ಲ ಸಭಾಮಂತ್ರಿಗಳನು ಕರೆದು, ಪಿಸುಮಾತಿನಲಿ ವಿಮರ್ಶಿಸಿದನು.
‖ 236 ‖

ರೂಕ್ಷರಾಜನ ತಲೆಗಳಲ್ಲಿ, ಕುಟಿಲ ಉಪಾಯ ಹೊಳೆಯಿತು,
ರಾಮನ ಮನೋಬಲ ಒಡೆದರೆ, ಯುದ್ಧವಿಲ್ಲವೆನಿಸಿತು,
"ಬಲದ ಪ್ರತಿ ಬುದ್ಧಿ ಪ್ರಯೋಗಿಸಿ, ಸೀತೆಯ ನಾ ಪಡೆಯುವೆ,
ಮಾಯಾಜಾಲದಿ ರಾಮ ಮಡದಿಗೆ, ಅವನು ಮಡಿದನೆಂದು ತೋರುವೆ."
॥ 237 ॥

"ಎಲ್ಲಿ 'ವಿಧ್ಯುಜಿವ್ಹಾ' ", ಬರಮಾಡಿದ ಬಿರುಸು ಧ್ವನಿಯಲಿ ರಾವಣ,
ಬಾಗಿ ನಿಂತು ಕೇಳಿದನು, ಅವನು ಬಂದ ಕಾರಣ.
"ಮಾಯಾಜ್ಞಾನವೆಂದರೆ, ನೀನೇ ಅದರ ಗೂಡು,
ರಾಮಶಿರ, ಪ್ರತಿರೂಪ ಮಾಡಿ, ನನ್ನೆದುರು ತಂದಿಡು." ॥ 238 ॥

ತಂದ ಪ್ರತಿಮೆ ನೋಡಿ, ಯುದ್ಧ ಗೆದ್ದಂತೆ ವರ್ತಿಸಿದ ದಶಾನನ,
ಹೊನ್ನದ ಸ್ನಾನ ಮಾಡಿಸಿದ, ಮೆಚ್ಚಿ ಮಾಯಾವಿ ವಿಧ್ಯುಜಿವ್ಹನ,
ಅಶೋಕ ವನದಿ ರಾವಣ, ಸೀತೆಗೆ ಕಥೆ ಕಟ್ಟಿ ಹೇಳಿದಾ,
ಹೆದರಿಕೆ ಹುಟ್ಟಿಸಲು, ಮಿತಿಯಿಲ್ಲದೆ ಕೆಟ್ಟ ಮಾತು ನುಡಿದಾ. ॥ 239 ॥

"ಸೀತೆ ನಿನಗೊಂದು ಮಾತು ತಿಳಿಸಲು, ಧಾವಿಸಿ ನಾ ಬಂದೆನು,
ಯಾರ ಕಾರಣ ನನ್ನನ್ನು ದೂರ ಮಾಡಿರುವೆಯೋ, ಅವನ ವಾರ್ತೆ
ತಂದೆನು.
ಪುರದ ತೀರದಿ ರಾಮ, ಅವನ ಯೋಧರು ಬೀಡು ಬಿಟ್ಟಿದ್ದರು,
ನಿನ್ನ ಮುಂದೆ ನಿಂತವನ ದಂಡಿನವರಿಗೆ, ಎದುರಿಸಿ ಸೋತರು." ॥ 240 ॥

"ಪ್ರಹಸ್ತ ನನ್ನ ಸ್ಯೆನ್ಯದವನು, ರಾತ್ರಿ ಎಲ್ಲ ಧ್ವಂಸ ಮಾಡಿದನು,
ಅದರಲಿ ರಾಮ-ಲಕ್ಷ್ಮಣಿರುವ ವಾರ್ತೆ, ತಿಳಿಸಲು ಆತುರದಿ ಬಂದೆನು.
ದಿವ್ಯ ಬಿಲ್ಲು ಗುರುತಿಸು ಇದನು, ಸೇನೆ ಗಾಯಗೊಂಡಿದೆ,
ರಾಮಶಿರವು ಇಲ್ಲಿ ನೋಡು, ಒಪ್ಪಿಕೋ ನನ್ನನ್ನು, ಆಸೆಯೊಂದಿದೆ." ॥ 241 ॥

ನೋಡಿ ಘೋರ ದೃಶ್ಯ, ನಡುಗಿ ಸೀತೆ ನೆಲಕ್ಕೆ ಬಿದ್ದಳು,
"ಸ್ವಾಮಿ", ಶಿರವು ನೋಡಿ, ಶಕ್ತಿ ಸಂಗ್ರಹಿಸಿ ಮೇಲೆದ್ದಳು.
ಕೊರಗಿ ಅತ್ತು ಕಣ್ಣೀರು ಸುರಿಸುತಾ, ರಾವಣನಿಗೆ ಕೋರಿದಳು,
"ತಕ್ಷಣ ಇದೇ ಪಥದಿ ಕಳಿಸಿಬಿಡೆನಗೂ" ಬೇಡಿದಳು. ‖ 242 ‖

ಬಂದ ಕಿಂಕರನೊಬ್ಬ, ಲಂಕೇಶನಿಗೆ ಜಯ ಕೋರಿದಾ,
ತುರ್ತು ತೀರ್ಮಾನ ಪ್ರಹಸ್ತನ, ಅವಸರದಲಿ ತಿಳಿಸಿದಾ.
ವನ ಹೊರಗೆ ಹೋದ ಕ್ಷಣವು, ಶಿರ-ಬಿಲ್ಲು ಅದೃಶ್ಯವಾಯಿತು,
ಅಲ್ಲಿದ್ದ ಸೇವಕಿ ಒಬ್ಬಳಿಗೆ, ಮಾಯಾ ಜ್ಞಾನವೆಂದು ತಿಳಿಯಿತು. ‖ 243 ‖

'ಸರಮಾ' ,ಆ ಸೇವಕಿ, ವೈದೇಹಿಯ ಅತಿ ಪ್ರಿಯಳು,
ರೋದಿಸುವುದು ನೋಡಿ, ಸಾಂತ್ವನ ಕೊಡಲು ಬಂದಳು.
ಕೋಮಲವಾಗಿ ಹೇಳಿದಳು, ಕೆಲವು ಮಾತು ಜಡಸತ್ಯದ,
"ಸುಲೋಚನೆಗೆ ತಿಳಿಸಬೇಕು, ರಾವಣನ ಅಂತರ್ಭಯದ ವತ್ತಡ." ‖ 244 ‖

"ಮಾಯೆ ಎಲ್ಲ ಕಂಡ ನನಗೆ, ಕಷ್ಟ ಹಿಡಿಯಲು ನನ್ನ ನಗೆ,
ಅಸಾಧ್ಯ ಯೋಚಿಸಲು ಈ ಸ್ಥಿತಿ, ತ್ರಿಲೋಕದ ಪ್ರಭು ಶ್ರೀರಾಮರಿಗೆ.
ರಾಮ ರಮಣಿ ಅಳುವುದೇಕೆ, ಇದೇನು ನಿನ್ನ ಪಾಡು,
ಪೊರೆ ಸರಿಸುವ ಸರ್ಪದಂತೆ, ಚಿಂತೆ ದೂರ ಮಾಡು." ‖ 245 ‖

ಮರುಭೂಮಿಯಲಿ ಮಳೆ ಸುರಿದ ಹಾಗೆ, ಸೀತೆ ಹದುಳಗೊಂಡಳು,
ಪ್ರಜ್ಞೆ ತಿರುಗಿ ಬಂದಂತೆ, ಕಣ್ಣು ಒರೆಸಿಕೊಂಡಳು.
"ಸಂದೇಶವಿದ್ದರೆ ನಾ ಸರಮಾ, ಶ್ರೀರಾಮರ ಕಡೆ ಹೋಗುವೆ,
"ಬೇಡ", ಎಂದ ಸೀತೆ, "ರಾವನ ಯೋಜನೆ ತಿಳಿಯಲು ಸಾಧ್ಯವೇ?" ‖ 246 ‖

"ಇಚ್ಛೆ ನಿನ್ನಂತೆ ಜಾನಕಿ, ಸಂತೋಷದಿ ನಾ ಪಾಲಿಸುವೆ,
ರಹಸ್ಯವಾಗಿ ಕೊಟ್ಟ ಕಿವಿ, ಎಲ್ಲಾ ಪುನಃ ಹೇಳುವೆ."
ಮರಳಿದ ಸರಮಳನು ನೋಡಿ, ಎಲ್ಲಿಲ್ಲದ ಉತ್ಸಾಹ ಸೀತೆಗೆ,
ಅಪ್ಪಿಕೊಂಡು ಕುಳಿತುಕೊಳ್ಳಲು, ಬರ ಮಾಡಿದಳು ಬದಿಗೆ. ‖ 247 ‖

"ಬಹಳ ಅವನ ರಕ್ತದವರು, ಹೇಳಿ ಕೈ ಸೋತರು,
ಸೀತೆ ರಾಮಗೊಪ್ಪಿಪಸದಿದ್ದರೆ, ಉಳಿಯುವುದಿಲ್ಲ ರಾಕ್ಷಸರು.
ಲೋಭಿಯಂತೆ ಹಿಡಿದ ನಿಧಿ, ನೀನೊಂದು ಅವನದು,
ಮುಂದೆ ಬರುವ ಕಾಳಗದಿ, ಸ್ವತಂತ್ರ ನಿನಗೆ ಸಗುವುದು. ‖ 248 ‖

"ಕೇಳಿಸಿ ಕೊಂಡೆಯಾ, ವಾನರರ ರಣ ಕಹಳೆವಾದನ,
ಜಯ ಘೋಷ ಅನಿಸುತಿದೆ ಈಗಲೆ, ನಿನ್ನ ವಿಮೋಚನೆಯ ಸಾಧನ.
ಕೇಳಿ ಅದನು ರಾವನ ಮನೋಬಲ, ಪಾತಾಳ ತಳದಿ ಮುಟ್ಟಿದೆ,
ದ್ವಿತೀಯ ಸಮಯ ಅವನ ಉಪಾಯ, ತಿರುಗಿ ನೆಲಕಚ್ಚಿದೆ." ‖ 249 ‖

ಧಮಧಮಧಮ ಶಬ್ದದಿಂದ, ರಾವಣನು ಮದವೇರಿ ರೇಗಿದಾ,
ಕೋಪೋದ್ರೇಕದಿ ಸಭೆ ಕೇಳುವಂತೆ, ರಾಮನನು ದೂಡಿಸಿದಾ.
ಉಪದೇಶ ಕೊಡಲು ಬಂದ, 'ಮಾಲ್ಯವಾನ', ಅವನ ತಾತನು,
ಆದರ ಮೂರ್ತಿ ನಗರದ, ರಾಜ್ಯದ ಹಿರಿಯ ಸಲಹೆಗಾರನು. ‖ 250 ‖

"ಚತುರ್ದಶ ವಿದ್ಯಾಧರ ಲಂಕೇಶರೆ, ಮಹಿಮೆ ನಿಮ್ಮ ಹೆಚ್ಚಿನ,
ತೋರಿಸಿದವರು ನೀವೆಲ್ಲರಿಗೆ, ನಿಮ್ಮ ಶೈಲಿ ಬಲು ಕೆಚ್ಚಿನ.
ಭಾಸ ಎನಗೆ ಈ ಅರಿಯನು, ಕೀಳೆಂದು ತಿಳಿದುಕೊಂಡಿರುವಿರಿ,
ಈ ವಾದದ ಮುಖ್ಯ ಕಾರಣ 'ಸೀತೆ', ರಾಮನಿಗೊಪ್ಪಿಸಿರಿ." ‖ 251 ‖

"ಸುರ ಮುನಿ ಗಂಧರ್ವರು, ರಾಮನ ಹಿತ ಬಯಸುವವರು,
ಗೆಲ್ಲಬೇಕು ಅವನು ಎಂದು, ಸತತ ಹಾರ್ಯೆಸುವವರು.
ಕ್ಷಮಿಸಿ ಅಡಿಗರಾಗಿರುವಿರಿ ನೀವು ನಿಮ್ಮ ಇಂದ್ರಿಯದ,
ನಿಮ್ಮ ಆಹುತಿಯ ಆಶಿಸಿಹರು, ಜರುಗಿಸಿ ಹುತಾಶನನ ಯಾಗದ." || 252 ||

"ಅಗ್ನಿ ಮತ್ತು ಪವಿತ್ರ ಧೂಮ್ರ, ಉದಿತ ಯಜ್ಞದಿಂದ,
ಅಜಯ ಕೋರುವ ನಮಗೆ, ಕೇಳಿದ ವೇದಗಳ ನಾದ ಅಂದ.
ದಶ ದಿಕ್ಕುಗಳಲಿ ಹರಡುತ್ತಿದೆ, ಅವರ ಆಶೀರ್ವಾದವು,
ಕ್ಷೀಣಿಸುವುದು ಶಕ್ತಿ ನಮ್ಮ, ಅಸಾಧ್ಯ ಮುಂದೆ ಗೆಲುವು." || 253 ||

"ವರಪ್ರಸಾದ ದೊರಕಿದೆ ನಿಮಗೆ, ನಿಮ್ಮ ಕ್ಷೇಮ ನಮ್ಮದು,
ದೇವ, ದಾನವ, ಯಕ್ಷರಿಂದ, ನಿಮಗೆ ಹಾನಿ ಆಗದು.
ದಾಳಿ ಹಾಕುವ ಸೈನ್ಯ, ಈ ಯಾವ ಒಂದೂ ಪಕ್ಷದ್ದಲ್ಲ,
ನರ, ರಿಕ್ಷ, ಗೋಲಾಂಗುಲರನು ಗೆಲ್ಲಲು, ನಮ್ಮಿಂದ ಸಾಧ್ಯವಿಲ್ಲ." || 254 ||

"ನಾನಾ ಪ್ರಕಾರದ ಅಪಶಕುನಗಳು, ಕೇಳಿದಿರಿ ನೀವು ಹಿಂದೆ,
ನಮ್ಮೆಲ್ಲರನ್ನು ಉಳಿಸಲು ಸಾಧ್ಯ, ಕೇವಲ ನಿಮ್ಮ ಕೈಯಿಂದೆ.
ರಾಮ ನರನು ಇರಬಹುದು, ನಿಜಸ್ವರೂಪ 'ನಾರಾಯಣ'ನ,
ಸಂಕಲ್ಪಿಸಿದ ಸುರರ ಯೋಜನೆ, ದಹನ ಮಾಡಲು ರಾವಣನ." || 255 ||

"ಕೇಳುತಿಲ್ಲ ಕಿವಿಗಳು", ಎಂದ ರಾವ, "ಅಡಿಗಡಿಗೆ ನುಡಿದ ಶಬ್ದವನು,
ನಿರ್ಗತಿಕನೆಂದು ತಿಳಿದಿರುವಿರೇನು, ಈ ನನ್ನ ಪ್ರಭುತ್ವವನು?
ಆ ಸಮಾನ್ಯ ನರನ ಹೋಲಿಸಿ ನನಗೆ, ಅವಮಾನ ಅತಿ ಹೆಚ್ಚಾಗಿದೆ,
ನಿಷ್ಠ ನಿಮ್ಮೆಲ್ಲರದು ನಿಮ್ಮ ರಾಜನ ಮೇಲೆ, ಕೊಂಡಾಡಿ ನಾ ಮೆಚ್ಚಿದೆ."
|| 256 ||

"ಚರ್ಚೆ ಸಾಕು, ನಕ್ಷೆ ಹೀಗೆ, ಉಳಿಸಲು ನನ್ನ ಹೊನ್ನ ನಗರ,
ಪೂರ್ವಕೆ ಪ್ರಹಸ್ತ, ಅದರ ಅಭಿಮುಖಿಕೆ, ಇಂದ್ರಜಿತ ಧೀರ.
ದಕ್ಷಿಣಕ್ಕೆ ಹೋಗುವವರು, ಮಹಾಪಾರ್ಶ್ವ ಮಹೋದರ,
ಶುಕ-ಸಾರಣರೊಡನೆ ನಿಲ್ಲುವೆ ನಾ, ಉತ್ತರ ತೀರ." ‖ 257 ‖

"ವಿರೂಪಾಕ್ಷ ಪರಾಕ್ರಮಿ, ವ್ಯಾಪಿಸುವ ನಗರ ಮಧ್ಯ ಭಾಗವು,
ಮುಂಜಾಗ್ರತೆ ಇರಲಿ, ಸುರಕ್ಷೆ ನನಗೆ ಪ್ರಮುಖವು.
ಸಂಪೂರ್ಣ ಸಭೆಯಿಂದ ಪ್ರಶಂಸೆ ಮಾಡಿಸಿಕೊಂಡ ರಾವಣನು,
ನಿರ್ದೇಶನ ಕೊಟ್ಟು ಎಲ್ಲರಿಗೆ, ಏಕಾಂತಕೆ ಹೋದನು. ‖ 258 ‖

ರಾಮನ ನೆಲೆಯಲ್ಲಿಯೂ, ಎಲ್ಲ ಸಿದ್ಧತೆ ಪ್ರಾರಂಭಿಸಿದರು,
ಎಲ್ಲ ವಾನರ ದಿಗ್ಗಜರು, ವಿಭೀಷಣನ ಕಡೆಗೆ ಹೋದರು.
ರಾವಣನು ಹಿಂದೆ ಸರಿಯಲು, ಆಯ್ಕೆಗಳೇನು ಕೇಳಿದರು,
ನಾಲ್ಕು ದಿಕ್ಕು ಲಂಕೆಯ ನಿಂತವರಾರೆಂದು, ತಿಳಿದುಕೊಂಡರು. ‖ 259 ‖

"ಅತಿಥೇಯರ ಪಡೆಗಳು ಶಾಂತವಾಗಿ, ಎಲ್ಲ ಕಡೆ ಹರಡಿದೆ,
ನಮ್ಮ 'ಪಾನಸ-ಸಂಪಾತಿ'ಯರ ತಂಡಗಳು, ಪುರದೊಳಗೆ ವ್ಯವಸ್ಥೆ
ನೋಡಿದೆ.
ವಿಸ್ತರಿಸಿದ ದಶಸಹಸ್ರ ಗಜಬಲ, ದ್ವಿಗುಣ ಅಶ್ವ ಸೇನೆಗಳು,
ಇವುಗಳನು ಮೀರುವ ಎಣಿಕೆ, ದಶಲಕ್ಷ ಪದಾತಿ ಪಡೆಗಳು." ‖ 260 ‖

ತಿಳಿದು ಅವುಗಳನೆಲ್ಲ ಪಂಕಜಾಕ್ಷನು, ಸ್ಪಷ್ಟವಾಗಿ ಹೇಳಿದನು,
"ಮೂಡಲ ದಿಕ್ಕಿನ ಪ್ರಹಸ್ತನ, ಆಕ್ರಮಿಸುವ ನೀಲನು.
ದಕ್ಷಿಣ ದ್ವಾರದವರನು ತುಳಿಯುವ, ಅಂಗದ ಯುವರಾಜನು,
ಪಶ್ಚಿಮ ಬಾಗಿಲಪ್ಪಳಿಸಿ, ನಗರ ಪ್ರವೇಶಿಸಲು ಹನುಮನು." ‖ 261 ‖

"ಕಾದಿಟ್ಟ ಹಕ್ಕು ನನ್ನದು, ಲಂಕೇಶನಿಗೆ ನಾನು ಕಾಟಕ,
ಕಂಗೊಳಿಸುವ ಬಾಣ ನನ್ನ, ಭೇದಿಸಲು ಅವನ ಕವಚ ಹಾಟಕ.
ಅವನು ನಿಂತ ದಿಕ್ಕಿಗೆ, ಸೌಮಿತ್ರನ ಜೊತೆ ಪ್ರವೇಶ ಮಾಡುವೆ,
ಸಮಯ ಸರಿ ನೋಡಿ, ಭೂಮಿಯ ಈ ಭಾರ ಇಳಿಸುವೆ." ‖ 262 ‖

ಸುವೇಲ ಪರ್ವತ ಏರಿ ನಿಂತ, ಶ್ರೀರಾಮಲಕ್ಷ್ಮಣರು,
ಹಿಂಬಾಲಿಸಿದ ಅವರನು, ಸುಗ್ರೀವ ವಿಭೀಷಣರು.
ಅಲ್ಲಿಂದ ಕಂಡ ಹೊನ್ನ ನಗರದ, ದೃಶ್ಯ ಅದ್ಭುತ,
ಕೋಟೆಯಲಿ ನಿಂತ ರಕ್ಕಸರು, ಜೋರಾದ ಸದ್ದು ಮಾಡುತ. ‖ 263 ‖

ರಾವನಿಂತ 'ತ್ರಿಕೂಟ', ಗಗನ ಮುಟ್ಟಿದ ಪರ್ವತವು,
ಬಹು ಎತ್ತರ ದ್ವಾರ, ಭಾಸ ವಿಸ್ತಾರ ಶ್ವೇತ ಮೇಘವು.
ಹೇಮ-ರಜತ ಕೋಟೆ, ಕೌತುಕ ಪಡುವ ಸಕಲ ಸುರಾಸುರ,
ಅಲಂಕೃತ ದೇವಾಲಯಗಳಿಂದ, ಅನಿಸುತ್ತಿದೆ 'ನಾರಾಯಣಪುರ'." ‖ 264 ‖

ಅನೇಕ ವೃಕ್ಷಗಳಿರುವ-ಚಂಪಕ, ಅಶೋಕ, ಸಾಲ, ತಾಲ, ಸಪ್ತಪರ್ಣ, ಅರ್ಜುನ,
ಸಂಗ ಕಂಪುಳ್ಳ ಪುಷ್ಪ ಲತೆಗಳೂ, ಸದೃಶ ನಂದನವನ ಸೃಷ್ಟಿಕರ್ತನ.
ತಿಳಿದುಕೊಂಡ ರಾಘವ, "ಕೆಡಕು ಮಾಡಬೇಕ ಈ ಬೆರಗಿನ ಪ್ರದೇಶಕೆ,
ಇದೇ ಯುದ್ಧಭೂಮಿ, ರಾವಣನ ದಹನ ಮಾಡುವುದಕೆ." ‖ 265 ‖

ಸುವೇಲ ಬೆಟ್ಟದಿಂದ ಕಂಡ, ಕಪ್ಪು ಮೇಘದಂತೆ ದಶಶಿರ,
ಸೇವಕರು ಹಿಡಿದ ಭತ್ರ, ಬೀಸುತ್ತಿದ್ದ ಶ್ವೇತ ಚಾಮರ.
ಐರಾವತದ ಮುಂಬಲ್ಲು ಇರಿದ, ಉರಗಾಯದ ಗುರುತು ಕಂಡ,
ರಕ್ತವರ್ಣ ಉಡುಪು ಧರಿಸಿ, ದೂರ ನಿಂತ ಭಂಡ. ‖ 266 ‖

ಆವೇಗ ತುಂಬಿ ಮಲ್ಲಯುದ್ಧಕೆ, ಹಾರಿದ ಸುಗ್ರೀವನು,
ಲಂಕೆ ದ್ವಾರದೆದುರು, ಧೂಮಕೇತು ಕಂಡ ದಶಗ್ರೀವನು.
ಕೈ ಕಟ್ಟಿ ನಿಂತ ಕಪೀಂದ್ರನು, ಮನ ಬಿಚ್ಚಿ ಹೇಳಿದಾ,
"ಶ್ರೀರಾಮರ ಮಿತ್ರ ನಾನು", ಕೊನೆಯ ಇಚ್ಛೆ ರಾವನ ಕೇಳಿದಾ. ‖ 267 ‖

ಮಿಂಚು ವೇಗದಿ ಜಿಗಿದು, ಅವನ ಕಿರೀಟವ ಎಸೆದನು,
ಸರಿಯಾದ ಜಾಗಕ್ಕೆ ಬಂದು ಮುಟ್ಟಿತದು, ರಾಮನ 'ಶ್ರೀ' ಚರಣಗಳನು.
ಕೈ ಮೈ ಘರ್ಷಣೆಯಾಗಿ, ಉಬ್ಬರಿಸಿದ ಅವರಿಬ್ಬರ ಕೋಪ, ಕೆಂಪು,
ಅಚ್ಚರಿಗೊಂಡ ರಾವಣ, "ಎಲ್ಲಿಂದ ಬಂದಿತು ಊಹಿಸಲಾರದ ಈ ಸಂಪು."
‖ 268 ‖

ಎತ್ತಿ, ಒಗೆದು, ಮುಗ್ಗರಿಸಿ, ಮುದುರಿಕೊಂಡರು,
ಕಪಿ-ರಾಕ್ಷಸ ಕಾಳಗ ಭೀಷಣ, ಎಲ್ಲರು ಕಂಡರು.
ಬಿದ್ದು ಎದ್ದು ಗುದ್ದಿದ್ದ ಸದ್ದು, ಎಲ್ಲರಲ್ಲಿ ಕೇಳಿದ್ದು,
ಮುಂದೆ ಬರಲಾರರಾರು, ಈ ಕದನ ನಿಲ್ಲಿಸಲೆಂದು. ‖ 269 ‖

ಮಲ್ಲಯುದ್ಧ ನಡೆದಲ್ಲಿ ರಾವ, ಮಾಯೆಯನು ತಂದನು,
ತಕ್ಷಣ ಸುಗ್ರೀವ ಜಯಘೋಷದಿ, ತಿರುಗಿ ಹಾರಿ ಬಂದನು.
ಕಪಿಗಳೆಲ್ಲ ಜಯಗಾನ, ಏಕಸ್ವರದಿ ನುಡಿದರು,
ಓರೆಗಣ್ಣು ನೋಟದಿ ಮಂದಸ್ಮಿತವ ಧರಿತ ಮಿತ್ರ, ಶ್ರೀರಾಮರು. ‖ 270 ‖

"ಆವೇಶ ಕಾರ್ಯ ಸುಗ್ರೀವರೆ, ಕೆಡುಕು ನಮಗಾಗಬಹುದಿತ್ತು,
ಸೈನ್ಯದ ಪ್ರಧಾನಿ ನೀವು", ಅಂದ ಶ್ರೀರಾಮನು, "ಯಾಕೆ ಬೇಕಾಗಿತ್ತು?"
"ಕ್ಷಮಿಸಿ ಶ್ರೀರಾಮರೆ, ತಡೆಯಲಾರದ ಸಿಟ್ಟು ತೋರಿದೆ,
ಕದ್ದೊಯ್ದ ಸೀತಾಮಾತೆಯ ಅಪರಾಧಿಯ ನೋಡಿ, ಹೀಗೆ ನಾ ಮಾಡಿದೆ."
‖ 271 ‖

"ಶಾಸನ ಪಾಲನೆ", ಎಂದ ಶ್ರೀರಾಮ, "ಪ್ರಥಮ ಬೇಕು ಯೋಧರಲ್ಲಿ,
ಕೇಡು ನಿಮಗಾದರೆ, ಎನಗೆ ಅಸಾಧ್ಯ ಉತ್ತರಿಸಲು ಜಗದಲ್ಲಿ.
ಸಾಗೋಣ ಮುಂದೆ, ಮರೆಯುವುದೇ ಸರಿ ಇಂಥ ಜೀವಪಾತಗಳನು,"
ಹೀಗೆಂದ ಶ್ರೀರಾಮರ ಜೊತೆ, ಬೆಟ್ಟ ಇಳಿದು ಕೆಳಗೆ ಬಂದನು. ‖ 272 ‖

ಭೂಮಿ ಅನಿಲ ತುಂಬಿದ ಲಂಕೆಯನು, ವಾನರ ಸೇನೆ ದಬ್ಬಿತು,
ಗೋಡೆಗೆ ಅಂಟಿ ನಿಂತ ರಿಕ್ಷರೊಡನೆ, ಬೆಟ್ಟ ಮರೆಯಾಯಿತು.
ಸಲಹೆ ಕೇಳಿ ಎಲ್ಲರ, ಶ್ರೀರಾಮ ಹಿಂಸೆ ತಡೆಯಲು ಯೋಚಿಸಿದಾ,
"ಭಾಷೆ ನನ್ನ ಲಂಕೇಶನೆದುರು ನುಡಿ", ಅಂಗದನ ಕೋರಿದಾ. ‖ 273 ‖

"ಪ್ರಖ್ಯಾತಿಯನು ತ್ಯಾಗ ಮಾಡಿ ನೀನು, 'ರಾಜ್ಯಹಾಳ'ನೆನಿಸಿದೆ,
ಋಷಿ, ದೇವ, ಗಂಧರ್ವ, ಅಪ್ಸರೆಯರ ಪೀಡೆಗೆ, ಕಾರಣೀಭೂತನಾದೆ.
ಮಿತಿಮೀರಿದ ದುಷ್ಕರ್ಮ, ಸೀತೆಯನು ನೀ ಅಪಹರಸಿದೆ,
ಗೌರವವಿಟ್ಟು ಒಪ್ಪಿಸವಳನು, ಅಂತಿಮ ಎಚ್ಚರಿಕೆ ಇದೇ." ‖ 274 ‖

"ಭೂಲೋಕದ ರಾಕ್ಷಸರನು ಬಾಣದಿಂದ, ನಾ ರಿಕ್ತ ಮಾಡುವೆ,
ಕ್ಷಮೆ ಕೇಳು ಸೀತೆ ಅಪಹರಿಸಿದ ಪಾಪಕೆ, ಜೀವದಾನ ಕೊಡುವೆ.
ನಿನ್ನ ಅನುಜ ವಿಭೀಷಣ, ರಾಜ್ಯವಾಳುವ ವಿರೋಧವಿಲ್ಲದೆ,
ಮುತ್ತಿಕೊಂಡಿರುವ ನಿನ್ನನ್ನು ಅವಿವೇಕಿಗಳು, ಸೋದರನ ದೂರ ಮಾಡಿದೆ."
‖ 275 ‖

"ದ್ವಂದ್ವಕೆ ನೀ ಸಿದ್ಧನಾಗು, ಬಾಣ ನಿನ್ನನು ಬೆನ್ನಟ್ಟುವುದು,
ಚತುರ್ದಶ ಲೋಕದಿ ಅಡಗಿದರೂ, ಅದರ ಗುರಿ ನೀನೇ ಇರುವುದು.
ಸಿದ್ಧನಾಗು ಕುಲದ ಅಪಕರ್ಮಗಳಿಗೆ, ನೀನೇ ಸಂಪೂರ್ಣ ಕಾರಣ,
ನೆನಪಿರಲಿ, ರಾಮನ ಕೈಯಲಿರುವ ಜೀವ, ಅದೇ 'ರಾವಣ'." ‖ 276 ‖

ದಿವ್ಯಾದೇಶ ಹೊತ್ತು, ತಾರಾಸುತ ಅರಮನೆಗೆ ಹೋದನು,
ಉದಿತ ತೇಜದಿ, ರಾವಣನ ಸಭೆಯಲಿ, ಆ ವಚನ ಪುನರುಚ್ಚರಿಸಿದನು.
ಕೆರಳಿದ ಕಿರುಬನಂತೆ ರಾವ, "ಬಂಧಿಸಿ ವಧೆ ಮಾಡಿರವನನು",
ವಕ್ರಾಕಾರ ಚತುರ್ರ್ಯೂಕ್ಷರು, ಬಿಗಿ ಹಿಡಿದರು ಅಂಗದನನು. ‖ 277 ‖

ಅದರಲ್ಲಿಯ ತ್ರಿಮೂರ್ಖಿರನು ಬಿಗಿದು, ಮೆಟ್ಟಿ ಹಾರಿದ ಅಂಬರ,
ಇಪ್ಪತ್ತು ವಿಭುನೇತ್ರಗಳಿಗೆ ಕಂಡ, ನಂಬಲಾರದ ಅವಾಂತರ,
ಬೆಟ್ಟದಂತಿರುವ ಸಭೆಸೂರು ಏರಿ, ಪಕ್ಷಿನೋಟ ವೀಕ್ಷಿಸಿದ ಅಂಗದನು,
ಎಣಿಸು ಬೆರಳಲಿ ದಿನಗಳೆಂದು, ಹಾರಿ ರಾಮನ ಕಡೆ ಬಂದನು. ‖ 278 ‖

ವಾನರ ಸೇನೆಯ ಹರುಷ ಕೂಗು, ಕೇಳಿಬಂದ ಸ್ವರವು ಒಂದೇ,
"ಕ್ಷಮಿಸಿ ಪ್ರಭುಗಳೆ" ಎಂದ ಅಂಗದ, "ದೂತನಾಗಿ ಹೋಗಿ, ಯೋಧನಾಗಿ
ಬಂದೆ.
ಒಪ್ಪುವ ಸ್ವಭಾವದವನಲ್ಲ, ಅಹಂಕಾರ ತುಂಬಿದ ರಾವನ ತಲೆಗಳು,
ಬುಡ ಸಮೇತ ಕಿತ್ತಿ ಕತ್ತರಿಸಬೇಕು, ಆ ವಿಷವೃಕ್ಷದ ಎಲೆಗಳು." ‖ 279 ‖

ಹೌಹಾರಿದ ರಾವಣ, ದಿಗ್ಗಜರಿಗೆ ದಾಳಿ ಮಾಡಲಾದೇಶಿಸಿದನು,
ಪೂರ್ಣವಿರಾಮ ಸೀತೆಯ ದುಃಖಿಕೆ, ರಣಕಹಳೆ ಊದಿದ ರಾಮನು.
ತಡೆಯಲು ರಕ್ಕಸರನು, ಭೂಮಿ ತುಳಿದು ಹಾಕಿದ ವಾನರರಿಕ್ಕರು,
ಹೇಮ ದ್ವಾರ ಒಡೆದು, ಮಾತಂಗಗಳಂತೆ ನಗರದೊಳ ನುಗ್ಗಿದರು. ‖ 280 ‖

ರಾಮ ಲಕ್ಷ್ಮಣ ಸುಗ್ರೀವರ, ಜಯಘೋಷ ಕೇಳಿಬಂದಿತು,
'ಕುಮುದ' ಹಾಗು ಧೀರರಿಂದ, ಪೂರ್ವದ್ವಾರ ವಶದಲಿತ್ತು.
ದಕ್ಷಿಣದಿಂದ ಬರುವವರ ಹಿಡಿಯಲು, 'ಶತಾವಲಿ'ಯ ಯೋಧರು,
ತಾರಾಪಿತ 'ಸುಷೇಣ'ರು, ಪಶ್ಚಿಮದವರ ಶ್ವಾಸ ಹಿಡಿದರು. ‖ 281 ‖

ಸ್ವತಃ ರಾಮ ಅನುಜ ಅವರ ಸಂಗ, ಉತ್ತರಕೆ ಸುಗ್ರೀವನು,
'ಗಜ', 'ಗವಯ', 'ಗಂಧಮಾದನ', 'ಶರಭ' ಕಾವಲಿದ್ದವರು,
'ಗವಾಕ್ಷ' ಒಂದು ಪಕ್ಕಕೆ, ಇನ್ನೊಂದು ಬದಿಗೆ 'ಧೂಮ್ರ'ನು,
ಸಿದ್ಧತೆ ಲಂಕೆಯ ವಿರುದ್ಧ ನೋಡಿ ರಾವಣ, 'ಆಕ್ರಮಣ' ಎಂದನು. ‖ 282 ‖

ಖಡ್ಗ ಭಾಲೆ ಗದೆಗಳ ಘರ್ಷಣೆ, ಉದಿತ ಅಗ್ನಿ ಕಣಗಳು,
ಕಿತ್ತೆಸೆದ ವೃಕ್ಷ ರಾಕ್ಷಸರ ಮೇಲೆ, ಮುಚ್ಚಿತವರ ಕಣ್ಣಳು.
ಕೋಟೆಯ ಮೇಲೆ ನಿಂತ ಅಸುರರು, ನಾನಾ ಅಸ್ತ್ರ ಎಸೆದರು,
ಜಿಗಿದು ಜಗ್ಗಿದರು ವಾನರರವರನು, ಅಪ್ಪಳಿಸಿ ನಾಶ ಮಾಡಿದರು. ‖ 283 ‖

ವಿವಿಧ ವಾನರ-ರೂಕ್ಷರ ಜೋಡಿ, ಹೆಸರಾಂತವಾದ ಪ್ರಸಂಗ,
'ತ್ರಿಯಂಬಕ'–'ಅಂಧಕ', 'ಅಂಗದ'–'ಇಂದ್ರಜಿತ', 'ಸಂಪಾತಿ'–'ಪ್ರಂಜಘ',
'ಹನುಮ'–'ಜಾಂಬುಮಾಲಿ', 'ಗಜ'–'ತಪನ', 'ನೀಲ'–'ನಿಕುಂಭ',
ಹಲವಾರು ಇನ್ನೂ ಇರುವರು, ಬರೆಯಲು ಪುಸ್ತಕದ ಪುಟ ತುಂಬ. ‖ 284 ‖

ಘೋರ ಕದನ ನಡೆದು, ಬಹು ಯೋಧರು ಗಾಯಗೊಂಡರು,
ಕುಗ್ಗಿತು ರಾಕ್ಷಸರ ಸಂಖ್ಯೆ, ಕಾರಣ ನಿರ್ಭಯ ವಾನರರು.
ದಾನವರ ಮನದ ನೋವು ಹೆಚ್ಚು, ದೇಹದ ರಕ್ತ ಹರಿಯುವ ಅಲ್ಲಲ್ಲಿ,
ಸೂರ್ಯನಿಗೆ ಸಲ್ಲಿಸಿದರು ಧನ್ಯವಾದಗಳು, ಮುಳುಗಿ ವಿರಾಮ ಕೊಟ್ಟಲ್ಲಿ."
‖ 285 ‖

ರಜನಿ ಹರಡಿದಂತೆ, ಕೆಲವು ನಿಶಾಚರರ ಶಕ್ತಿ ಹೆಚ್ಚಾಗಲು,
ಅರಿಷಡ್ವರ್ಗಗಳಂತೆ ಬಂದರವರು, ಶ್ರೀರಾಮನ ವಧೆ ಮಾಡಲು.
'ಯಜ್ಞಶತ್ರು', 'ಮಹಾಪಾರ್ಶ್ವ', 'ವಜ್ರದಂಷ್ಟ್ರರು' ಮೊದಲಾದವರು,
ಮಹೋದರ, ಶುಕ, ಸಾರಣ, ಜೊತೆಗೂಡಿದ ಇನ್ನೂ ಮೂವರು. ‖ 286 ‖

ರಾಮಬಾಣ ಭೇಧಿಸಿತು ಇವರನು, ಕೆಂಪು ಕಾರಂಜಿ ಕಂಡಿತು,
ಭಸ್ಮವಾದ ಪತಂಗದಂತೆ, ಜೀವ ಕಥೆ ಮುಗಿಯಿತು.
ತುದಿ ಬಾಣ ತೀಕ್ಷ್ಣ ಹೊನ್ನಿನ, ಕಂಡಂತೆ ರಾತ್ರಿಯಲಿ ಮಿಂಚು ಹುಳು,
ರಾಕ್ಷಸರ ಗಣನೆ ಕುಗ್ಗಿ, ಮತ್ತೆ ಕೇಳಿದ ಕೂಗಾಟ ಅಲು. ‖ 287 ‖

ಅಂಗದ ಯುವರಾಜನು, ಇಂದ್ರಜಿತನ ಎದುರು ಹೋರಾಡಿದಾ,
ರಥದ ಅಶ್ವ ಸಾರಥಿಯನು, ಕ್ಷಣದಿ ಧ್ವಂಸ ಮಾಡಿದಾ,
ಆಯಾಸದಿಂದ ಇಂದ್ರಜಿತ, ಮಾಯೆ ಒಂದು ಹೂಡಿದಾ,
ಮತ್ತೊಮ್ಮೆ ಭೇಟಿಯಾಗುವೆನೆಂದು, ಕೂಡಲೆ ಅದೃಶ್ಯನಾದಾ. ‖ 288 ‖

ಮುಂದುವರೆದ ಮಾಯಾ ಜಾಲದ ಬಲದಿ, ಸರ್ಪಪಾಶ ಬಿಗಿದನು,
ಬಾಣವದು ರಾಮ ಲಕ್ಷ್ಮಣರನು ತಟ್ಟಿ, ಪ್ರಜ್ಞೆ ರಹಿತ ಮಾಡಿದನು.
ನೋಡಿ ಇದನು ಕಪಿಗಳು, ದುಃಖಿತರಾಗಿ ಹತಾಶಗೊಂಡರು,
ವಿಭೀಷಣರು ಸಂತೈಸಿ ಅವರನು, ಸಮಾಧಾನಿಸಿದರು. ‖ 289 ‖

"ಚಿಂತೆಬೇಡ ಸುಗ್ರೀವರೆ, ಸಹೋದರಿಗೇನೂ ಆಗದು,
ಚೇತರಿಸಿಕೊಳ್ಳುವರು", ಎಂದ ವಿಭೀಷಣ, "ಮೃತ್ಯು ಹತ್ತಿರವು ಬರಲಾರದು."
ಸೀತೆಗೂ ಈ ದೃಶ್ಯ ತೋರಿಸಿದ ರಾವ, ಪುಷ್ಪಕ ವಿಮಾನವೇ ಮಾರ್ಗದರ್ಶಿ,
'ತ್ರಿಜಟಾ' ಜೂತೆಗಿದ್ದಳು, ಅವಳೊಬ್ಬಳೇ ಆಗ ಹಿತ್ಶೈಷಿ. ‖ 290 ‖

ದುಃಖ ಸೀತೆಗೆ ತಾಳಲಾರದೆ, ದಿಕ್ಕು ತಿಳಿಯದಂತಾಯಿತು,
ಸಮಾಧಾನ ಪಡಿಸಿದ ತ್ರಿಜಟಾ, ಜಾನಕಿಗೆ ಜೀವ ಬಂದಿತು.
"ಅಸತ್ಯ ನುಡಿಯುವ ಆತ್ಮ ನನ್ನದಲ್ಲ, ರಾಕ್ಷಸಿ ನಾನಾದರೇನು,
"ದೇವಿ, ಸೌಖ್ಯ ನಿನ್ನ ದೇವರು, ವೇದನೆಯ ಗೂಡಾಗಿಹೆ ಏಕೆ ನೀನು". ‖ 291 ‖

ಅಷ್ಟರಲ್ಲಿ ರಾಮ ಕಣ್ಣು ತೆರೆದು, "ಲಕ್ಷ್ಮಣ ಎಲ್ಲಿ", ಎಂದನು,
ಸ್ಥಿತಿ ಮರೆತು ತನ್ನ ತಾನು, ತಮ್ಮನ ತಬ್ಬಿಕೊಂಡನು.
ಗಲಭೆ ನಡೆಯುತಿಹಲು, ಬಿರುಗಾಳಿ ಅಲ್ಲಿ ಬೀಸಿತು,
ಮೋಡಗಳ ಘರ್ಜನೆಗೂ ಮುಂಚೆ, ಮಿಂಚು ಕಂಡಿತು. ‖ 292 ‖

ಪ್ರಕಟನಾದ ಈ ಕೋಲಾಹಲದಲಿ, ಒಬ್ಬ ಜೀವರಕ್ಷಕನು,
ನಾಗಾರಿ, ಆ ಪಾಶ ಬಿಡಿಸಲು, ವೈನತೇಯ ಗರುಡನು.
ಗಾಯ ಮಾಯವಾದಂತೆ, ಬಲ ಶಕ್ತಿ ಸಹನೆ ದ್ವಿಗುಣವಾಯಿತು,
ಒಬ್ಬೊಬ್ಬ ರಾಮಸೇನೆಯವರ ಮನೋಬಲ, ಮತ್ತೆ ಚಿಗುರಿತು. ‖ 293 ‖

"ಪಿತೃ, ತಾತರೆದುರು ನಿಂತ ಸುಖಿ", ಎಂದ ರಾಮನು, "ಈ ದಿನ
ನೆನೆಪಾಯಿತು,
ಸೇವೆ ಮರೆಯಲಾರೆ ಎಂದೂ ವಿನತಾಸುತನೆ, ಮಾಡಿದ ನೀ ಇವತ್ತು."
"ನೆನಪಿರಲಿ ಶ್ರೀರಾಮರೆ" ಎಂದ ಗರುಡನು, "ರಕ್ಕಸರ 'ಮೃದುಕೌಶಲ್ಯ'ವೇ
ವಂಚನೆ,
ಗೌರವಕ್ಕೆ ಅವರಲಿ ಸ್ಥಾನವಿಲ್ಲ, ತಿಳಿದಿರಲಿ ನನ್ನ ಸೂಕ್ಷ್ಮ ಸೂಚನೆ." ‖ 294 ‖

ಹರುಷ ರೋಷಾವೇಶದಿ, ಕುಣಿದ ವಾನರರು,
ಶಂಖನಾದ, ಘರ್ಜನೆ, ಬಾಲ ಬೀಸಿದ ಕೆಲವರು.
ಗಿಡ ಕಿತ್ತೆಸೆದ ಮತ್ತೊಬ್ಬರು, ಅಪ್ಪಳಿಸಲ್ಪಟ್ಟಿತು ನಗರ ದ್ವಾರವು,
ವೈರಿಗಳು ಇದನು ನೋಡಿ, ತಾವೇ ಬಲಿಯಾದ ಭಾಸವು. ‖ 295 ‖

ಕೇಳಿದ ಶತ್ರುವಿನ ಸದ್ದು, ರಾವಣನ ತಲೆಗಳು ಬೆರಗಾದವು,
"ಮೂರ್ಛೆ ಹೋದ ಅಣ್ಣ-ತಮ್ಮರ ದೆಸೆಗೆ, ಇದೇನು ಆನಂದಗಾನವು?
ಯಾರು ಅಲ್ಲಿ, ತಿಳಿದು ಬನ್ನಿ ಈ ಸಂಗೀತಸಭೆಯ ಕಾರಣ,
ನಿಂತಿಹೆನು ಕಣ್ತೆರೆದು ನಾ, ತೆರೆದಿಟ್ಟು ಇಪ್ಪತ್ತು ಕರ್ಣ." ‖ 296 ‖

ಕೋಟೆ ಏರಿ ರಣರಂಗ ನೋಡಿದ, ಆ ದಾನವದೂತನು,
ಕಂಡ ರಾಮ ಲಕ್ಷ್ಮಣರನು, ಮೊದಲಿನಂತೆ ಹಿಡಿದ ಬಿಲ್ಲನು.
ಕೇಳಿ ಈ ಮಾತು, ಹಲ್ಲು ಕಚ್ಚಿ ನುಡಿದ ಲಂಕೇಶನು,
"ಅದ್ದೇಗೆ ಸಾಧ್ಯ, ನನ್ನ ವೀರ ಸುತನು ಬಿಟ್ಟ ಸರ್ಪಾವೇಶದ ಬಾಣಗಳನು."
॥ 297 ॥

ಬುಸು ಗುಟ್ಟುವ ಸರ್ಪದಂತೆ, ಅಸಭ್ಯ ಮಾತಾಡಿದ ರಾವನು,
ಕುಳಿತವರಲ್ಲಿ ಅವನು ಆದೇಶಿಸಿದನು ಧೂಮ್ರಾಕ್ಷನನ್ನು.
"ನಿನ್ನೊಡನೆ ಬಹುಸಂಖ್ಯಾತ ಸೇನೆ ರಣಾಂಗಣಕೆ ಹೋಗಲಿ,
ಸ್ಪಷ್ಟಾದೇಶ ತಿಳಿದುಕೋ, ರಾಮಲಕ್ಷ್ಮಣರ ಜೀವಕಥೆ ಮುಗಿಯಲಿ." ॥ 298 ॥

ಎಲ್ಲ ಥರದ ಆಯುಧಗಳನು, ಬೀಸಿದ ರೂಕ್ಷರು,
ಬಹು ಅಶ್ವಗಳ ರಥವೇರಿದವರು, ರಾವ ರಕ್ಷಕರು.
ನಿಶ್ಚಿತ ಧೂಮ್ರಾಕ್ಷನ ಅಂತ್ಯ, ಪಶ್ಚಿಮ ದ್ವಾರಕೆ ಹೋದನವನು,
ಕಾರಣ ನಿಂತಿದ್ದ ಅಲ್ಲಿ, ಗುಡ್ಡದಂತೆ ಹನುಮಂತನು. ॥ 299 ॥

ಶ್ರೀರಾಮರ ಜಯ ಕೂಗುತ ವಾನರರು, ಭಯಾನಕ ಕದನವಾಡಿದರು,
ಬಹು ಪರಗತಿ ಹೊಂದಿ, ನರಕ ತುಂಬುವಂತೆ ರಕ್ಕಸರನು ಕಳಿಸಿದರು.
ರಣರಂಗ ಮಂಚದಿ, ಖಿಳರ ಮೃತಗಣನೆ ಹೆಚ್ಚಾದ ಪ್ರಸಂಗವು,
ಇತ್ತ ಧೂಮ್ರಾಕ್ಷನ ಬಾಣಗಳು, ಸುರಿಮಳೆಯಂತೆ ಬಿದ್ದವು. ‖ 300 ‖

ಶಸ್ತ್ರ ಸಜ್ಜಿತನಾಗಿ ನಿಂತ ಧೂಮ್ರಾಕ್ಷ, ಎದುರು ಹನುಮನ,
ಬಂಡೆಗಲ್ಲು ಎಸೆದಾಕ್ಷಣ, ಮುರಿದ್ಹೋಯಿತು ರಥ ರೂಕ್ಷನ.
ಗಿಡ ಕಿತ್ತಿ ತಲೆ ಹಾರಿಸಿದ, ಪವನಜ ಅನೇಕ ಅರಿಯೋಧರ,
ಘನವಾದ ಕದನ ನಡೆಯಿತವರಿಬ್ಬರ, ಭೂಮಿ ಅದುರಿತು ಥರಥರ. ‖ 301 ‖

ರಾಕ್ಷಸ ಜಯನಾಶಕ, ಮರುತಾತ್ಮಜ ದಾಳಿ ಹೂಡಿದನು,
ಪರ್ವತದ ತುದಿಯೊಂದು ಕಿತ್ತಿ, ಧೂಮ್ರಾಕ್ಷನ ಮೇಲೆಸೆದನು.
ಗದಾ ಪ್ರಹಾರ ಮಾಡಿದನು ರೂಕ್ಷ, ಹನುಮನ ಶಿರದ ಮೇಲೆ,
ಏನಾಗಬೇಕು ಬೆಟ್ಟಕೆ, ಹಾಕಿದಂತೆ ಕೊರಳಲಿ ಹೂಮಾಲೆ. ‖ 302 ‖

'ಜಯ ಶ್ರೀರಾಮ' ಮನ-ಧ್ವನಿಯಲಿಟ್ಟು, ಹನುಮ ಗದಾ ಪ್ರಹಾರ ಮಾಡಿದಾ,
ಧೂಮ್ರಾರಕ್ಷನ ಕಾಲಿಗೆ ಏಟು ಹಾಕಿ, ಅವನ ಅಸ್ತಿಭಾರ ಕೆಡಿಸಿದಾ.
ಹೌಹಾರಿದ ಲಂಕೇಶನ ಸೈನಿಕರು, ನಗರದೊಳಗೆ ಓಡಿ ಬಂದರು,
ಹೊಸ್ತಿಲು ದಾಟಿ ಒಳಬರಲು, ರಕ್ತದಿಂದ ಕಾಲು ತೊಳೆದಂತಾದರು. ‖ 303 ‖

ಕೇಳಿ ಈ ವಾರ್ತೆ, ನಿಟ್ಟುಸಿರು ಬಿಟ್ಟ ಕಡುಕೋಪದಿ ದಶಗ್ರೀವನು,
ಮಹಾಬಲಶಾಲಿ ಮಾಯೆ ಬಲ್ಲ, ವಜ್ರದಂಷ್ಟ್ರನ ಕರೆದನು.
"ಹೋಗು, ತೋರು ನಿನ್ನ ಪಾತ್ರ, ಹೆದರಿಸು ವನವಾಸಿ ಅಗ್ರಜನನು",
"ಆಜ್ಞೆ ಪಾಲಿಸಲು ಸದಾ ಸಿದ್ಧ", ಎಂದ ವಜ್ರದಂಷ್ಟ್ರನು. ‖ 304 ‖

ದಟ್ಟ ಮೇಘದಂತೆ ಅವನ ಸೇನೆ, ಉಗುಳಿತು ಮಿಂಚನು,
ಸ್ವಾಗತವೆಂದು ನಿಂತ ಅಲ್ಲಿ, ವರಕುಮಾರ ವೀರ ಅಂಗದನು.
ಕೈಯಲ್ಲಿ ಮಾತ್ರ ಹೂ ಹಾರದ ತೆರದಿ, ಹಿಡಿದ ಕಲ್ಲು ಬಂಡೆಗಳು,
ಕುಂಕುಮದ ರೂಪದಲಿ, ಹೊಡೆದಾಗ ಸಿಡಿದ ರಕ್ತ ಕಣಗಳು. ‖ 305 ‖

ವಿಚಿತ್ರ ಅಪಶಕುನಗಳಾದರೂ, ರೂಕ್ಷ ನಿಲ್ಲದಿರುವನು,
ಕರ್ಣಪಟಲ ಕೇಳಿದವು, ವೃಕ್ಷಾಸ್ತ್ರಗಳು ತಟ್ಟಿದ ಸದ್ದನು.
ಶಕ್ರ ಸಮಾನ ನಿಂತ ಅಂಗದ ಗಿಡ ಬೀಸುತ. ಕೆಂಗಣ್ಣು ಯಾಕೇ?-
ಎಂದೆನಿಸಿದ ದಾನವರೋ, ಅಂಜಿ ನಡಗುವ ಮೇಕೆ. ‖ 306 ‖

ಅಂಗದನ ದಾಳಿಗೆ ಸಿಕ್ಕು ಒದ್ದಾಡಿದ ವಜ್ರದಂಷ್ಟ್ರನ ದಂಡು,
ಸಿಟ್ಟಿನಿಂದ ಹಾರಿ ಪುಟಿದ ಪ್ರತ್ಯೇಕ ರಕ್ಕಸ, ಕಂಡ ಕೆಂಪು ಬೆಂಕಿಚೆಂಡು.
ಬಾಣದಾಸೇಕ ಮಾಡಿಸಿದ ಅಸುರ, ವಾನರರನೆಲ್ಲ ವ್ಯಾಪಿಸಿ,
ಹಗೆತನದ ನೋಟಗಳ ಹೊರಸೂಸಿದ, ಅವರಿಬ್ಬರ ಉಸಿರು ಬಿಸಿಬಿಸಿ.
‖ 307 ‖

ಬಹು ಬಾಣಗಳು ತಟ್ಟಿ, ಅಂಗದ ಗಾಯಗೊಂಡನು,
ವಾಲಿಪುತ್ರ ಅವನು, ಎಂದಿಗೂ ಸೋಲೊಪ್ಪದವನು.
ಅಬ್ಬರದ ಕೂಗು ಹಾಕಿ, ಬಂಡೆಗಳು ಜೋರಾಗಿ ಎಸೆದನು,
ರಥ ಮುರಿದು ರೂಕ್ಷನ, ನೆಲಕ್ಕೆ ಅಪ್ಪಳಿಸಿದನು. ‖ 308 ‖

ನಂತರ ಬೆಟ್ಟ ತುದಿಯೊಂದ ಮುರಿದು, ಕಲ್ಲು ಗಿಡ ಸಮೇತ ಎಸೆದನು,
ತಲೆ ಅಪ್ಪಳಿಸಿಕೊಂಡ ಗುಮ್ಮನು, ದಿನದಿ ತಾರೆ ಕಂಡನು.
ಪ್ರಜ್ಞೆ ಮರಳಿದಾಗ ಮಲ್ಲಯುದ್ಧ ಪ್ರಾರಂಭಿಸಿದರು,
ನೆತ್ತರಿನ ಹೊದಿಕೆ ಹೊತ್ತವರಿಬ್ಬರು, ಮಂಗಳ-ಬುಧಗಳಂತೆ ಬಿಸಿ-ಕೆಂಪು
ಕಂಡರು. ‖ 309 ‖

ಅಂಗದ ಹಿಡಿದನು ಖಡ್ಗ, ದಿವ್ಯ ಅಲಂಕೃತ ರನ್ನ ತುಂಬಿದ,
ದಾಹ ವಿಜಯದ ಇತ್ತು, ಘೋರ ಕದನ ಅಲ್ಲಿ ನಿಂತವರು ನೋಡಿದ.
ಕಣ್ಣು ಮಿಟುಕುವುದರಲ್ಲಿ, ಖಡ್ಗ ಪ್ರಯೋಗ ಮಾಡಿ ತೋರಿಸಿದಾ,
ವಜ್ರದಂಷ್ಟ್ರನ ಶಿರ, ಶರೀರದಿಂದ, ಆ ಕ್ಷಣದಲಿ ಬೇರ್ಪಡಿಸಿದಾ. ‖ 310 ‖

ಸಂತೋಷದಿ ಕೂಗಿದರು ವಾನರರೆಲ್ಲರು, ದಾನವನ ಸೋಲು ನೋಡಿ,
ಉಳಿದ ರೂಕ್ಷರು, ತಲೆಬಾಗಿ ಅವಮಾನದಿ ಹೋದರು ಓಡಿ.
'ಅಕಂಪನ' ಎಂಬ ರಾಕ್ಷಸನಿಗೆ, ಹೋರಾಡಲು ಆದೇಶ ಸಿಕ್ಕಿತು,
ಗತಿ ಕೆಟ್ಟದವನದು, ವಿರೋಧಿಯ ಹೆಸರು 'ಹನುಮಂತ'ನಿತ್ತು. ‖ 311 ‖

ರೇಗಿದ ಅಕಂಪನ, ರೋಷದಿ ಬಾಣ ತೀಕ್ಷ್ಣ ಹೊಡೆದನು,
ವನಘನ ಬೆಟ್ಟದಂತೆ ನಿಂತ, ಧೂಮ್ರವಿಲ್ಲದ ಜ್ವಾಲೆ ಹನುಮನು.
ಗಿಡವೊಂದ ಕಿತ್ತಿ ಏಟ್ಟಾಕಿದನು, ಸಿಡಿದ ತಲೆ ಅಕಂಪನದು,
ಕೊನೆಯ ನೋಟ ಕಂಡ ಅವನು, ಧೃಡ ನಿಂತ, ಹನುಮನದು. ‖ 312 ‖

ಉಳಿದ ರೂಕ್ಷ ಸೇನೆ ಓಡಿತು, ಪರಸ್ಪರರನು ತುಳಿ-ತುಳಿದಾಡುತ,
ಮೆಚ್ಚುಗೆ ಪಡೆದ ಪವನಜ, ಶ್ರೀರಾಮ, ಸುಗ್ರೀವರ ಸಹಿತ.
ರಾವಣನ ಆಕ್ರೋಶ, ಮುಗಿಲಿಗೇರಿತು ಆ ಕ್ಷಣದಲಿ,
ನಿರೀಕ್ಷಿಸಿದ ಅವನು ಎಲ್ಲ ಕಾವಲನು, ಕುಳಿತು ತನ್ನ ರಥದಲಿ. ‖ 313 ‖

"ತರುವಾಯ ನೀ ಪ್ರಹಸ್ತ", ಎಂದ ರಾವಣ, "ವಿಫಲವಾಗದಿರು ನೀನಾದರು,"
ಏನೋ ಹೇಳಬೇಕೆಂದು ಮುಂದೆ ಬಂದ ಪ್ರಹಸ್ತ, ಬಿಗಿಹಿಡಿದು ತನ್ನ ಉಸಿರು.
"ಮುಂಚೆ ಪ್ರಯತ್ನಿಸಿದ ನಾವು, ಆ ಮಾತು ಮತ್ತೊಮ್ಮೆ ಹೇಳುವೆ,
ಸೀತೆಯ ರಾಮಗೊಪ್ಪಿಸಿ ಪ್ರಭು, ಶಿರಬಾಗಿ ನಾ ಕೋರುವೆ." ‖ 314 ‖

"ಪರಿಣಾಮ ಕಣ್ಮುಂದಿದೆ, ಒಪ್ಪಿಸಲಾರದ ರಾಮಪ್ರಿಯಳನು,
ಆದರೂ ಋಣ ತೀರಿಸುವೆ ಕೊಟ್ಟ ಗೌರವಕೆ, ಕಿತ್ತುವೆ ಶತ್ರು ಕರುಳನು."
ಡಂಗುರ ಸಾರುತಲಿ, ನಿರ್ಗಮಿಸಿದ ಕದನಕೆ ಪ್ರಹಸ್ತನು,
ಅತಿ ಆತ್ಮ ವಿಶ್ವಾಸವಿಟ್ಟು, ಜ್ವಾಲೆ ಗುಂಡಿಯಲಿ ಹಾರಿದನು. ‖ 315 ‖

ಪರ್ಜನ್ಯಸದೃಶ ಘರ್ಜನೆ, ವಿವಿಧಾಕಾರ ಅಸ್ತ್ರಧರಿತ ಪ್ರಹಸ್ತನು,
ತಡೆಯಲು ಅವನನು, ವಾನರರು ಹಿಡಿದರು ಗಿಡ ಬಂಡೆಗಲ್ಲನು.
'ನರಾಂತಕ', 'ಮಹಾನಾದ', 'ಸಮುನ್ನತ' ಎಂಬ ದೈತ್ಯರು,
ಅವರನು ಹೊಡೆದ 'ದ್ವಿವಿದ', 'ಜಾಂಬವಂತ', 'ತಾರ', ವಾನರ ರಿಕ್ಷರು.
‖ 316 ‖

ಸೂರ್ಯಪ್ರಕಾಶದಂತೆ ಪ್ರಹಸ್ತನ ರಥವು, ರಣಾಂಗಣ ಏರಿತು,
ಈ ಜ್ವಾಲೆಯ ಸತ್ವ ಹೀರಲು, 'ನೀಲ' ಎಂಬ ಪರ್ವತ ಕಂಡಿತು.
ವೇಗದಿ ಪ್ರಹಸ್ತ ಎಸೆದ ಬಹು ಅಸ್ತ್ರಗಳನು,
ರಾಮಾರಿಯ ವಿರೋಧಿಸಿದ, ತನ್ನ ಗಾಯವೆಣಿಸದೇ, ನೀಲನು . ‖ 317 ‖

ವ್ಯಾಘ್ರ-ಸಿಂಹ ಸಮಾನ ಕದನ, ಕಂಡನೊಬ್ಬೊಬ್ಬ ಯೋಧನು,
ನೀಲನ ಒಂದೇಟಿಗೆ, ಬಿಲ್ಲು ಜಾರಿ, ರಥದಿಂದ ಹಾರಿ, ಬಿದ್ದ ಪ್ರಹಸ್ತನು.
ಭೂಮಿಗೆ ಬಿದ್ದ ಕ್ಷಣ, ಬಂಡೆಗಲ್ಲನೆಸೆದ 'ನೀಲ', ವಾನರ,
ಶಿರ ಒಡೆದು ಪುಡಿಯಾದ ಕಲ್ಲು, ಆ ರೂಕ್ಷನಿನ್ನೆಂದೂ ಕಣ್ಠೆರೆಯಲಾರ. ‖ 318 ‖

ಸಂಭ್ರಮಿಸಿದ ಶ್ರೀರಾಮಲಕ್ಷ್ಮಣರು, ವೀರಗಾಥೆ ಕೇಳಿ ನೀಲನ,
ವಾನರಶಕ್ತಿಯ ತುಣುಕು ಪರಿಚಯವಿದು, ನಿಲರ್ಕ್ಷಿಸಿದ ದಶಾನನ.
ಬಲಿಯಾದ ಸೇನಾನಿಗಳ ನೆನಸಿ, ರಾವಣ ಸ್ವತಃ ದಾಳಿ ಮಾಡಿದಾ,
"ನಾಶ ಮಾಡುವೆ ಅಣ್ಣತಮ್ಮರನು, ಸಹಿತ ವಾನರರ" ಎಂದು ಕಿರುಚಿದಾ.
‖ 319 ‖

ಸುತ್ತುವರಿದ ಅನೇಕ ದೈತ್ಯರು, ವಿಭೀಷಣ ಗುರುತಿಸಿದನು,
'ಅಕಂಪನ', 'ಅತಿಕಾಯ', 'ತ್ರಿಶಿರ', 'ಕುಂಭ', 'ನಿಕುಂಭನು',
ಅಲಂಕಾರ ಭೂಷಿತ ರಾವಣನ, ಶ್ರೀರಾಮ ಪ್ರಶಂಸಿಸಿದಾ,
ಶತ್ರುವಿನ ಭವ್ಯತೆ ನೋಡಿ, ಎಲ್ಲರು ಕೇಳುವಂತೆ ನುಡಿದಾ. ‖ 320 ‖

"ಅದ್ಭುತ ಈ ನೋಟ, ತರುಣಾರ್ಕ ಕಣ್ಣು ಕುಕ್ಕುವ,
ಸರಿಸಾಟಿ ಇಲ್ಲ ಯಾರು ರಾವಣನಿಗೆ, ಎಲ್ಲರಿಗಿಂತ ಭಿನ್ನ ಕಾಣುವ.
ಅವನ ಪಾಪಗಳೇ ಆಹ್ವಾನಿಸಿವೆ ಮೃತ್ಯು, ಎನ್ನ ಕೋಪ ಶಮನಗೊಳಿಸುವೆ,
ಅಪಹರಿಸಿದ ಕಳ್ಳನಿಗೆ ದಂಡನೆ ಕೊಡಲು, ನಾನೀಗ ಸಿದ್ಧನಾಗುವೆ." ‖ 321 ‖

ಧುಮುಕಿದನು ರಾವಣ ಕಪಿಸಾಗರದಿ, ಅವರನು ಮೀನುಗಳಂತೆ ಹಿಡಿಯಲು,
ಪುಟ್ಟ ಜಲಪ್ರಾಣಿ ಎಂದು ತಿಳಿದಿದ್ದನು, ಕಂಡರವರು ತಿಮಿಂಗಿಲು.
"ಇದೇ ಸರಿ ಸಮಯ", ಅವಕಾಶ ಕಂಡು ನಿಂದ ಶ್ರೀರಾಮನು,
ಅಗ್ರಜನ ತಡೆದು "ಶುಭಕಾರ್ಯ ನಾ ಜರಗಿಸುವೆ", ಎಂದ ಲಕ್ಷ್ಮಣನು. ‖ 322 ‖

"ಜಯದೇವಿ ನಿನ್ನ ಸಂಗವಿರಲಿ, ಸುಕ್ಷೇಮ ಮರಳಿ ಬಾ,
ಅರಿತು ಅರಿಯ ದೌರ್ಬಲ್ಯವನ್ನು, ಕಾಪಿಸಿಕೊ ನಿನ್ನಯ."
ಅಣ್ಣನ ಶುಭನುಡಿಗಳಿಂದ, ಕಿಡಿಹೊತ್ತು, ಹೋದ ಲಕ್ಷ್ಮಣ,
ತಡೆ ಹಿಡಿಯಲು ರಾವಣನ, ಮಿಂಚಿನಂತೆ ಬಂದ, ಪವಮಾನ ಅಲ್ಲಿ ತಕ್ಷಣ.
‖ 323 ‖

"ನಿಲ್ಲು ನೀ ದಶಾನನ, ಕಿವಿಗಳು ಮಾತೊಂದು ಕೇಳಲಿ,
ಸುರಸುರಾದಿಗಳಿಂದ ನಿನಗೆ ರಕ್ಷಣ, ಕಪಿ ಹನುಮ ನಾ ನೆನಪಿರಲಿ.
ಕೈಯೆತ್ತಿ ನಿಂತ ನಾನು, ಕಳ್ಳನಾಗಿರುತ್ತಿದ್ದೆ ನಿನ್ನ ಪ್ರಾಣದ,
ಆದರೆ ಶ್ರೀರಾಮರಪ್ಪಣೆ ಎನಗಿಲ್ಲ, ಬೇಟೆ ನೀ ಅವರ ಬಾಣದ." ‖ 324 ‖

"ಕಣ ರಕ್ತದ ನಿನ್ನ, ನಾಶ ಮಾಡಿದೆ ಅಕ್ಷಯಕುಮಾರನನು,
ಪಾಪ, ನಿನ್ನ ಹೆಸರ ಹೊತ್ತವರು ಸೇರುವರು ಅವನ ಗತಿಯನು."
ತಾಳದಂತೆ ಕೆಂಪಾದ ರಾವನು, ಕೈ ಪ್ರಹಾರ ಮಾಡಿದ,
ತಡೆದ ಪವನ ಅವನನು, ತಿರುಗೇಟು ಹಾಕಿದ. ‖ 325 ‖

ಮೆಚ್ಚಿದ ರಾವ ಹನುಮನ ಬಲ, "ಯೋಗ್ಯ ನೀನು ಪ್ರಶಂಸೆಗೆ,"
"ಇನ್ನೂ ಬರಲಿದೆ", ಎಂದ ಹನುಮ, "ಬೇರೇನಾದರು ಬೇಕೆ ನಿನಗೆ."
ಕದನ ನಡೆದಾಗ ಹನುಮನ ಜೊತೆ, ರಾವಣ ಲಕ್ಷ್ಯ ಬೇರೆಡೆ ಹರಿಸಿದಾ,
ಬಾಣಗಳ ಬೆಂಕಿಯಂತೆ ಬಿಡುತ, ನೀಲನ ಗುರಿ ಮಾಡಿದಾ. ‖ 326 ‖

ರಾವನ ಅಗ್ನ್ಯಾಸ್ತ್ರ ತಟ್ಟಿತು, ನೆಲಕೆ ನೀಲ ಬಿದ್ದನು,
ರಾಮಾಶ್ರಯದ ಮಹತ್ವ ಎಷ್ಟದು, ಕುಶಲವಾಗಿ ಎದ್ದನು.
ಪಾವಕಸುತ ಅವನು, ಹಾರಿ ಕುನ್ಯಪನ ರಥವೇರಿ ನಿಂತನು,
ಶಕ್ತಿ ಶೌರ್ಯ ನೋಡಿ ಅವನ, ಶ್ರೀರಾಮನೂ ಬೆರಗಾದನು. ‖ 327 ‖

ರಾವಣನ ಪ್ರಕೋಪ ತಡೆಯಲು, ಬಂದ ಸೌಮಿತ್ರನು,
ಬಾಣಗಳ ಪಂಜರ ಹಾಕಿದ ಲಕ್ಷ್ಮಣ, ಮುರಿದ ರಾವನ ಬಿಲ್ಲನು.
ರುದ್ರದೇವ ಅನುಗ್ರಹಿಸಿದ ಭಲ್ಲೆಯಿಂದ, ರಾವ ಪ್ರಹಾರ ಮಾಡಿದಾ,
ಅಗ್ನಿ ತಾಪದ ಅಸ್ತ್ರ ತಟ್ಟಿದ ಲಕ್ಷ್ಮಣ, ಕ್ಷಣಕಾಲ ನೆಲಪೂರಿದಾ. ‖ 328 ‖

ಗಾಯಗೊಂಡ ಲಕ್ಷ್ಮಣನ, ಹನುಮನೆತ್ತಿ ತಂದ,
ಶ್ರೀರಾಮರ ಕಡೆ ಬಿಟ್ಟು, ರಾವನೆದುರಿಸಲು ಸಿದ್ಧನಾದ.
ವೇಗ ಮಿಂಚಿನ ಹೊತ್ತು, ಹನುಮ ರಾವನ ಉರಕೆ ಏಟ್ಟಾಕಿದನು,
ದಶವಕ್ತ್ರಗಳ ಕರ್ಣಾಕ್ಷದಿ, ರಕ್ತ ಬರುವುದ ಕಂಡನು. ‖ 329 ‖

ಕೋದಂಡ ಧರಿತ ರಾಘವ, ಗುರಿ ರಾವಣನಿಗೆ ಮಾಡಿದಾ,
ಮುಂದೆ ನಿಂತ ಪರಮಭಕ್ತ, ಮಾತೊಂದು ತಿಳಿಸಿದಾ.
"ಪ್ರಭು ಭುಜದ ಮೇಲೆ ನಿಮ್ಮನ್ನು ಧರಿಸಿ, ಸುಪರ್ಣನಂತೆ ಹಾರುವೆ,
"ಶ್ರೀಮನ್ನಾರಾಯಣ" ರೂಪ ಎಲ್ಲರಿಗೆ ಕಾಣಲಿ, ಹನುಮ ನಾ ಕೋರುವೆ."
‖ 330 ‖

ಭುಜ ಏರಿ, ಬಿಲ್ಲು ಬಿಗಿದ ಕ್ಷಣ, ಭಾಸ ಮೇಘಗಳ ಉಚ್ಚ ಸ್ವರದ ಶಬ್ದ,
ಮಂತ್ರಿಸಿದ ಬಾಣ ಶ್ರೀರಾಮನು, ರಾವಣ ತನ್ನ ಧೈರ್ಯ ಒಗ್ಗೂಡಿಸಿದ.
ಆದಿತ್ಯನ ತೇಜದಂತೆ, ಅರ್ಧ ಚಂದ್ರ ಬಾಣ ಬಿಟ್ಟನು,
ಕಿರೀಟ ರಾವನ ಹಾರಿಸಿ, ಇಳಿಸಿದ ಕೊಬ್ಬು, ಸಿಟ್ಟನು. ‖ 331 ‖

"ಮಡದಿ ನೋಡಲಿ ಸುಖಿದ ಮುಖುವ ನಿನ್ನ, ಮರಳಿ ಹೋಗು ಲಂಕೆಗೆ,"
ಹೀಗೆಂದು ಪುರುಷೋತ್ತಮನು ಕೊಟ್ಟ, ಜೀವದಾನ ರಾವನಿಗೆ.
ಸುರ, ನರ, ವಾನರ ಸರ್ವರು, ಸುಖಿದಿ ಮೆರೆದರಂದು,
ಕರುಣಾಸಾಗರ, 'ಶ್ರೀರಾಮನಾಮ', ನಮ್ಮೆಲ್ಲರಿಗೆ ಆಶೀರ್ವಾದವೊಂದು.
‖ 332 ‖

ಶಿರಶೋಭೆ ಇಲ್ಲದ ರಾವ, ಅರಮನೆಗೆ ಬಂದನು,
ಕುಗ್ಗಿದ ಅವಮಾನದಿ, ಮೊಗವ ಮುಚ್ಚಿಕೊಂಡನು.
ಗರುಡ ಗಾಯಗೊಳಿಸಿದ ಸರ್ಪದಂತೆ, ರಾವಣ ಸೋತಂತಾದ,
ಪೂರ್ವಕಾಲದ ವಿಷಯ ನೆನೆದು, ಭಯಭೀತನಾದ. ‖ 333 ‖

"ದೇವ, ದಾನವ, ಗಂಧರ್ವಾದಿಗಳಿಂದ, ಎನಗಿಲ್ಲ ಬರೆದ ಸಾವು,
ರಾಮ ಸರಳ ನರನು ಮಾತ್ರ, ಇದೊಂದು ಅಪಾಯ ಸಂಕೇತವು.
ಬ್ರಹ್ಮಋಷಿ ಖುಷಧ್ವಜ ಪುತ್ರಿ 'ವೇದವತಿ'ಯ ಒಂದು ಸ್ಮರಣ,
"ಮಾನಭಂಗಕೆ ಪ್ರಯತ್ನಿಸಿದ್ದೆ, ಆಗಿಹುದು ಪುನರ್ಜನ್ಮದಲಿ ಮೃತ್ಯುಕಾರಣ."
‖ 334 ‖

"ಹಿಂದಕ್ಕೊಮ್ಮೆ ಅಯೋಧ್ಯಪತಿ, 'ಅನರಣ್ಯ'ನ ಜೊತೆ ಕದನವಾಡಿದೆ,
ಸೋಲಿಸಿ ಅವನನು, ಶಾಪದ ಉಡುಗೊರೆ ತಂದುಕೊಂಡೆ,
ಶಪಿಸಿದನವನು, "ಮುಂದೆ ಬರುವ, ರಘುಕುಲದ 'ರಾಮನೊಬ್ಬ'ನೆಂದು,
ಮರಣ ಅವನ ಕೈಯಲಿ ನಿನ್ನ", ನೆನೆಸಿಕೊಂಡೆ ನಾನಿಂದು." ॥ 335 ॥

ಉಪಾಯ ಹೊಳೆಯಿತೊಂದು, ಆ ಖಲನಾಯಕನ ತಲೆಗಳಲಿ,
'ಚಾರ್ಯಪುರ' ಬೆಟ್ಟದಲಿದ್ದ 'ಕುಂಭಕರ್ಣ', ಸುಖ ನಿದ್ರೆಯಲಿ.
ರಾವಣಾನುಜ ಅವನು, ಷಡ್ಮಾಸ ಗೊರಕೆ ಹೊಡೆಯುವ,
ವಿಸ್ಮಯದ ಮಾತದು, 'ಚತುರ್ಮುಖಿ'ನು ವರ-ಶಾಪ ಕೊಟ್ಟವ. ॥ 336 ॥

ಹುಟ್ಟಿನಿಂದ ಹೊಟ್ಟೆ ಪೂಜೆ, ಕುಂಭಕರ್ಣ ಮೊದಲು ಕಲಿತವ,
ಜೀವರಾಶಿ ಏನೇ ಇರಲಿ, ಸುಖದಿಂದ ನುಂಗಿ ಬಿಡುವ.
ದೇವೇಂದ್ರನು ಅವನಿಗೆದುರಾಗಿ, ಇದಕೆ ವಿರೋಧಿಸಿದನು,
ಸೋತ ಇಂದ್ರ ಅವನಿಂದ, ಪಾರಮೇಷ್ಠಿಯಲಿ ದೂರಿಟ್ಟನು. ॥ 337 ॥

ತಿನ್ನುವ ಪ್ರಮಾಣ ತಡೆಯಬೇಕು, ಆ ತಿಂಡಿಪೋತ ರಾಕ್ಷಸನದು,
ಶಾಪಕೊಟ್ಟನು ಬ್ರಹ್ಮದೇವ, ಸದಾಕಾಲ ನಿದ್ರಾವಸ್ಥೆ ಅವನದು.
ರಾವಣನ ಕೋರಿಕೆಗೆ, ಷಡ್ಮಾಸ ಶಯನ ಮಾಡುವ,
ನಂತರ ಎದ್ದು ಒಂದು ದಿನ, ನಿರಂತರ ತಿನ್ನುವ. ॥ 338 ॥

ಎಚ್ಚರಗೊಳಿಸಲು ಕುಂಭಕರ್ಣನನು, ಹೋದ 'ಪುಟ್ಟ ಪುಟ್ಟ' ರಾಕ್ಷಸರು,
ಬೆಟ್ಟದಂತೆ ಮಲಗಿದವನ ಗೊರಕೆಗೆ, ಹಿಂದೆ ಹಾರಿದ ಅಸುರರು.
ನಾಸಾಪುಟವು ದೊಡ್ಡ ಕಾಲುವೆ, ಬಾಯಿ ನಾರುವ ಕೆಟ್ಟೂರು,
ವಿವಿಧ ಪ್ರಯೋಗ ಮಾಡಿದರು, ಮೊದಲು ಮಾಂಸದ ಬೆಟ್ಟ ತಂದಿಟ್ಟರು.
॥ 339 ॥

ನಗಾರಿ ಘಂಟೆಗಳಾದಿ, ವಿವಿಧ ವಾದ್ಯಗಳನು ತಂದರು,
ಅಶ್ವಸೇನೆ ಹಾಗೂ ಆನೆ, ಮೇಲೇರಿಸಿ ಅವುಗಳ ಆಯಾಸಗೊಳಿಸಿದರು.
ಭರ್ಚಿ ಖಡ್ಗಗಳನು ತಂದು, ಜಿರಡಿಯಾಗುವಂತೆ ಮೈ ಚುಚ್ಚಿದರು,
ಸಹಸ್ರ ರೂಕ್ಷರು, ಅವನ ಮೈ ಬೆಟ್ಟ ತಗ್ಗುಗಳಲಿ ಓಡಿ ಸೋತರು. ‖ 340 ‖

ಈ ಎಲ್ಲ ಪ್ರಯೋಗಗಳ ನಂತರ, ಜೋರಾಗಿ ಆಕಳಿಸಿದ ಕುಂಭಕರ್ಣನು,
"ಯಾಕೆ ಈ ಆತುರ, ಮೊದಲು ಕ್ಷುತ್ತು ದೂರ ಮಾಡುವೆನು.
"ದೇವತೆಗಳೇನಾದರೂ ನಗರ ಸೀಮೆ ಉಲ್ಲಂಘಿಸಿರುವರೇನು?"
"ಇಲ್ಲ ಸ್ವಾಮಿ", ಎಂದ ಮಂತ್ರಿ 'ಯುಪಾಕ್ಷ', "ನರನು ಆಕ್ರಮಿಸಿಹ
ಪುರವೆನು".‖ 341 ‖

ಕೇಳಿ, ರಾವಣ, ಸೋತು ಬಂದ ವಾರ್ತೆ, ಕೋಪ ಶಿರವೇರಿತು,
ಅಣ್ಣನನ್ನು ಭೇಟಿಯಾಗಬೇಕೆಂಬ ಅಪೇಕ್ಷೆ ಅವನದಾಯಿತು.
ಸ್ನಾನ ಮಾಡಿ, ತೀರಿಸಿದಂತೆ ನದಿ ನೀರು, ಅನ್ನ ಭಕ್ಷ ಮಾಡಿದನು,
ಸೋಮರಸದ ಜೊತೆಗೆ, ಮಾಂಸ ತಿಂದು ಸಿದ್ಧನಾದನು. ‖ 342 ‖

ದೊಡ್ಡ ಹೆಜ್ಜೆ ಹಾಕುತಾ, ರಾಜಪಥದಿ ನಡೆದನು ತೂಕಡಿಸುತ,
ದಾರಿಯಲಿ ಪುರಜನರು ಮನೆಮಾಳಿಗೆಯಿಂದ, ಹೂಮಳೆ ಸುರಿಸುತ.
ಅರಮನೆಗೆ ಬರುವ ದಾರಿ, ಎಲ್ಲ ಕಟ್ಟಡಗಳು ಅದುರಿದವು,
ದುಃಖಿದಿ ಬಾಡಿದ ಅಣ್ಣನ ಮುಖವು, ಎಂದೂ ಕಾಣದ ದೃಶ್ಯವು. ‖ 343 ‖

ಚರಣ ಸ್ಪರ್ಶಿಸಿದ ಕುಂಭಕರ್ಣ, ಅಣ್ಣನ ಇಚ್ಛೆ ಏನೆಂದು ತಿಳಿದಾ,
"ಅಯೋಧ್ಯಾ ರಾಜಕುಮಾರ ನಮ್ಮೂರಿಗೆ, ದಾಳಿ ಹೂಡಿದಾ.
ಅನುಜ ಸಹಿತ ವಾನರರೊಂದಿಗೆ, ಅವನ ಬಲ ತೀವ್ರವಾಗಿದೆ,
ಸಾಗರ ದಾಟಿ, ನಮ್ಮ ಕುಲವಿನಾಶದ ವಿಚಾರ ಅವನದಿದೆ." ‖ 344 ‖

"ನೀನೆ ನನ್ನ ಭುಜಬಲ, ತಲೆಗಳಿಟ್ಟು ಸಂತೈಸಿಕೊಳ್ಳುವ,
ಉಳಿಸಬೇಕು ನಮ್ಮನು ಈಗ, ಸಂಕಟದಿಂದ ತಪ್ಪಿಸಿಕೊಳ್ಳುವ.
ಅನೇಕ ನಮ್ಮ ವೀರರು, ಸಂಹರಿಸಲ್ಪಟ್ಟಿರುವದೆನಗೆ ತಾಳದಾಗಿದೆ,
ಬಾಲ ವೃದ್ಧರಷ್ಟೇ ಉಳಿದ ಪುರವ, ತಕ್ಷಣ ಕಾಪಾಡಬೇಕಾಗಿದೆ." ‖ 345 ‖

"ಸೇವೆ ಸಲ್ಲಿಸು ಅನುಜ ನೀ, ಇದನು ನನ್ನ ಹೆಸರಲಿ,
ಚೆದುರಿಸಿಬಿಡು ಕಷ್ಟದ ಮೋಡಗಳನು, ಕ್ಷಮತೆ ಇರುವುದು ನಿನ್ನಲಿ.
ಅಟ್ಟಹಾಸ ಕಂಡಿತು, ಪಾತಾಳದಂತಿರುವ ಅನುಜನ ಬಾಯಲಿ,
ನಂಬಲಾರದ ದೃಶ್ಯ, ರಾವಣನು ಅಸಹಾಯ ಅವಸ್ಥೆಯಲಿ. ‖ 346 ‖

"ನೀನೇ ಅಣ್ಣ ಕಾರಣ, ಈ ಸಂತಾಪದ ದೆಸೆ ತಂದವನು,
ಹಿತ್ಶೈಷಿಗಳಿಗೆ ಅನಾದರನಾದ ನೀನು, ವಿಭೀಷಣನಿದ್ದ ಶುಭ ಚಿಂತಕನು.
ಪಾಪಿಯ ಗೃಹ ಒಂದೇ, ಇರುವುದು ನರಕವು,
ನೀ ಮಾಡಿದ ಪಾಪಕೆ ವೇಗದಿ, ಕೆಡುಗಾಲ ಬಂದಿದೆ ಹತ್ತಿರವು." ‖ 347 ‖

"ಮುಂಗಾಣಲಿಲ್ಲ ನಿನಗೆ ಪರಿಣಾಮ, ಪಾಪಗಳ ನೀ ಮಾಡಿದೆ,
ದುರುಪಯೋಗಿಸಿದೆ ಪ್ರಭುತ್ವವನು, ಅಹಂಕಾರದಿ ನೀ ಮುಳುಗಿದೆ.
ಸರಿ-ತಪ್ಪು ತಿಳಿಯದಿರುವ ನೀನು, ಕೆಡುಕು ಪುರದ್ವಾರಕೆ ಓಡಿ ಬಂದಿದೆ,
ಜ್ಞಾನದ ಭಂಡಾರ ನೀನು, ಸ್ವಲ್ಪವೂ ಅರಿಯದೆ ವರ್ತಿಸಿದೆ." ‖ 348 ‖

"ಸಲಹೆಗಾರರು ನಿನ್ನ, ಒಬ್ಬೊಬ್ಬ ಮೆದುಳಿಲ್ಲದ ವಿದ್ವಾಂಸರು,
'ಕತ್ತೆಗೆ' ನೀ 'ನಾಯಿ' ಅಂದಲ್ಲಿ, ಅವರು "ಹೌದು" ಎನ್ನುವರು.
ಜ್ಞಾನವಿಲ್ಲದ ಇವರು, ಸುತ್ತುವರೆದು ನಿಂತಿಹರು ನಿನ್ನ,
ಒಳಸಂಚು ಊಹಿಸಲಾರೆ, ನಿನ್ನ ಮತಿಗೆ ಹಾಕಿರುವರು ಕನ್ನ." ‖ 349 ‖

"ಎದುರು ನಿಂತು ಧೈರ್ಯದಿ, ಸತ್ಯ ನುಡಿದವರ ದೂರ ಮಾಡಿದೆ,
ನಿನ್ನ ಹಿತವೇ ಅವರ ಧ್ಯೇಯವಿತ್ತು, ಅದ ನಿಲರ್ಕ್ಷಿಸಿದೆ.
ವಿಭೀಷಣ, ಮಾಲ್ಯವಾನ ತಾತ, ಸಲಹೆ ಕೊಟ್ಟವರು ನಿನಗೆ,
ಈ ಗೋಳು ನಮ್ಮೂರಿಗೆ ಬಂದದ್ದು, ಎಲ್ಲ ಕೇಡು ನಮ್ಮವರಿಗೆ." ‖ 350 ‖

ಕೇಳಿ ತಮ್ಮನ ಭಾಷಣ, ರಾವಣ ಹುಬ್ಬು ಗಂಟಿಕ್ಕಿದನು ಕೋಪದಿ,
"ಸ್ವರ್ಣೋಪದೇಶ, ಗುರುಗಳಂತೆ, ಬೇಕಾಗಿದೆಯೋ ಈ ಸಮಯದಿ?
ಕಳೆದ್ಹೋದ ಕಾಲದ ವಿಚಾರದಲಿ, ರೋದಿಸುವುದು ನನ್ನಿಂದ ಆಗದು,
ಯಾಕೋ ನನ್ನ ಅನಿಸಿಕೆ, ನಿನ್ನಿಂದ ಈ ಕಾರ್ಯ ಸಾಗದು." ‖ 351 ‖

"ಅಸಹಾಯಕನಿಗೆ ಆಧಾರ ಕೊಟ್ಟವನನು, 'ಮಿತ್ರ' ಎನ್ನುವರು,
ತಪ್ಪು ದಾರಿ ತಿದ್ದಿ, ಸರಿ ಪಥ ತೋರಿದವನಿಗೆ, 'ಬಂಧು', ಎಂದು ಕರೆವರು.
ಬಂಧು-ಮಿತ್ರ ನೀನಾದ ಕುಂಭಕರ್ಣ, ಕೇಳು, ದುಃಖಿ ಹೇಳುವೆ,
ಮರಳಿ ಹೋಗು ನೆರವು ಬೇಡ ನಿನ್ನ, ಬೇರೇನಾದರು ವ್ಯವಸ್ಥೆ ಮಾಡುವೆ."
‖ 352 ‖

ಅಣ್ಣನ ಸಿಡುಕು ಕಂಡು, ಕುಂಭಕರ್ಣ ನಮ್ರನಾಗಿ ಮಾತಾಡಿದಾ,
"ಅರಿಂದಮ ಕ್ಷಮೆ ಕೇಳುವೆ, ಇಂಥ ಮಾತಿಗೆ" ಎಂದು ಮುಂದೆ ನುಡಿದಾ.
"ರಕ್ತದ ಕೊನೆಯ ಹನಿ ಇರುವವರೆಗೆ, ನಾ ಹೋರಾಡುವೆ,
ದೇವೇಂದ್ರ, ವಾಯು, ಅಗ್ನಿ, ವರುಣಾದಿ ಬರಲಿ, ಬಲ ನನ್ನ ತಿಳಿಸುವೆ."
‖ 353 ‖

"ಘರ್ಜಿಸಿದರೆ ನಾನು, ಹೆದರುವನು ದ್ಯುಲೋಕದ ಇಂದ್ರನು,
ಶಸ್ತ್ರವಿರಲಿ, ಯಾರೇ ಬರಲಿ, ಎದುರಿಸಲಾರರು ನನ್ನನು.
ನನ್ನ ಕೈಗಳೇ ಸಾಕು, ಎಲ್ಲರನು ಸಂಹರಿಸಿ ರಕ್ತ ಕುಡಿಯಲು,
ಹೆದರಬೇಡ ಅಣ್ಣ, ನಾನಿರುವೆನು ಸೇಡು ತೀರಿಸಿಕೊಳಲು." ‖ 354 ‖

"ಸೂರ್ಯ ಕತ್ತಲೆ ಕಿತ್ತೆಸೆದಂತೆ, ಶತ್ರುಗಳ ತೆಗೆದ್ಹಾಕುವೆ,
ನನ್ನೆದುರು ನಿಂತವರಾರಿಲ್ಲ, ದೇವ ಲೋಕವನ್ನೇ ನುಂಗುವೆ.
ಪಾವಕ, ಯಮರ ಸೋಲಿಸಿ, ತಾರಾ ಸೂರ್ಯರನು ನೆಲಕಪ್ಪಳಿಸುವೆ,
ಗುಡ್ಡಗಳ ಪುಡಿಮಾಡಿ, ಸಾಗರ ಕುಡಿದು, ಭೂಲೋಕ ಹರಿಯುವೆ." ‖ 355 ‖

"ರಾಮ-ಲಕ್ಷ್ಮಣರ ಸೋಲಿಸಿ, ವಾನರ-ರಿಕ್ಷರ ಭಕ್ಷಿಸುವೆ,
ಇದೆಲ್ಲಕ್ಕಿಂತ ಹೆಚ್ಚು, ನಿನ್ನ ಮುಖದಿ ನಗು ತಂದುಕೊಡುವೆ.
ರಾಮನಿಗೆ ಸೋಲು ನಿಶ್ಚಿತ, ಚಿಂತೆ ಬೇಡ ನಾನಿರುತಲಿ,
ಜರುಗಲಿ ನಿನ್ನುತ್ಸವಗಳು, ಸೋಮರಸವು ಹಿಡಿದು ಕೈಯಲಿ." ‖ 356 ‖

ಕುಂಭಕರ್ಣನ ವೀರ ನುಡಿಯ ಕೇಳಿ, 'ಮಹೋದರ' ಸಲಹೆ ಕೊಟ್ಟನು,
ಒಬ್ಬಂಟಿಯಾಗಿ ಬೇಡ, ಸೇನೆಯೊಡನೆ ಹೋಗುವ ಅಭಿಪ್ರಾಯವಿಟ್ಟನು.
"ಹೌಹಾರಿದ, ರಾಕ್ಷಸ ಜಾತಿ ಸಕಲ, ನಿನಗೆ ಕಾಣುತ್ತಿಲ್ಲವೇನು?
ದಂಡಪಾಣಿಯ ರೂಪದಲಿ ಬಂದ, ಕೋದಂಡಪಾಣಿ ರಾಮನು." ‖ 357 ‖

"ಕೆರಳಿದ ಸಿಂಹದಂತೆ ದಶರಥಸುತ, ಕಾಯ್ದು ನಿಂತಿಹನು ನಮ್ಮ ಕೊಲ್ಲಲು,
ಉರಿಯುವ ಸೂರ್ಯನೆದುರು ಹೋಗುವೆಯಾ, ಒಂಟಿಯಾಗಿ
ಹೋರಾಡಲು?
ಸುರ, ನರ ಸರ್ವ ಭೂತಗಳೊಳಗೆ, ಬೇರಿಲ್ಲ ಅವನಿಗೆ ಸಮಾನ
ಇನ್ನೊಬ್ಬನು,
ಇಂಥವನ ಜೊತೆ ಯುದ್ಧ, ಯೋಚಿಸು! ನೀನಿರಬಹುದು ಅಸಾಧ್ಯ ದಿಗ್ಗಜನು."
‖ 358 ‖

ಸೀತೆಯ ಒಪ್ಪಿಗೆ ಪಡೆಯಲು, ರಾವಣನಿಗೆ ಮಹೋದರ ಉಪಾಯ
ನೀಡಿದಾ,
ಯುದ್ಧದಲಿ ರಾಮನು ಮಡಿದನೆಂದು, ಡಂಗುರ ಸಾರಿಸಲು ಹೇಳಿದಾ.
"ಆ ಸುದ್ದಿಯನು ತಿಳಿದು ಸೀತೆ, ಗತಿಯಿಲ್ಲದೆ ನಿಮಗೊಲಿಯುವಳು,
ನಷ್ಟವಾಗದೆ ನಿಮ್ಮ ಸೇನೆ, 'ಜಯದೇವಿ' ನಿಮ್ಮವಳಾಗುವಳು." ‖ 359 ‖

"ಎಲವೋ", ಎಂದ ಕುಂಭಕರ್ಣ, ಕೇಳಿ ಮಹೋದರನ ಉಪದೇಶವ,
"ತಿಳಿದುಕೊಂಡೆ ನಾನು ನಿನ್ನ, ಮನದಲಿದ್ದ ಸೂಕ್ಷ್ಮ ಸಂದೇಶವ.
ಒಪ್ಪಿಗೆ ಕೊಡುವನು ಇಂಥ ಮಾತಿಗೆ, ಬುದ್ಧಿಹೀನ ಮೂಢನು,
ಹೇಡಿಗಳ ನಾಯಕ ನೀ, ತಪ್ಪು ದಾರಿ ತೋರಿಸುವ 'ಅಯೋಧನು'." ‖ 360 ‖

"ಸೇನಾನಿಗಳು ಎಂದೂ ಹಾಡುವರಲ್ಲ, ತಮ್ಮ ವೀರ ಕಥನಗಳ,
ಇಂದೇ ದಾಳಿ ಹಾಕುವೆ, ಹುಸಿಗೊಳಿಸಲು ನಿನ್ನ ಹಂಬಿಕೆಗಳ."
ಕೇಳಿ ಮಹೋದರನ ಮಾತು, ರಾವಣ ಹೊಟ್ಟೆ ಒಡೆಯುವಂತೆ ನಕ್ಕನು,
ಎಂದ, "ರಾಮನ ಹೆಸರು ಕೇಳಿ ಹೆದರಿದ, ಮಹೋದರ ಪುಕ್ಕನು." ‖ 361 ‖

" 'ವೈವಸ್ವತ' ನಂತೆ ಹೋಗು ತಮ್ಮ, ನುಂಗು ವಾನರರನೆಲ್ಲ ಅಲ್ಲಿ ನಿಂತ,
ಭಯ ತುಂಬಿಸುವುದು ನಿನ್ನಾಕಾರ ನೋಡಿದ, ಆ ವನವಾಸಿಯ ಪಂಥ."
ಅನುಜ, ಇನ್ನೊಮ್ಮೆ ಜನಿಸಿದಂತೆ, ರಾವಣ ವರ್ತಿಸಿದನು,
ಅನುಜ ಕೈಯಲಿ ಶೂಲ ಧರಿಸಿ, ಕೊರಳಲಿ ಹೂಮಾಲೆ, ಹಾಕಿಕೊಂಡನು.
‖ 362 ‖

"ಒಂಟೆ ಸಲಗನಂತೆ ತೀರಿಸಿ ಬರುವೆ, ಎನ್ನ ಕೋಪಾದಿ ಹಸಿವು,"
ಬೇಡವೆಂದ ರಾವಣ, "ವಾನರರ ತನು-ಮನವಿರುವುದು ಧೃಡವು.
ಸೇನೆಯೊಡನೆ ಹೋಗು, ಸೋಲಿಸಲು ನಿನ್ನನ್ನು ಅಸಾಧ್ಯವು,"
ಅನುಜನಿಗೆ ಕೊಟ್ಟ ಉಡುಗೊರೆ, ತೋಳು ಬಂದಿ, ಉಂಗುರ, ಕಂಠ
ಹಾರವು.‖ 363 ‖

ಕಪ್ಪು ದೊಡ್ಡ ಸೊಂಟಕೆ ಕಟ್ಟಿದ ಹೊಳಪುಳ್ಳ, ಉಡುದಾರವು,
ನಿಂತವನು ಮಂದಾರ ಪರ್ವತದಂತೆ, ಸುತ್ತಿದ ವಾಸುಕಿ ಸರ್ಪವು.
ಕವಚ ಕಾಂಚನ ಧರಿಸಿ, ವಿದ್ಯುತ್ ಪ್ರಭಾವ ಭರಿತ ಕುಂಭಕರ್ಣ,
ಶ್ವೇತ ಮೋಡಗಳು ಮುಚ್ಚಿತವನ ಉಡುಪು, ಧರಿಸಿದಲಂಕಾರ, ಸ್ವರ್ಣ.
‖ 364 ‖

ಅಣ್ಣನ್ನನು ತಬ್ಬಿಕೊಂಡು, ವಂದಿಸಿ ಸಾಗಿದನು ಮುಂದೆ,
ದೈತ್ಯರು ಕಾಣದಂತಾದರು, ಮರೆಯಾದರವನ ಹಿಂದೆ.
ವಿವಿಧಾಯುಧಗಳ ಹಿಡಿದು, “ರಾಮನೇ ಕಾರಣ ಈ ಕದನವಾಗಲು,
ಸೋಲಿಸಿ ಕಳಿಸುವೆ ಅವರೆಲ್ಲರ, ಅಸಾಧ್ಯವವರಿಗೆ ತಿರುಗಿ ಬರಲು.” ‖ 365 ‖

ಮುಂದೆ ಸಾಗಿದ ರೂಕ್ಷ ಸೇನೆಗೆ, ಅನೇಕ ಅಪಶಕುನಗಳು ಕಂಡವು,
ಹಿಂದೆ-ಮುಂದೆ ನೋಡಲಾರದೆ, ಸಾಗಿದರವರು ಪರೀಕ್ಷಿಸಲು ಹಣೆಬರಹವು.
ರೆಕ್ಕೆರಹಿತ ಬೆಟ್ಟ, ಹಾರಿ ಬರುವದ ಕಂಡು, ಅತ್ತಿತ್ತ ಓಡಿದ ವಾನರರು,
ಹಿಡಿದು ಧೈರ್ಯ ತುಂಬಿದನು ‘ಅಂಗದ’, ತಿರುಗಿ ಒಂದುಗೂಡಿದರು. ‖ 366 ‖

ಅದುರಿದವು ನೆಲ ಬೆಟ್ಟಗಳು, ಘರ್ಜಿಸಿದಾಗ ಕುಂಭಕರ್ಣನು,
ಅಂಗದನು ಎಲ್ಲಾ ವಾನರರ ಕರೆತಂದು, ಹೀಗೆಂದನು.
“ಹೆದರಿಕೆ ಯಾಕೆ ನಿಮಗೆಲ್ಲ, ಕೇವಲ ಭಯಪಡಿಸುವ ಆಟಿಕೆಯೊಂದದು,
ಹೊಡೆಯಬಹುದು ಅವನನು, ಪಾಲಿಸಿದರೆ ಪಾಠ, ಒಕ್ಕೂಟದ್ದು. ‖ 367 ‖

ಧೈರ್ಯ ತುಂಬಿಕೊಂಡ ಕಪಿಗಳು, ಗಿಡ ಬಂಡೆ ಕಿತ್ತೆಸೆದರು,
ಏನೂ ಪ್ರಯೋಜನವಿಲ್ಲವೆಂದು ತಿಳಿದು, ನಿರಾಶರಾದರು.
ಚೇಷ್ಟೆ ಮಾಡುತ ರಾವಾನುಜನು, ಕೆಲವರ ಚೆಮ್ಮಿದನು,
ಉಳಿದವರನು ತುಳಿದನು, ಅವಶೇಷ ಅಲ್ಲಲ್ಲಿ ಓಡುವುದ ಕಂಡನು. ‖ 368 ‖

ಮತ್ತೆ ಬಂದ ಅಂಗದ, "ಇದೇನು ಓಟ ನಿಮ್ಮದು?",
ನೋಡಿದರೆ ಮಡದಿಯರು ನಿಮ್ಮೆಲ್ಲರ, ಅಪಹಾಸ್ಯ ಅವರ ತಪ್ಪದು.
ಸಿಗುವುದು ನಿಮಗೆ ಗೌರವ, ಶತ್ರುಗಳ ಹೊಡೆದೋಡಿಸಿ,
ಮಡಿದರೆ ಯಾರಾದರೂ, ಸ್ವರ್ಗದ ಸುಖವನು ಸ್ವೀಕರಿಸಿ." ॥ 369 ॥

"ಶ್ರೀರಾಮರೆದುರು ಕುಂಭಕರ್ಣ, ಮರಳಲಾರನು ಜೀವ ಸಹಿತ,
ಕೇಳಿರಿ ನನ್ನ ಮಾತು, ಕೂಡಿದ್ದರೆ ಇರುವುದು ನಮ್ಮ ಶಕ್ತಿ ಅಮಿತ."
ಕಿಡಿ ಹಾರಿತಲ್ಲಿ ವಾನರರಲಿ, ಅಂಗದ ಅವರನು ಒಂದೆಡೆ ತಂದಿತ್ತನು,
ಜರುಗಿದ ಕದನದಲಿ, ಕುಂಭಕರ್ಣ ಧೃಡ ನಿಂತಿದ್ದನು. ॥ 370 ॥

ಹಾರುತ ಮರುತಾತ್ಮಜ, ಬಂಡೆಗಲ್ಲು, ಮರಗಳೆನ್ನೆಸೆದನು,
ಮುಂದೆ ಬರುವುದೆಲ್ಲವನು, ಭಲ್ಲೆಯಿಂದ ಪುಡಿ ಮಾಡಿದ ಕುಂಭಕರ್ಣನು.
ಭಲ್ಲೆ ಹನುಮನಿಗೆ ಗುರಿ ಮಾಡಿ, ಎಸೆಯಲು ರೂಕ್ಷ ಓಡಿ ಬಂದನು,
ಬೆಟ್ಟ ಸಿಡಿದ್ದೋಲಗುವ ಏಟು ಬಿದ್ದರೂ, ಸ್ಥಿರ ನಿಂತ ಹನುಮನು. ॥ 371 ॥

ಜರುಗಿದ ಹೋರಾಟದೊಳು, ಸುಗ್ರೀವನೂ ಭಾಗವಹಿಸಿದನು,
ಗುರಿಯಿಟ್ಟು ಎಸೆದ ಭಲ್ಲೆ ಅವನಿಗೆ, ತಡೆದ ಹನುಮಂತನು.
ಮಂಡಿ ಊರಿ ಹನುಮ, ಅದನು ಕಬ್ಬಿನಂತೆ ಮುರಿದ,
ಹರುಷದಿ ಕೂಗಿದ ವಾನರರು, ದುಃಖಿತ ಕುಂಭಕರ್ಣ ಬಾಗಿದ. ॥ 372 ॥

ಕಡುಕೋಪದಿ, ಬೆಟ್ಟವೊಂದ ಸುಗ್ರೀವನ ಮೇಲೆಸೆದ,
ಮೂರ್ಛೆ ತಪ್ಪಿದ ಸುಗ್ರೀವನ, ಕುಂಭಕರ್ಣ ಎತ್ತಿಕೊಂಡು ಹೋದ.
ಇದ ನೋಡಿ ಸುಗ್ರೀವನ ಮಂತ್ರಿ, ಸಕಲರಿಗೆ ಧೈರ್ಯ ತುಂಬಿದ,
"ಭಯ ಬೇಡ ಕರೆ ತರುವೆ ರಾಜನ", ಎಂದು ಸಾರಿದ. ॥ 373 ॥

ಸುಗ್ರೀವನ ಹಿಡಿದು ಲಂಕೆಯೊಳಗೆ ತಂದ, ಕುಂಭಕರ್ಣನು,
ತಂಗಾಳಿ ತಟ್ಟಿ ಎಚ್ಚರಗೊಂಡ, ಶ್ರೀರಾಮಸಖಿ, ವಾನರ ರಾಯನು.
ಸರಿ ಸಮಯ ಕಾಯ್ದು ನಖದಿಂದ, ರಾಕ್ಷಸನ ಕರ್ಣ ಹರಿದನು,
ಕಚ್ಚಿ ಅವನ ಮೂಗು, ಪಕ್ಕೆಲುಬು ಕಾಲಿನಿಂದ ಒದ್ದನು. ‖ 374 ‖

ಜಲಪಾತ ರಕ್ತದ ಸರೋವರ ಕೆಂಪು, ಬೆಟ್ಟದಿಂದ ಹರಿಯಿತು,
ಸುಗ್ರೀವನ ಕೆಳಗೆಸೆದಾಗ, ಭೂಮಿ ಬಲವಾಗಿ ಅದುರಿತು.
"ಇದೇ ಫಳಿಗೆ ಉಳಿಸಿಕೊಳ್ಳಲು ಜೀವ ಎನ್ನ", ಸುಗ್ರೀವನು ತಿಳಿದನು,
ಚೆಂಡಿನಂತೆ ಪುಟಿದು, ಶ್ರೀರಾಮನ ಬದಿಗೆ ಹೋದನು. ‖ 375 ‖

ಕೆಂಪಿಟ್ಟ ಮೈ ದೈತ್ಯನ, ಸೋಲಲಾರದ ಯುದ್ಧವಾಡಿದಾ,
ಯುದ್ಧ ಭೂಮಿಗೆ ಮರಳುವಾಗ, ಕೈಗೆ ಸಿಕ್ಕವರನು ಭಕ್ಷಿಸಿದಾ.
ಬೆದರಿ ವಾನರರು, ಶರಣು ಕೋರಿದರು ಶ್ರೀರಾಮನ,
ತಡೆ ಹಿಡಿದು ಕುಂಭಕರ್ಣನ, ಸಪ್ತ ಬಾಣ ಹೂಡೆದ ಲಕ್ಷ್ಮಣ. ‖ 376 ‖

ಮೆಚ್ಚಿದ ಕುಂಭಕರ್ಣ, "ಭಲೇ! ಅಪೂರ್ವ ನೀನೊಬ್ಬ ಧೀರ,
ನನ್ನೆದುರು ಸಮನಾರಿಲ್ಲ, ಪ್ರಹಾರ ನೀ ಮಾಡಿದ ಶೂರ.
ಸುರಸಕಲರೆಲ್ಲ ನಡುಗಿದ್ದರು, ಕಂಡು ಈ ಮಾಂಸಾಕಾರ ಧಾಮ,
ಆದರೆ ಗುರಿ ನನ್ನ ನೀನಲ್ಲ, ಎಲ್ಲಿ ನಿನ್ನಣ್ಣ ರಾಮ?" ‖ 377 ‖

"ಹೂಡೆದು ರಾಮನ ಗೆಲ್ಲುವೆ ನಾ, ಲಂಕೇಶ ಶಾಂತನಾಗುವ,
"ಸ್ಥಿರ ಸ್ತಬ್ಧ ಕಾಯ್ದು ನಿಂತಿಹನು", ಎಂದ ಲಕ್ಷ್ಮಣ, "ನನ್ನಣ್ಣ ಶ್ರೀರಾಘವ."
ಸರಿಸಿ ಲಕ್ಷ್ಮಣನನ್ನು, ಕುಂಭಕರ್ಣ ಧಾವಿಸಿದ ಶ್ರೀರಾಮನೆಡೆ,
ಮಂದಸ್ಮಿತದಿ ಶ್ರೀರಾಮ ಬಿಟ್ಟ, 'ರೌದ್ರ' ಎಂಬ ಬಾಣ ಅವನ ಉರದೆಡೆ.
‖ 378 ‖

ಅಗ್ನಿ ಜ್ವಾಲೆ ಉರಕೆ ತಾಕಿದ ಕ್ಷಣ, ಕುಂಭಕರ್ಣ ಕೆಂಡ ಹೊರಹಾಕಿದಾ,
ಕೈಯಲಿದ್ದ ಶಸ್ತ್ರ ಬಿದ್ದು, ಮಲ್ಲಯುದ್ಧಕೆ ಸಿದ್ಧನಾದಾ.
ಓಡುತ ರಾಮನೆದುರು, ಬೆಟ್ಟದ ತುದಿಯೊಂದ ಎಸೆದನು,
ಸಪ್ತ ಬಾಣ ಹೂಡಿದ ಶ್ರೀರಾಮ, ಆ ಬೆಟ್ಟವ ಸೀಳಿದನು. ॥ 379 ॥

ನವಿಲು ಗರಿಗಳಂತೆ ಚುಚ್ಚಿದ ಬಾಣ, ಕುಂಭಕರ್ಣ ಕಂಡನು,
ಅವನ ಸ್ಥಿತಿ ನೋಡಿ ಲಕ್ಷ್ಮಣ, ವಿಶೇಷ ಸೂಚನೆ ಕೊಟ್ಟನು,
"ಅಣ್ಣಾ, ಬುದ್ಧಿ ಓಡುತಿಲ್ಲವನ, ಗುರುತಿಸಲಾರ ಅಸುರ ವಾನರ,
ರಕ್ತ ಗಂಧದಿಂದ ಸಿಕ್ಕವರನು ತಿನ್ನುವನು, ತಿಳಿದು ಆಹಾರ." ॥ 380 ॥

"ವಾನರರೆಲ್ಲಾ ಮೇಲೇರಲಿ, ಗಾಯಗೊಂಡಿದೆ ಅವನ ಶರೀರವ್ಪು,
ಭಾರ ತಡೆಯಲಾರದೆ ಬೀಳುವುದು, ಹಾರಿಜವಾಗಿ ನೆಲಕೆ ಬೆಟ್ಟವು.
ಬಿದ್ದಲ್ಲಿ ತೆವಳಾಡುವನು, ಯಾರನ್ನು ತಿನ್ನಲಾರನು,
ಸರಿ ಸಮಯ ಮುಂದಿದೆ, ಜೀವ ಬಿಡುವನವನು." ॥ 381 ॥

ಹಾರಿದರೆಲ್ಲ ಕಪಿಗಳು, ಬೆಟ್ಟದಂತಿರುವ ಮೈ ಏರಿದರು,
ಆನೆ ಮಾವುತನನ್ನು ಝೂಡಿಸಿದಂತೆ, ತಿರುಗಿ ಬಿದ್ದ ವಾನರರು.
ಈ ಕುಕರ್ಮ ಮಾಡಿದ ಬಳಿಕ, ಬಂದಿತವನ ಜೀವದ ಕೊನೆಯ ಕ್ಷಣವು,
ಕ್ರೋಧಿತ ಶ್ರೀರಾಮ ಸಿಡಿದೆದ್ದನು, ಬಿಗಿದ ಉತ್ಕೃಷ್ಟ ಚಾಪ ಬಾಣವು. ॥ 382 ॥

ಈ ಕೋಪಾವೇಗ ರಾಘವನ, ಎಂದೂ ಕಾಣದ ವಾನರರು,
ಹರುಷದಿ ಕುಣಿದರವವರು, ಕುಂಭಕರ್ಣನ ರೋಷಕೆ ಇಷ್ಟೊತ್ತು ಸಿಕ್ಕವರು.
ವಿಂಧ್ಯಾಚಲಮಂದರಾದ್ರಿಗಳಂತೆ ನಿಂತ ಹೇಮಾಲಂಕೃತ, ರಕ್ತ
ಸುರಿಯುತಿರುವ,
ನೋಡಿದ ಶ್ರೀರಾಮನು, ಕುಂಭಕರ್ಣ ಜಿವ್ಹೆಯಿಂದ ತನ್ನ ರಕ್ತ ನೆಕ್ಕುತಿರುವ.
॥ 383 ॥

ಬಿಲ್ಲಿನ ಠೇಂಕಾರ ಧ್ವನಿಯು, ಕೇಳದಾಗದೆ ಓಡಿ ಬಂದ ದೈತ್ಯನು,
ಮರುತ ಬೀಸಿದ ಮೇಘವನು ತಡೆದಂತೆ ತಡೆದು, ರಘುರಾಯ, ಹೀಗೆಂದನು.
"ಬಾ ಮುಂದೆ ರಾಕ್ಷಸಾಧಿಪ, ವಿಷಾದಿಸದಿರು ಬರುವ ಫಲಿತಾಂಶಕೆ,
ಗೊತ್ತಿದೆ ನಿನಗೆ, ನಾ ರಾಮ, ಪೂರ್ಣವಿರಾಮವಿಡುವೆ ನಿನ್ನ ಕುಲಕೆ." ‖ 384 ‖

ಪರಮವೀರನ ಕಂಡು, ಅಟ್ಟಹಾಸ ಗೈದ ಕುಂಭಕರ್ಣನು,
"ಸಾಮಾನ್ಯ ರಾಕ್ಷಸನಾನಲ್ಲ, ನಿಂತವನು ನಾ ರಾವಣಾನುಜನು.
ನೋಡು ಕಂಡಿಲ್ಲ ಮುಂಚೆ, ಇಂಥ ಭಾರದ ಉಕ್ಕಿನ ಸುತ್ತಿಗೆ,
ಇದ ಬೀಸಿ ಜಜ್ಜಿರುವೆನು, ಎಷ್ಟೋ ಶತ್ರುಗಳ ನೆತ್ತಿಗೆ." ‖ 385 ‖

"ಕಿವಿ ಒಂದು, ಮೂಗಿಲ್ಲ ಈ ಮುಖದಲಿ, ಸುಗ್ರೀವನು ಕಿತ್ತಿದ,
ಬೇರೇನಾದರೂ ಗುರಿ ಮಾಡು ನೀ, ಜರುಗಿಸುವೆ ಕದನ ಬಿತ್ತಿದ."
ರಾಮ ಬಿಟ್ಟ ಬಾಣ ಬೆಟ್ಟಕೆ, ಸೂಜಿ ಚುಚ್ಚಿದಂತೆ ಆಯಿತು,
ಹಿಂದೊಮ್ಮೆ, ಸಪ್ತ ಸಾಲ ವೃಕ್ಷ ಇರಿದ ಬಾಣ, ರೂಕ್ಷನಿಗೇನೂ
ಮಾಡದಾಯಿತು. ‖ 386 ‖

'ವಾಯವ್ಯ' ದಿವ್ಯ ಬಾಣ, ಅಭಿಮಂತ್ರಿಸಿ ಬಿಟ್ಟ ಶ್ರೀರಾಮನು,
ಭುಜದಿಂದ ಬೇರ್ಪಡಿಸಿದ ಕೈ, ನೋವಿನಲಿ ಘರ್ಜಿಸಿದ ಕುಂಭಕರ್ಣನು.
ಸುತ್ತಿಗೆಯ ಜೊತೆ ಬಿದ್ದ ಕೈ, ಸೈನ್ಯದ ಭಾಗ್ಯೊಂದಕೆ ಆದ ಭಾರದ ಹೊದಿಕೆ,
ಉಳಿದ ಕೈಯಿಂದ ಗಿಡ ಕಿತ್ತಿ, ಧಾವಿಸಿದನು ರಾಮನ ಕಡೆಗೆ. ‖ 387 ‖

ಬಾಣದೇಟಿನಿಂದ ಉಳಿದ ಕೈ, ಕತ್ತರಿಸಿ ಸೈನ್ಯದ ಮೇಲೆ ಬಿದ್ದಿತು,
ಅರ್ಧಚಂದ್ರಾಕಾರದ ಬಾಣ ಎರಡು, ಕುಂಭಕರ್ಣನ ಕಾಲು ತುಂಡು
ಮಾಡಿತು.
ಅಂತಹ ಸ್ಥಿತಿಯೊಳು, ರಾಹು ಚಂದ್ರನ ನುಂಗುವಂತೆ ರಾಮನೆಡೆ ಓಡಿದನು,
ಬಾಯಿ ತುಂಬುವಷ್ಟು ಬಾಣ ಹೊಡೆದ ರಾಘವ, ಮೂರ್ಛೆ ಹೋದ
ಕುಂಭಕರ್ಣನು.‖ 388 ‖

ಜಪಿಸಿದ 'ಇಂದ್ರಾಸ್ತ್ರ', ಪ್ರಜ್ವಲ ಸೂರ್ಯತೇಜದಂತೆ ಇನ್ನೊಂದು ಶರವು,
ಬ್ರಹ್ಮಾಸ್ತ್ರದಂತಿರುವುದು, ನಾಶವೇನಾದರೂ ಮಾಡಲು ಸಾಧ್ಯವು.
ವಾಯುವೇಗದಲಿ ಸಂಚರಿಸಿತು, ವಜ್ರಾಯುಧದ ಸಮಾನವು,
ಕುಂಭಕರ್ಣನ ಶಿರದ ಕುಂಭ ಸ್ಥಳಕೆ ಬಡಿದ ಪರಿಣಾಮ, ಅವನ ಸಾವು.
‖ 389 ‖

ತಲೆ ಒಡೆದು ಬಿದ್ದಿತು, ಕಟ್ಟಡ, ದಾರಿ, ಭವನಗಳು ನೆಲ ಸಮಾನವಾದವು,
ಶರೀರ ನೀರಿನಲಿ ಅಪ್ಪಳಿಸಿದಾಗ, ಜಲರಾಶಿ ನಾಶಗೊಂಡವು.
ಭೂಮಿ ಅದುರಿತು, ಸದ್ದು ಹರುಷದ, ಕೂಗಿದಾಗ ವಾನರರು,
ಶ್ರೀರಾಮನ ಕುಶಲ ಪರಾಕ್ರಮಕೆ, ನಲಿದ ಸಕಲ ದೇವಗಂಧರ್ವರು. ‖ 390 ‖

ಕುಂಭಕರ್ಣನ ನಿಧನ ವಾರ್ತೆ ರಾವನ ದೂತರು ಹೆದರುತ ತಂದರು,
ಕೇಳಿ ಇದನು ರಾವಣ, ಮೂರ್ಛೆ ಹೋದ ಸಭೆಯವರು ಕಂಡರು.
ಚೇತರಿಸಿ ಕೊಂಡ ಅವನು, ತಲೆಗೆ ಕೈ ಹಚ್ಚಿ ಕುಳಿತನು,
"ಏನೋ ತಮ್ಮ ನನ್ನ ಭಾಗ್ಯ, ನೀನಿಲ್ಲದೆ ಹೇಗಿರುವೆನು?" ‖ 391 ‖

"ದೇವಾದಿಗಳಿಗೆ ಸೋಲಲಾರದ ನೀನು, ರಾಮನಿಗೆ ಸೋತೆ,
ವಜ್ರಾಯುಧವ ತಡೆದವ ನೀನು, ರಾಮಬಾಣದಿಂ ಮಡಿಯುವುದು ಮಾತೆ?
ನನಗೂ ಬರಲಿ ಸಾವು, ಯುದ್ಧದಲಿ ರಾಮನ ಹೊಡೆಯದಿದ್ದರೆ,
ನೀನಿಲ್ಲದೆ ಎನ್ನ ಜೀವನ ನಿರುಪಯೋಗ, ತೀರಿಹೋಯಿತೆಲ್ಲ ಅದರಲಿದ್ದ
ಅಕ್ಕರೆ." ‖ 392 ‖

"ಈ ರಾಜ್ಯ ಸಹಿತ ಸೀತೆಯ, ಎನಗೆ ಬೇಡವೇ ಬೇಡ ಒಂದೂ,
ಏನು ಮಾಡಲಿ ನೀನಿರಲಾರದೆ, ಪ್ರಿಯಾನುಜ, ಬಳಗ, ಬಂಧು.
ಹಿತ ಚಿಂತಕ ವಿಭೀಷಣನ ಮಾತು ಕೇಳದ ನಾ, ಅವನನು ಓಡಿಸಿದೆ,
ಅವನು ನುಡಿದ ಮಾತು ಸತ್ಯವಾಗಲಿದೆ, ಜ್ಞಾನೋದಯವಾಗಿದೆ." ‖ 393 ‖

ಕ್ಷೋಭೆಗೊಂಡ ರಾವಣನನು ಸಂತೈಸಿದ 'ತ್ರಿಶಿರ', ಅವನ ಸುತನು,
"ಅಪ್ಪಾ, ದುಃಖ ದಟ್ಟ ಎಷ್ಟೇ ಇರಲಿ, ಅಳಲಾಗದು, ನೀ ರಾಜನು.
ಸಾಮಾನ್ಯ ನೀನಲ್ಲ, ದಿವ್ಯಾಸ್ತ್ರದಿ ಹೊಡೆಯಬಲ್ಲೆ ರಾಮನನ್ನು,
ಆದರೆ ತಾಳು ಇಲ್ಲೇ ನೀನು, ಒಪ್ಪಿಸು ನನಗಾಸೌಭಾಗ್ಯವನ್ನು." ‖ 394 ‖

ತ್ರಿಶಿರನ ಮಾತು ಕೇಳಿ ರಾವಣನಿಗೆ, ಜೀವಸತ್ವ ಪುನಃ ತುಂಬಿಕೊಂಡಿತು,
'ತ್ರಿಶಿರ', 'ದೇವಾಂತಕ', 'ಅತಿಕಾಯ', ಮೂವರ 'ಕಾಳಗ ಕೂಗು', ಎಲ್ಲರ
ಕಿವಿ ಹರಿಯಿತು.
ಇವರೆಲ್ಲರಿರುವರು ದಿಗ್ಗಜ, ವೀರ ಶೂರರು, ವರಗ್ರಸ್ಥ ರಾವ ಪುತ್ರರು,
ಅವರ ಬೆಂಗಾವಲವಾಗಿ, 'ಮಹೋದರ', 'ಮಹಾಪಾರ್ಶ್ವ' ಇಬ್ಬರು. ‖ 395 ‖

ಮಹೋದರನ ಗಜ 'ಸುದರ್ಶನ', ಐರಾವತದ ಕುಲದು,
ತ್ರಿಶಿರನ ಅತಿ ಮೌಲ್ಯ ಅಶ್ವರಥವು, ತುಂಬಿದ ಶಸ್ತ್ರಾಗಾರವದು.
ಅತಿಕಾಯ ನಿರ್ಮಿಸಿದ ಧೃಡ ರಥವು, ಕೈಯಲಿದ್ದ ನಾನಾ ಆಯುಧಗಳು,
ಶೀಘ್ರ ಏರಿದ ನರಾಂತಕ, ಶ್ವೇತಾಶ್ವ, ಅಲಂಕೃತ ಸ್ವರ್ಣಾಭರಣಗಳು.
‖ 396 ‖

ಈ ಷಡ್ರಾಕ್ಷಸರ ಸಿಂಹನಾದದಿಂದ, ನಡುಗಿತು ಯುದ್ಧಭೂಮಿಯು,
ವಾನರರೂ ಉತ್ತೇಜಿತರಾಗಿ, ಶಸ್ತ್ರ ರೂಪದಲಿ ಹಿಡಿದ ಕಲ್ಲು ಬಂಡೆಯು.
ಸಾವಿರಾರು ಬಾಣ ಹೊಡೆದರು, ಆ ರಾವಸುತರು ಕೂಡಿ ಎಲ್ಲರು,
"ಬನ್ನಿ ಬನ್ನಿ ನಿಂತಿವೆವು ನಿಮ್ಮ ಕಾಯ್ದು", ಎಂದ ಪ್ಲವಂಗಮರು. ‖ 397 ‖

ಕೋಪದಿ ಸಿಡಿದೆದ್ದ ಕಪಿ ಯೋಧರು, ಎಸೆದ ವೃಕ್ಷಾಸ್ತ್ರಗಳು,
ಬಿದ್ದಿತವು ಮಾತಂಗಾಶ್ವ ಏರಿದ ರೂಕ್ಷರ ಮೇಲೆ, ನಷ್ಟವಾದ ರಥಗಳು.
ಹರುಷದಿ ಕುಣಿದಾಡಿದ ರಾಮಸೇನೆಯವರು, ವೈರಿಗಳು ಕುಗ್ಗಿದರು,
ಕೇಳಿಸಿತು ಆಕಾಶಕೂ ಜಯಘೋಷ, ಮೆಚ್ಚಿದ ದಿವಿಜರು. ‖ 398 ‖

ದಾನವಾನೇಕರ ಬಲವಿದ್ದ 'ನರಾಂತಕ', ಅಶ್ವವೇರಿ ಬಂದನು,
ಕಪಿಸ್ಯೆನ್ಯ ನಾಶ ಮಾಡುತಲಿ, ಆ ಭೂಮಿ ಸುತ್ತ ಅಲೆದನು.
ಸುಗ್ರೀವನು ಇದ ನೋಡಿ, ಯುವರಾಜನ ಕರೆದಂತೆ-,
ಹಾರಿ ಬಂದ ಅಂಗದ, ಮೋಡ ಕರಗಿಸಿದ ಸೂರ್ಯನಂತೆ. ॥ 399 ॥

"ನಿಲ್ಲು", ಎಂದ ಅಂಗದ, "ಸಾಮಾನ್ಯರನು ಹೆದರಿಸುವೇಕೆ?
ಎದುರು ನಿಂತ ನಾ ಕಾಣುತಿಲ್ಲವೇನು?, ತೀರಿಸಿಕೊ ನಿನ್ನ ಬಯಕೆ."
ಕೋಪೋದ್ರೇಕದಿ ನರಾಂತಕ, ಅಸ್ತ್ರ ಬೀಸಿದ ಗುರಿ ತಪ್ಪದೆ,
ಅಂಗದನ ಉರ ತಟ್ಟಿ ಮುರಿಯಿತು, ನರಾಂತಕ ನೋಡಿದನು ಎವೆಯಿಕ್ಕದೆ.
॥ 400 ॥

ಮುಂದೆ ಹಾರಿ ಅಂಗದ, ನರಾಂತಕನ ಅಶ್ವಗಳಿಗೆ ಏಟಿಟ್ಟನು,
ನೆಲ ಸಮಾನವಾದವು, ಕಡುಕೋಪದಿ ಅವುಗಳ ಯಜಮಾನನು.
ಅಂಗದನ ಶಿರಕೆ ನರಾಂತಕ, ಬಲವಾಗಿ ತಲಪ್ರಹಾರ ಮಾಡಿದ,
ತಿರುಗಿ ಹೊಡೆದ ಅಂಗದ, ನರಾಂತಕನ ಎದೆ ಸೀಳಿ ಕಥೆಯ ಮುಗಿಸಿದ.
॥ 401 ॥

ನರಾಂತಕನ ಸಾವು ನೋಡಿ, ರಕ್ಕಸರ ಬಲ ಭಾಷ್ಟವಾಯಿತು,
ಮಹೋದರ ಗಜವೇರಿದ ಆ ಕ್ಷಣ, ಯುದ್ಧ ಮುಂದುವರೆಯಿತು.
ದೇವಾಂತಕ, ತ್ರಿಶಿರರಿಬ್ಬರು, ಬಂದು ಮಹೋದರನ ಜೊತೆಗೂಡಿದರು,
ಈ ತ್ರಿಮೂರ್ತಿಗಳನು ಎದುರಿಸಿದ ಅಂಗದ, ನೋಡಿದರು ಎಲ್ಲ ಯೋಧರು.
॥ 402 ॥

ಒಂದು ಎರಡು ಮೂರಲ್ಲ, ಪ್ರಯೋಗಿಸಿದರನೇಕ ಅಸ್ತ್ರಗಳನು,
ಅವುಗಳ ತಪ್ಪಿಸಿಕೊಂಡ ವಾನರೋತ್ತಮ, ಮಹೋದರನ ಕುಂಜರವ
ಕೊಂದನು.
ನೆಲಕೆ ಬಿದ್ದ ಪ್ರಾಣಿಯ ಕೋರೆ ಕಿತ್ತಿ, ದೇವಾಂತಕನ ಮೇಲೇರಿದನು,
ಭೀಷಣ ಯುದ್ಧ ನಡೆದಲ್ಲಿ, ನೀಲನ ಜೊತೆ ಹನುಮ ಪ್ರವೇಶಿಸಿದನು. ‖ 403 ‖

ಬಲು ಸಮರ್ಥ ಹನುಮ, ಮುಷ್ಟಿಗೈದು ದೇವಾಂತಕನ ಶಿರ ಒಡೆದನು,
ಜೀವ ಬಿಟ್ಟು ನರಕದಾರಿ ಹೋದ, ರಾವಸುತ ಇನ್ನೊಬ್ಬನು.
"ಕಾರ್ಯ ಇನ್ನೂ ಉಳಿದಿದೆ", ಮುಂದೆ ಹಾರಿ ಹೋದ ಹನುಮನು,
ತ್ರಿಶಿರನು ಸಿಟ್ಟಿನಿಂದ, ಎಲ್ಲ ದಿಕ್ಕುಗಳಲಿ ಬಾಣ ಬಿಟ್ಟನು. ‖ 404 ‖

ನೀಲನಿಗೆ ಗುರಿ ಮಾಡಿ ತ್ರಿಶಿರ, ಮಹೋದರರು, ಶಸ್ತ್ರ ಪ್ರಹಾರ ಮಾಡಿದರು,
ಬೆಟ್ಟವೊಂದೆಸೆದ ನೀಲನು, ಮಹೋದರನ ತಲೆ ಸಿಡಿಯಿತು.
ತೀಕ್ಷ್ಣ ಬಾಣ ಹೊಡೆದ ತ್ರಿಶಿರನು, ನೀಲನನು ಗಾಯಗೊಳಿಸಿದಾ,
ಇದೇ ತ್ರಿಶಿರನ ಕೊನೆಯ ಆಟ, ಮುಂದೆ ಎದುರಿಸಲು ಹನುಮ ಹಾರಿದಾ.
‖ 405 ‖

ದಿವ್ಯ ಭಲ್ಲೆ ಉಲ್ಕೆಯಂತೆ ಬಂದಿತು, ನೇರ ಹನುಮನ,
ಬಿದಿರಿನ ಕೋಲಿನಂತೆ ಮುರಿದನು, ನೆನಪಾಯಿತು ಅಶೋಕವನ.
ಕೃಪಾಣದಿ ಪ್ರಹಾರ ಮಾಡಲು ಬಂದ, ತ್ರಿಶಿರನು ಮುಂದೆ,
ಮೂರು ಶಿರಗಳನು ಕೊಯ್ದ ಹನುಮ, ಕೃಪಾಣವದು ಒಂದೇ. ‖ 406 ‖

ಗ್ರಹತಾರೆ ಬಿದ್ದಂತೆ ಆದಿತ್ಯನ ಮಾರ್ಗದಿಂ, ನೆಲ ಸಮವಾದ ಮೂರು
ಶಿರಗಳು,

ಕಪಿಗಳ ಉತ್ಸವಾಚರಣೆಯ ಸದ್ದಿನಿಂದ, ಕರಗಿದ ದಟ್ಟ ಮೇಘಗಳು.

ತ್ರಿಶರ, ಮಹೋದರ, ದೇವಾಂತಕರ ಸಾವಿನಿಂದ, ಕುಪಿತ
ಮಹಾಪಾರ್ಶ್ವನು,

ಉಕ್ಕಿನ ಗದೆ ಅಂಗೈಯಲಿ ಹಿಡಿದು, ಮರಣಕೆ ಸಿದ್ಧನಾದನು. ‖ 407 ‖

ಬಲದ ಕೋಶಾಗಾರ ವೃಷಭ ವಾನರ, ಜಿಗಿದು ಬಂದ,

ಅವನ ಎದೆಯ ಮೇಲೆ ಮಹಾಪಾರ್ಶ್ವ ಗದೆಯಪ್ಪಳಿಸಿದ.

ಕ್ಷಣಕಾಲ ಕಂಡ ಕತ್ತಲೆ, ವೃಷಭ ಆ ಗದೆಯನು ಬಿಗಿ ಹಿಡಿದನು,

ಬೇರೇನು ಕೈಯಲಿ ಸಿಗದೆ, ಅದರಿಂದ ರೂಕ್ಷನ ಎದೆ ಸೀಳಿದನು. ‖ 408 ‖

ಬೆಟ್ಟದಿಂದ ಹರಿಯುವ ಜಲಪಾತದಂತೆ, ರಕ್ತ ಅಲ್ಲಿ ಸೋರಿತು,

ಬಂದ ಕಾರ್ಯ ಮುಗಿಸಲಾರದೆ, ಮಹಾಪಾರ್ಶ್ವನ ಕಥೆ ಮುಗಿಯಿತು.

ದಾನವರ ದಂಡು ಇದನು ಕಂಡು, ಓಡಿದರು ಶಸ್ತ್ರ ತ್ಯಜಿಸಿಕೊಂಡು,

'ಅತಿಕಾಯ', ರಥವೇರಿ ಬಂದನು, ಮಾಡಲು ವಾನರರನು ತುಂಡು ತುಂಡು.
‖ 409 ‖

ಘರ್ಜಿಸಿದಾಗವನು ತಿಳಿದ ವಾನರರು, "ಅಯ್ಯೋ! ಕುಂಭಕರ್ಣ ಮತ್ತೆ
ಬಂದ",

ದೂರದಿಂದ ಶ್ರೀರಾಮನು ಇವನ ನೋಡಿ, ರಣಶೈಲಿ ಮೆಚ್ಚಿ ನಿಂದ.

ಕೇಳಿದ ವಿಭೀಷಣನಿಗೆ, "ಬಿಲ್ಲುಧರಿತ ಬೆಟ್ಟದಂತೆ ಯಾರದಿದು ವೇಷ,

ವಿವಿಧ ಅಸ್ತ್ರ ಸುತ್ತಿಕೊಂಡವನು, ಭಾಸವಾದಂತೆ ಗೌರೀಶ ಈಶ." ‖ 410 ‖

"ನಾಲ್ವರು ಸಾರಥಿಗಳ ರಥವು, ದಿನಕರನ ರೂಪ ಯುದ್ಧಭೂಮಿಯಲಿ,
ದಶ ದಿವ್ಯ ಧನು, ದ್ವಿಗುಣ ಬತ್ತಳಿಕೆ ತುಂಬಿದ ಬಾಣ, ಬಿಗಿದು ಭುಜದಲಿ.
ಕಪ್ಪು ಪರ್ವತ ನೇರ ಬರುತಿದೆ, ರಕ್ತವರ್ಣ ಮಾಲೆ ಕೊರಳಲಿ,
ಯಾಕೋ ಭಾಸ ಎನಗೆ, ಹೊನ್ನ ಸೂರ್ಯ ಸುತ್ತಿದೆ ಮೋಡದಿಂದಲಿ." ‖ 411 ‖

ವಿಭೀಷಣ ಈ ಪ್ರಶ್ನೆಗಳಿಗೆ, ಉತ್ತರ ಹೀಗೆ ಕೊಟ್ಟನು,
"ರಾವಣಾತ್ಮಜ ಇವನು, ಮಹಾಬಾಹು, ರಣರಂಗದಿ ನಿಪುಣನು,
ಸಲಹೆಗಾರ ಮಾನ್ಯ, 'ಅತಿಕಾಯ', ಮತಿ ತುಂಬಿದವನು,
'ಧನ್ಯ ಮಾಲಿನಿ' ನನ್ನ ಅತ್ತಿಗೆ, ರಾವಣನ ಇನ್ನೊಬ್ಬ ಪತ್ನಿಯ ಸುತನು."
‖ 412 ‖

"ಇವನಿಗೂ ಕೂಡ ಪ್ರಭುವೇ, ದೊರಕಿದೆ ಚತುರ್ಮುಖನ ವರಪ್ರಸಾದವು,
ದೇವದಾನವರಿಂದಲೂ ಮೃತ್ಯುವಿಗೀಡಾಗದವನು, ಸಿಕ್ಕಿದೆ ಆ ಸುಂದರ
ರಥವೂ.
ಜಯಗೊಳಿಸಿದವನು ಹಲವಾರು ಬಾರಿ, ಇವನೊಬ್ಬ ವೀರನು,
ಈತನ ಸೋಲಿಸುವ ಒಬ್ಬನೇ, ಕೇವಲ ಸುರವರವಿದ್ದ ಯೋಧನು." ‖ 413 ‖

ರಥವೇರಿದ ಅತಿಕಾಯ, ರಾಮನೆದುರು ಬಂದ ಮೆಲ್ಲನೆ,
"ಈ ಕಾಳಗ ಹೋರಾಡಲಾರೆ ರಾಘವಾ, ಸಾಧಾರಣ ನರನೊಡನೆ,
ಕೌಶಲ, ಜಾಣ್ಮೆ ಇರುವವನ ಕಳುಹು, ಈಗಲೇ ತೀರ್ಮಾನಿಸಿ ಬಿಡುವೆ,
ತೋರಿಸುವೆನು ನನ್ನ ಕ್ಷಮತೆ, ಇಲ್ಲಿಯೇ ನಿಂತು ನೀ ಮೆಚ್ಚುವೆ." ‖ 414 ‖

"ಕಾಣುವಷ್ಟು ಕೃಶನೆಂದು ತಿಳಿದೆಯಾ?, ರಾಮಾನುಜ ಲಕ್ಷ್ಮಣ ನಾನೇ",
ನರನಂತೆ ಕಾಣುವ ಶ್ರೀರಾಮ, ಅವ ಮತ್ಯಾರಲ್ಲ 'ಪರಮಾತ್ಮನೇ'."
ಲಕ್ಷ್ಮಣ ಬಿಲ್ಲು ಬಿಗಿದ ಸದ್ದಿಗೆ, ಚಕಿತಗೊಂಡ ರಾವಸುತನು,
"ಯಮರಾಜನಾಗಿ ಬಂದಿಹೆ ನಾ, ಬಾಲಕ ತಿರುಗಿ ಹೋಗು ನೀನು." ‖ 415 ‖

"ಎಲ್ಕೈ", ಎಂದ ಲಕ್ಷ್ಮಣ, "ದುರಿತ ಶಿಖಾಮಣಿಯೇ ನೀನೊಬ್ಬನು",
ತುತ್ತು ನೇರ ಸಾಧ್ಯವಿರಲು, ಕತ್ತು ಸುತ್ತಿಸಿ ತಿನ್ನುವ ಮೂರ್ಖನು,
ಸಾಕು ನಿನ್ನ ಮಾತು, ಮಾತನಾಡಿಸು ರಥದಲಿದ್ದ ಶಸ್ತ್ರಗಳ,
ಈ 'ಬಾಲಕ'ನನ್ನೆದುರಿಸು, ನೋಡಲಿ ಎಲ್ಲರೂ ಬಾಣದೇಟುಗಳ." ‖ 416 ‖

ಕೋಪ ತಾಳಲಾರದ ಅತಿಕಾಯ, ಬಿಟ್ಟ ಸರ್ಪಾಸ್ತ್ರ ನೇರ ಬಂದಿತು,
ಬಾಲ ಚಂದ್ರಾಕಾರದ ಬಾಣ ಲಕ್ಷ್ಮಣನ, ಅದ ಕೆಳಗೆ ಬೀಳಿಸಿತು.
ಸಿಟ್ಟು ಏರಿದ ರೂಕ್ಷನು, ಪಂಚ ಬಾಣ ಬಿಗಿದನು,
ಏನೂ ಕೆಡಕು ಮಾಡದಾಯಿತು, ಸೌಮಿತ್ರ ಗೆದ್ದನು. ‖ 417 ‖

ನಾನು ನಾನೆಂದ ಅತಿಕಾಯನ 'ಅಹಂ', ಬೀಳುವಂತೆ ಕಂಡಿತು,
ಎಷ್ಟೇ ಬಲಿಷ್ಠರೆದುರಿರಲಿ, ಲಕ್ಷ್ಮಣನೇ 'ರಣಧೀರ', ಖಚಿತವಾಯಿತು.
ಆದರೂ ಸೋಲೊಪ್ಪಲಾರದೆ ಅತಿಕಾಯ, ಪ್ರಹಾರ ಮಾಡುತ್ತಿದ್ದನು,
ಗಾಯಗೊಳ್ಳುವನವನಲ್ಲ ಆ ದಾನವ, ಲಕ್ಷ್ಮಣ ಉಪಾಯ ಯೋಚಿಸಿದನು.
‖ 418 ‖

ಬಂದ ಸಲಹೆ ಕೊಡಲು, 'ವಾಯುದೇವ' ರಣಾಂಗಣದಲ್ಲಿ,
"ಅತಿಕಾಯನ ಅಮೋಘ ಕವಚವದು, ಅಜನ ವರವಿರುವದಲ್ಲಿ.
ಇದನು ಭೇದಿಸುವ ಅಸ್ತ್ರ ಕೇವಲ, ಚತುರ್ಮುಖನ ಸ್ಮರಿಸಿದಲ್ಲಿ,
ವ್ಯರ್ಥ ಬೇರೆ ಬಾಣಗಳು ನೆನಪಿಡು, ನಿಮ್ಮಿಬ್ಬರ ಕಾಳಗದಲ್ಲಿ." ‖ 419 ‖

ಪರಿಹಾರ ದೊರಕಿತು ಭರತಾನುಜನಿಗೆ, ದಿವ್ಯ ಬ್ರಹ್ಮಾಸ್ತ್ರವ ಆಹ್ವಾನಿಸಿದನು,
ಸೂರ್ಯ, ಚಂದ್ರ, ಗ್ರಹಗಳಾದಿ ಭೂಮಿಯೂ ಬೆದರಿದರು, ಬಿಗಿದಾಗ
ಬಿಲ್ಲನು.
ಯಮದೂತನ ಸಂದೇಶ ತಂದಿತು, ಸುಪರ್ಣಶೋಭಿತ ಬಾಣ ಹೂಡಲು,
ವಾಯು ವೇಗದಿ ನೇರ ಬಂದಿತು, ಪ್ರಯತ್ನಿಸಿದ ರಾವಸುತನದನು
ತಡೆಯಲು ‖ 420 ‖

ಭಲ್ಲೆ, ಗದಾ, ಬಾಣಗಳಿಂದ, ಅತಿಕಾಯ ಅದನು ಹೊಡೆದನು,
ಬ್ರಹ್ಮಾಸ್ತ್ರದ ಶಕ್ತಿ ಅರಿವಿಲ್ಲದವ, ಇವನೇ ಆ ಮೂರ್ಖನು.
ಕಿರೀಟ ಹೊತ್ತ ಶಿರವ ಸವರಿತು, ಹೊಡೆದ ಅತ್ಯುತ್ತಮ ಬಾಣ,
ಅತಿಕಾಯನ ಅಂತ್ಯವಾಯಿತು, ಮುಂದಿರುವ ಲಕ್ಷ್ಮಣ ಜಾಣ. ‖ 421 ‖

ಭಯ ತುಂಬಿದ ನಿಶಾಚರರು, ಓಡಿದರು ಬೆನ್ನ ಕಾಣುವಂತೆ,
ವಾನರರ ಮುಖಗಳು ಅರಳಿದವು, ಸುರಸರೋವರದ ಕಮಲಗಳಂತೆ.
ಶ್ರೀರಾಮನೆದುರು ಹೋಗಿ ನಿಂತಾಗ, ಜಯಘೋಷ ಕೇಳಿ ಬಂದಿತು,
"ಯಾರು ಇಲ್ಲವೇನು ತಡೆಯಲು ರಾಮನನು?" ಇತ್ತ ರಾವಶಿರವು
ಚಿಂತಿಸಿತು. ‖ 422 ‖

ಎಲ್ಲ ದಾನವರನೊಡಗೂಡಿಸಿ ವಿಶಿಷ್ಟಾದೇಶ ಪ್ರಕಟಿಸಿದ ರಾವಣನು,
"ಪುರವನು ರಕ್ಷಿಸಬೇಕು, ವಿಶೇಷವಾಗಿ ಅಶೋಕವನದಲಿರುವ ಸೀತೆಯನು.
ಹೇಳಿ ಈ ಮಾತುಗಳನು, ಅರಮನೆಯ ಆಳದೊಳಗಿಳಿದನು,
ಸುತ ಅತಿಕಾಯನ ನೆನಸುತ, ಅಳುತ ಶೋಕಿಸಿದನು. ‖ 423 ‖

ಭ್ರಾತೃಸುತರರ ಕಳೆದುಕೊಂಡು, ಅತಿ ಕಣ್ಣೀರಿಟ್ಟ ರಾವ,
ಒಂಟಿ ಸಲಗದಂತೆ ಅಶ್ರು ಒರೆಸಲು ಬಂದ, 'ಇಂದ್ರಜಿತ' ವಿಸ್ತಾರ ಉರದವ.
"ಅಪ್ಪಾ, ಇರುವನಿಲ್ಲಿ ವೀರಪುತ್ರ, ನಿಮ್ಮ ಮಹಿಮೆ ಹೆಚ್ಚಾಗಲು,
ವಿಷಾಧಿಸದಿರಿ ನೀವು, ಹೋದವರು ಸಾಧ್ಯವಿಲ್ಲ ತಿರುಗಿ ಬರಲು." ‖ 424 ‖

"ಪ್ರಪಂಚದೊಡನೆ ಬ್ರಹ್ಮರುದ್ರೇಂದಾದಿಗಳೂ, ನನ್ನ ಪ್ರಕೋಪ ನೋಡಲಿ,
ನನ್ನಲಿದ್ದ ಆ ವಾಮನ ದೇವನ ಕೌಶಲ, ಸಕಲರಿಗೂ ಕಾಣಲಿ."
ತಂದೆಯ ಆಶೀರ್ವಾದ ಪಡೆದು, ದಿನಕರನದಂತಿರುವ ರಥವೇರುತ,
ರಭಸದಿ ಧಾವಿಸಿದ ರಣಭೂಮಿಯಲಿ, ರಾಮಲಕ್ಷ್ಮಣರ ಹುಡುಕುತ. ‖ 425 ‖

ಸಂಗ ದಾನವರು, ಶಸ್ತ್ರ ವಿಚಿತ್ರ ಸಹಿತ, ನಾನಾ ಮೃಗಗಳೇರಿದ,
ಶ್ವೇತ ಛತ್ರ ರಥದಲಿದ್ದ, ಪೂರ್ಣಚಂದ್ರ ಸದೃಶ ಮೇಘನಾದ.
ಸ್ವರ್ಣಾಭೂಷಣಧರ. ಅವನಿಗೆ ಚಾಮರ ಬೀಸುತಿರುವ ಸೇವಕನು,
ಈ ದೃಶ್ಯ ನೋಡಿದ ದಶಾನನ, ತನ್ನ ಸುತನ ವರ್ಣನೆ, ತಾನೆ ಮಾಡಿದನು.
‖ 426 ‖

"ಇವನಿಗಿಂತ ಮಿಗಿಲಾದ ಸಾರಥಿ, ಇನ್ನೊಬ್ಬ ನಾ ನೋಡಿಲ್ಲ,
ರಣ ನಿಪುಣನೂ ಇವನು, ಭಲೇ, ಮಾಯೆ ಹೂಡಬಲ್ಲ.
ಈ ರಾಮನನು ಸೋಲಿಸಬಹುದು, ಮಾತ್ರ ಅಲ್ಪ ನರನವನು,
ಮತ್ತೇನು ಬೇಕೆನಗೆ, ಜಗತ್ತಿನ ಅತಿ ದೊಡ್ಡ ಸಿರಿ ಪಡೆಯುವವನು." ‖ 427 ‖

ರಣರಂಗದಲಿ ತನ್ನ ಯೋಧರನು, ರಥ ಸುತ್ತುವರಿಸಿ ನಿಂತನು,
ಯಾಗ ಮಾಡಿ ನಿಯಮಾನುಸಾರ, ಹವಿಸ್ಸುಗಳನು ಅರ್ಪಿಸಿದನು.
ಕರಗಿದ ಹಾಟಕದಂತೆ ಉದಿತ ಜ್ವಾಲೆ, ಆಹುತಿಗಳನು ಸ್ವೀಕರಿಸಿತು,
ಅನುಗ್ರಹವಾಗಿ ದಿವ್ಯ ಬ್ರಹ್ಮಾಸ್ತ್ರವು ಸಿಕ್ಕಿತ್ತಲ್ಲಿ, ಸೌರವ್ಯೂಹ ಅದುರಿತು.
‖ 428 ‖

ಎಲ್ಲ ದಾನವರ ಜೊತೆಗೂಡಿ, ಸಹಸ್ರ ವಾನರರನು ಹೂಡೆದನು,
ಜಾಂಬವಂತ, ಅಂಗದಾದಿಗಳ ಹಲವಾರು ವೀರರ ಗಾಯಗೊಳಿಸಿದನು.
ರೋಷದಿ ಅತ್ತಿತ್ತ ದೃಷ್ಟಿ ಹಾಯಿಸಿ, ಹುಡುಕಿದ ಎಲ್ಲಿ ರಾಮ ಲಕ್ಷ್ಮಣ,
ಉದ್ವೇಗ ಇಂದ್ರಜಿತನ ಕಂಡು ಬೋಧಿಸಿದ ಅನುಜನಿಗೆ, ಶ್ರೀರಾಮ, ಆ
ಕ್ಷಣ. ‖ 429 ‖

"ನೋಡಲ್ಲಿ ಬರುತಿಹನು ಬ್ರಹ್ಮನಂತೆ, ಸ್ಥಿರ ಮನದಿ ತಾಳೋಣ ಆತನ
ಬಾಣಗಳನು.
ಪ್ರಜ್ಞೆ ಇಲ್ಲದ ನಮ್ಮ ನೋಡಿ, ಸುಖವಾಗಿ ಲಂಕೆಗೆ ಹೋಗುವನು,"
ರಾಘವ ಊಹಿಸಿದಂತೆ, ಇಂದ್ರಜಿತ ಬಾಣಗಳ ಗುರಿ ಮುಟ್ಟಿಸಿದ,
ಮೂರ್ಛೆಗೊಂಡ ಅವರಿಬ್ಬರನು ನೋಡಿ, ಪುರಕೆ ಮರಳಿದ. ‖ 430 ‖

ನಡೆದ ಕದನ ಕಥನವೆಲ್ಲ, ತಂದೆಗೆ ಸವಿಸ್ತಾರವಾಗಿ ಹೇಳಿದಾ,
ರಾವಣ, ಕನಸು ನನಸಾಗುವುದ ಕಂಡು, ಉತ್ಸಾಹದಿ ಕುಣಿದಾಡಿದಾ.
ಇತ್ತ ಯುದ್ಧ ಭೂಮಿಯಲಿ, ಮೂರ್ಛಿತ ಆರ್ಯ ಪುತ್ರರ ಜೊತೆ ವಾನರ-
ಋಕ್ಷರು,
ಸಪ್ತಷಷ್ಟಿಃ ಕೋಟಿ ಜೀವಗಳ ಸಂಕಟ ನೋಡಿ, ದಿಕ್ಕು ತೋಚದಂತಾದರು.
‖ 431 ‖

ರಾಮಲಕ್ಷ್ಮಣರು ಎಚ್ಚರವಿಲ್ಲದೆ, ರಣರಂಗದಿ ಮಲಗಿದ್ದರು,
ಇತ್ತ ಎಚ್ಚರವಾಗಿದ್ದರೂ ತೋಚದಂತೆ, ಸುಗ್ರೀವ, ಅಂಗದ, ಜಾಂಬವಂತರು.
ನೋಡಿ ಸೇನೆಯ ಈ ಸ್ಥಿತಿ, ವಿಭೀಷಣರು ಹದುಳಿಸಲು ಬಂದರು,
"ಚಿಂತೆ ಬೇಡ, ಗೌರವಿಸಿ ಅಜನ ಆ ಅಸ್ತ್ರಕೆ, ದಶರಥಸುತರು
ಸುಮ್ಮನಾದರು." ‖ 432 ‖

ಇದನು ಕೇಳಿ ಪವನಾತ್ಮಜ, "ಬನ್ನಿ, ಸೇನೆಯ ಮನೋಬಲ ಪುನಃ
ಸ್ಥಾಪಿಸೋಣ,
ಗೆಲ್ಲಲೀ ಯುದ್ಧವ, ಸತ್ಯ, ಧರ್ಮದ ಜೊತೆ, ಬುದ್ಧಿಯನು
ಉಪಯೋಗಿಸೋಣ."
ಹನುಮ ವಿಭೀಷಣರು ಇರುಳಾದ ಭೂಮಿಯಲಿ, ದೀವಟಿಗೆ ಹಿಡಿದಲೆದರು,
ಸುತ್ತಮುತ್ತ ರಕ್ತಪಾತ, ಹರಿದ ಮಾಂಸ, ಉರಿಯುವ ಶಸ್ತ್ರಗಳನು ಕಂಡರು.
‖ 433 ‖

ತವಕದಿ ಜಾಂಬವಂತನನು, ಹುಡುಕುತ್ತಿದ್ದ ಹನುಮ ವಿಭೀಷಣರು,
ದೂರದಿಂದ ಅಶಕ್ತ ಧ್ವನಿಯು ಕೇಳಿ ಬಂದಿತಾಗ, ತಮ್ಮ ಗಮನ
ಬದಲಿಸಿದರು.
"ವಿಭೀಷಣ, ರಾಕ್ಷಸ ರಾಜರೇ, ನಿಮ್ಮ ಧ್ವನಿ ಗುರುತಿಸಬಲ್ಲೆನು,
ಕ್ಷಮಿಸಿ, ಕಣ್ತುಂಬ ಚುಚ್ಚಿದ ಮೇಘನಾದನ ಬಾಣ, ಏನೂ ಕಾಣಲಾರೆನು."
‖ 434 ‖

"ಸುವ್ರತ ವಿಭೀಷಣರೇ, ಹನುಮನ ಕ್ಷೇಮ ತಿಳಿಸಿರೆನಗೀಗಲೇ,"
"ಏಕೆ", ಕೇಳಿದ ವಿಭೀಷಣ, "ದಶರಥಸುತರ ಬಗ್ಗೆ ವಾರ್ತೆ ಹೇಳಲೇ?
ಈ ಶ್ರೇಷ್ಠ ವಾತ್ಸಲ್ಯ ಹನುಮನಿಗಿದ್ದ, ಶ್ರೀರಾಮಲಕ್ಷ್ಮಣರ ಮೇಲೆ ಯಾಕಿಲ್ಲ?"
ವಿಭೀಷಣನಿಗೆ ಸಿಕ್ಕಿತು ಸೂಕ್ತ ಉತ್ತರ, ಹೀಗೆಂದನು ರಿಕ್ಷರಾಜ, ಕೇಳಿದರು
ಅಲ್ಲೆಲ್ಲ. ‖ 435 ‖

"ಆ ವೀರ ವಾಯುಸುತ ಮುಖ್ಯಪ್ರಾಣನು, ಸೇನೆ ಧ್ವಂಸವಾದರೂ,
ಅವನಿಗೆನಾದರೂ ಕೇಡಾದರೆ, ನಾವೆಲ್ಲ ಜೀವಚ್ಛವ, ಪ್ರಾಣವಿದ್ದರೂ.
ಅನಿಲಾಗ್ನಿ ಸಮಾನ ಅವನು, ನಮ್ಮೆಲ್ಲರ ಭರವಸೆಯ ಕಿರಣ,
ಅವನಿಲ್ಲೆಂದರೆ, ಮೃತ್ಯು ಸಣ್ಣ ಶಿಕ್ಷೆ ನಮಗೆ, ನಾವಾಗುವೆವು ರಾವಣ ಶರಣ."
‖ 436 ‖

ಜಾಂಬವಂತನ ದೀನ ಸ್ವರವ ಕೇಳಿ, ಹನುಮ ಓಡಿ ಬಂದನು,
ಸಲ್ಲಿಸಿ ವಂದನೆಗಳನು, ಪಾದ ಬಿಗಿ ಹಿಡಿದು ಆಶೀರ್ವಾದ ಪಡೆದನು.
ಹನುಮನ ಧ್ವನಿ ಕೇಳಿ, ಜಾಂಬವಂತನಿಗೆ ಭಾಸ ಇನ್ನೊಮ್ಮೆ ಜನನ,
"ಬಾರೋ ಹನುಮ, ರಕ್ಷಕ ಸಕಲ ಜೀವರ, ಮಾಡುವದಿದೆ ಕಷ್ಟ ದಹನ."
‖ 437 ‖

"ಬೇರೆ ಯಾರಿಂದ ಸಾಧ್ಯವಿಲ್ಲ, ಈ ಮಹತ್ಕಾರ್ಯ ಮಾಡಲು,
ಯೋಧರ ಹದುಳಗೊಳಿಸಿ, ರಘುವೀರರ ಗಾಯ ಗುಣಪಡಿಸಲು,
ಹಿಮಾಲಯಕೆ ಹಾರು ದಾಟಿ ಸಾಗರ, ಭರತ ಖಂಡದ ಉತ್ತರ ತುದಿಗೆ,
ಗೋಚರಿಸುವುದು ಹೇಮವರ್ಣದಿ "ವೃಷಭ ಪರ್ವತ", ಕೈಲಾಸದ ಬದಿಗೆ."
‖ 438 ‖

"ಈ ಎರಡು ಪರ್ವತಗಳ ಮಧ್ಯೆ, ಕಾಣುವುದು ನಿನಗಿನ್ನೊಂದು ಗುಡ್ಡ,
ವೈದ್ಯಶಾಸ್ತ್ರದ ಭಂಡಾರವಿರುವುದಲ್ಲಿ, ತುಂಬಿದ ಸಸಿಗಿಡಗಳು ದೊಡ್ಡ.
ಗುರುತಿಸಲು ಬಹು ಸುಲಭ, ದಶದಿಕ್ಕು ಹೊಳೆಯುವುದು ನೀ ನೋಡುವೆ,
ದಿವ್ಯ ನಾಲ್ಕು ಔಷಧಿಗಳು ಅನಿವಾರ್ಯ, ಹೆಸರು ಅವುಗಳ ಹೀಗಿವೆ." ‖ 439 ‖

" 'ಮೃತ ಸಂಜೀವಿನಿ', ಒಂದು, ಜೀವಾಧಾರ ಮರಳಿ ತರಲು,
'ವಿಶಾಲ್ಯ ಕರಣಿ', ಇನ್ನೊಂದು, ಶಸ್ತ್ರ ಗಾಯ ಮಾಯಗೊಳಿಸಲು,
'ಸುವರ್ಣ ಕರಣಿ', ಮೂರನೆಯ, ಶರೀರದ ಮೂಲ ಪೊಗರು
ಹಿಂದಿರುಗಿಸಲು,
ಕೊನೆಯದಿರುವ, 'ಸಂಧಾನ ಕರಣಿ', ಕೂಡುವವು ಮುರಿದ ಮೂಳೆಗಳು."
‖ 440 ‖

"ವೇಗದ ಪಾಠ ನಿನಗೇನು ಹೊಸದಲ್ಲ, ನೀನದನರಿತವನು,
ಉಳಿಸು ಶ್ರೀರಾಮಸೇನೆಯವರನು, ಸಹಿತ ನಿನ್ನ ಸ್ವಾಮಿಯನು."
ಕೇಳಿದ ಈ ಮಾತುಗಳ, ಹನುಮನಿಗೆ ಎಲ್ಲಿಲ್ಲದ ಶಕ್ತಿ ತುಂಬಿತು,
ಹಾರಿ ಹೋಗಲು ಸಿದ್ಧನಾದ, ಸಾಗರ ಅಲ್ಲೋಲಕಲ್ಲೋಲಗೊಂಡಿತು. ‖ 441 ‖

ತ್ರಿಕೂಟದ ಮೇಲೆ ಹನುಮ, ಇನ್ನೊಂದು ಪರ್ವತದಂತೆ ನಿಂದನು,
ಶ್ರೀರಾಮನಾಮ ಜಪಿಸಿ, 'ನಭ ಸ್ಪರ್ಶಿಸಿ ದೀಪ್ತನಾಗಿ' ಕಂಡನು.
ಧೃಡವಾಗಿ ಪಾದದಿಂದ ಒತ್ತಿ, ತ್ರಿಕೂಟದ ಬಂಡೆಗಲ್ಲುಗಳ ಒಡೆದನು,
ಲಂಕಾಪುರದವರು ಗಾಬರಿಗೊಂಡು, ಭೂಕಂಪವೆಂದುಕೊಂಡರಿದನು.
‖ 442 ‖

ಅಲ್ಲಿಂದ ಏರಿದವನು ಮೇರು-ಮಂದರದಂತಿರುವ, 'ಮಲಯ ಪರ್ವತ',
ಸೌಂದರ್ಯ ತುಂಬಿದ ಅದರಲಿ, ಋಷಿಮುನಿ ಹಾಗೂ ಪುಷ್ಪಗಳು ಕಾಣುತ.
ಸಾಕಷ್ಟು ಆಕಾರ ವಿಸ್ತರಿಸಿಕೊಂಡು, ಕಿವಿ ಹರಿಯುವಂತೆ ಘರ್ಜಿಸಿದ,
ಆ ಧ್ವನಿಯಿಂದ ಮೃಗಗಳಾದಿ, ರಾಕ್ಷಸರನು ಹೆದರಿಸಿದ. ‖ 443 ‖

ಸಿದ್ಧನಾದ ಹನುಮಂತ, ಸಾಗರಕೆ ಗೌರವದಿ ವಂದಿಸಿದನು,
ಶ್ರೀರಾಮಸೇನೆಗಾಗಿ ತರಲು 'ಸಂಜೀವಿನಿ', ಮೋಡದೊಳಗೆ ಹಾರಿದನು.
ಆ ವೇಗದಲಿ ಲಂಘಿಸಿದಾಗ, ಹಿಂಬಾಲಿಸಿದ ಗಿಡಮರ ಹೂಬಳ್ಳಿಗಳಂತೆ,
ದೃಶ್ಯ ಸುಂದರನ, ಉಬ್ಬರಿಸಿದ 'ನಾರಾಯಣನ ಸುದರ್ಶನ' ಚಕ್ರದಂತೆ.
‖ 444 ‖

ಹನುಮ ಹಾರಿ ಹೋದ, ದೂರದಿಂದ ಹೊಳೆಯುವ ಶೃಂಗ ಕಂಡು,
"ಹುಡುಕುತ ಬಂದಿಹನು ನಮ್ಮನು", ಮಾಯವಾದ ಸಸ್ಯಗಳು, ಕಾಣದಂತೆ
ತುಂಡು.
ಇದ ನೋಡಿ ಹನುಮ ಕೆಂಗಣ್ಣನಾಗಿ, ಪರ್ವತರಾಜನ ಆಲೋಚನೆ ಕೇಳಿದಾ,
ತಾಳದ ಸಿಟ್ಟಿನಿಂದ ಬೆಟ್ಟ ತಟ್ಟಿ, ತನ್ನ ಸುವಿಚಾರ ಹೀಗೆ ಹೇಳಿದಾ. ‖ 445 ‖

"ಶ್ರೀರಾಮರಿಗೆ ನೆರವಾಗಬೇಕು ನೀನು, ಬೇರೆ ಯೋಚನೆ ಇಲ್ಲ?,
ತೀರ್ಮಾನ ಬೇರೆ ಇದ್ದರೆ ಪ್ರಕೋಪ ಆಹ್ವಾನಿಸು ನನ್ನ, ನಾಶ
ಮಾಡುವೆನೆಲ್ಲ."
ಸಿಡಿದೆದ್ದ ರಾಮದೂತನು ಉಗ್ರ ರೂಪದಿ, ತುದಿ ಬೆಟ್ಟದ ಕಿತ್ತಿದನು,
ಅದ ಹಿಡಿದು ಹಾರುತ, ಸೂರ್ಯನ ಸಾಕಾರ ರೂಪದಂತೆ ಕಂಡನು. ‖ 446 ‖

ತಲುಪಿದ ಲಂಕೆಗೆ ಪವನಜ, ತವಕದಿ ಬೆಟ್ಟ ಇಳಿಸಿದನು,
ಎಲ್ಲ ವಾನರರಿಗೆ ವಂದಿಸಿ, ವಿಭೀಷಣನ ತಬ್ಬಿಕೊಂಡನು.
ಸಸ್ಯಗಳ ಕಂಪಿನಿಂದ, ರಾಘವಾನುಜ, ವಾನರರ ಗಾಯ ಮಾಯವಾದವು,
ಆ ಎಲ್ಲ ನಾಲ್ಕೂ ಔಷಧಿಗಳು, ತಮ್ಮ, ಕೆಲಸ ಮಾಡಿ, ಪಾವನವಾದವು.
‖ 447 ‖

ತಿರುಗಿ ಹೋದ ಹನುಮ, ಮರಳಿ ಅದರ ಸ್ಥಾನಕೆ ಬೆಟ್ಟವಿಟ್ಟನು,
ಕಾಣಲಿಲ್ಲ ಕಿತ್ತಿದ ಕಲ್ಲು ಅದರಲಿ, ಆಟವಾಡಿದಂತೆ ಮಾಡಿದ ಕುಶಲ
ನಿಪುಣನು.
ಶ್ರೀರಾಮನ ಆಶೀರ್ವಾದ ಪಡೆದು, ಧನಿಕನಾದ ಪವಮಾನನು,
ಮುಕುಂದನ ಸಹಭುಜ ಸಿಗುವ ಯೋಗ್ಯತೆ, ಅವನೇ ನನ್ನ ಹನುಮಂತನು.
‖ 448 ‖

ಎಲ್ಲ ರಿಕ್ಷಪ್ಲವಂಗಮರು ಎಚ್ಚರಾದಂತೆ, ರಾಘವನ ಆದೇಶ ಕಾಯ್ದರು,
ಅಸುರರ ಪ್ರಾಂತವನು ನಷ್ಟ ಮಾಡಲು, ಸಿಡಿದೆದ್ದು ಸಿದ್ಧರಾಗಿ ನಿಂತರು,
ಮುಂದೆ ಜರುಗಿಸಲು ಉಪಾಯ ಹೂಡಿದ, ಬೇರೆಯಾರಲ್ಲ ಸುಗ್ರೀವ
ರಾಜನು,
ಕೇಳಿದನವನು ಮಂತ್ರಿಯ ಅಭಿಪ್ರಾಯ, ಅವನೂ ಸಮ್ಮತಿಸಿದನು. ‖ 449 ‖

ನಿಶಾಚರರ ಭೂಮಿಯಲಿ, ದೀವಟಿಗೆಯಿಂದ ರಾತ್ರಿಯಲಿ ದಾಳಿ ಮಾಡಿದರು,
ಲಂಕಾಪುರದ ಒಂದೊಂದು ಬೀದಿದ್ವಾರ ಸುಟ್ಟ, ಆ ‘ಅಗ್ನಿವೀರರು’.
ಆಯಾಸ ಪಡಲಿಲ್ಲ ಹುತಾಶನ, ಕೊಟ್ಟಿದ್ದನ್ನು ದಹನ ಮಾಡಲು,
ನಗರ ಸುಡುತಲಿ ಸುತ್ತರಿಸಿದ ನೀರು, ಕಾಣುತ್ತಿತ್ತು ಕೆಂಪು ಕಡಲು. ‖ 450 ‖

ಗಾಯ ಗುಣ ಪಡಿಸಿಕೊಂಡ ‘ಕೋದಂಡಪಾಣಿ’, ಉಗ್ರಾವತಾರ ತಾಳಿದಾ,
ಸೌಮಿತ್ರನೊಡನೆ ಬಿಲ್ಲು ಬಿಗಿದು, ಉಪಸ್ಥಿತಿಯನು ವ್ಯಕ್ತಪಡಿಸಿದಾ.
‘ಭಯಾಸುರರೆಲ್ಲರೂ, ಅಶ್ವಗಳನು ಹಿಂದ್ರಾಕಿ ಸೋಲಿಸುವಂತೆ ಓಡಿದರು,
ಬಿಲ್ಲಿನ ಠೇಂಕಾರ ಕೇಳಿ, ಬೆದರಿದ ದಶ ದಿಕ್ಕಿನಲಿದ್ದ ದಾನವರು. ‖ 451 ‖

ಹೂಡಿದ ರಾಮಬಾಣ ಬಂದಿತು ವೇಗದಲಿ, ಬೀಳಿಸಿತು ಪುರದ ಹೆಬ್ಬಾಗಿಲು,
ಕೊನೆಯ ರಾತ್ರಿ ತಿಳಿದ ರಾಕ್ಷಸರು, ಯತ್ನಿಸಿದರು ಜೀವದಾನ ಪಡೆಯಲು.
ಆಕಾಶದಷ್ಟು ಕೋಪ ಸುಗ್ರೀವನ, ಸಿಡಿದ ಜ್ವಾಲಾಗ್ನಿ ಕಣ್ಣಲಿ,
“ಉಳಿಯದಿರಲಿ ಕಟುಕರು, ಪುರದ ಜೊತೆಗೆ ಅವರ ಜೀವವೂ ಮಣ್ಣಾಗಲಿ.”
‖ 452 ‖

ರಾವಣ ಇದನು ನೋಡಿ, ಸೋದರಪುತ್ರರನು ರಣರಂಗದಿ ಕಳಿಸಿದಾ,
'ಕುಂಭ', 'ನಿಕುಂಭ', ದಿವಂಗತ ಕುಂಭಕರ್ಣ ಸುತರಿಗೆ, ಅವರ ಧ್ಯೇಯ
ತಿಳಿಸಿದಾ.
ಇಷ್ಟರಲ್ಲಿ ರಣಧೀರ ಅಂಗದ, 'ಕಂಪನ' ರಾಕ್ಷಸನಿಗೆ ಆಕ್ರಮಿಸಿದಾ,
ಲಘುಕಾಳಗ ಅವರಿಬ್ಬರ, ಆ ರಕ್ಕಸನನು ಸದಾ ವಿರಾಮ ಸ್ಥಿತಿಯಲ್ಲಿರಿಸಿದಾ.
‖ 453 ‖

ತಡೆಯಲಾರದ ಕೋಪದಿ 'ಶೋಣಿತಾಕ್ಷ' ದಾನವ, ಅಂಗದನಿಗೆ ಕೂಗಿದಾ,
'ಕ್ಷುರ', 'ಕ್ಷರಪ್ರ', 'ವಿಪಾಥ', ಕೆಲವು ಬಾಣದಿಂ ಯುವರಾಜನಿಗೆ
ಗಾಯಗೊಳಿಸಿದಾ.
ವಾಲಿಸುತ, ಅಂಗದ, ರಥ ರೂಕ್ಷನ ಜಜ್ಜಿದ, ನೋಡುತ್ತಿರುವರೆಲ್ಲರು,
ಭೀಷಣ ಕದನ ಸೇರಲು ಬಂದ, 'ಪ್ರಜಂಘ', 'ಯುಪಾಕ್ಷ' ದಾನವರು. ‖ 454 ‖

ತಾರಾಸುತನ ಬೆಂಬಲಕೆ ಹಾರಿದ ವಾನರ, 'ಮೈಂದ', ಸಂಗ 'ದ್ವಿವಿದ'ನು,
ತಲಪ್ರಹಾರ ಮಾಡಿದ ಅಂಗದ, ಪ್ರಜಂಘನ ರುಂಡ ಹಾರಿಸಿದನು.
ಶೋಣಿತಾಕ್ಷನ ವಕ್ತ್ರ ಹರಿದು, ಜೋರಾಗಿ ಘರ್ಜಿಸಿದ ದ್ವಿವಿದನು,
ಬಾಹುಬಲದಿ ಕಿವುಚಿದ ಮೈಂದ, ಯುಪಾಕ್ಷನ, ಜೀವನ್ಮುಕ್ತಗೊಳಿಸಿದನು.
‖ 455 ‖

ಆಗ ಬಂದ ಕುಂಭ ಮಹಾರಾಕ್ಷಸ, ಎಲ್ಲರಲಿ ಆತ್ಮವಿಶ್ವಾಸ ಪುನಃ ತಂದನು,
ದ್ವಿವಿದನನುಜ ಮೈಂದನಿಗೆ, ಅವನು ಗಾಯಗೊಳಿಸಿದನು.
ಇವರನುಳಿಸಲು ಬಂದ ಅಂಗದ, ಜ್ವಾಲೆಯನು ಸೂಸಿದನು,
ಬಾಣದೇಟು ಬಿದ್ದ ಅಂಗದನ ಹಣೆಗೆ, ಕೈಯಿಂದ ರಕ್ತಧಾರೆ ಹಿಡಿದನು. ‖ 456 ‖

ಊಹಿಸದಂತೆ ಯುದ್ಧವಾಡಿದಾ, ಈ ಸುಗ್ರೀವ ಭ್ರಾತೃಪುತ್ರನು.
ಇನ್ನೊಂದು ಕೈಯಿಂದ ಸಾಲ ವೃಕ್ಷವನು, ಬುಡ ಸಮೇತ ಕಿತ್ತೆಸೆದನು.
ಈ ಘೋರ ಕದನ ವೀಕ್ಷಿಸಿದ ಚಿಕ್ಕಪ್ಪ, ಕವಚದಂತೆ ಬಂದ,
ಕುಂಭನ ಕುಶಲತೆಯನು ಮೆಚ್ಚಿ, ವಾನರರಾಜ ಹೀಗೆ ನುಡಿದ. ॥ 457 ॥

"ಭಾಸ ಎನಗೆ, ನೀನು ಧೀರ, ನಿನ್ನಪ್ಪ ದೊಡ್ಡಪ್ಪರಂತೆ,
ಯುದ್ಧ ಭೂಮಿಯಲಿದ್ದ ಒಬ್ಬೊಬ್ಬ ನೋಡಲಿ, ನಿನ್ನ ಕಾಳಗ ಸಿಂಹದಂತೆ.
ಕಾಣುತಿಹೆ ನಿನ್ಯಾಕೋ ಬಲಹೀನ, ಓ! ದಿಗ್ಗಜ ರಾಕ್ಷಸ ಕುಂಭ,
ಆಯಾಸ ದೂರ ಮಾಡಿಕೋ, ಉಳಿದಿವೆ ನಿಮ್ಮಲಿ ಕೆಲವೇ ನಿನ್ನಂಥ ಕಂಬ.
॥ 458 ॥

ಕೋಪಗೊಂಡ ಕುಂಭ, ಈ ಮರ್ಯಾದೆಯ ಮಾತುಗಳಿಗೆ,
ಉಕ್ಕು ಕರಗಿಸುವಷ್ಟು ಕುದಿಯಿತವನ ರಕ್ತ, ಸಮೀಪಿಸಿದರೂ ಕೊನೆಯ
ಘಳಿಗೆ.
ಮಲ್ಲಯುದ್ಧಕೆ ಸಿದ್ಧನಾಗಿ, ಶಸ್ತ್ರಗಳನು ಎಸೆದು ಬಂದ",
ಸುಗ್ರೀವ-ಕುಂಭರ ಆಟದಲಿ, ಉದಿಸಿತಾಗ್ನಿಯು, ಘರ್ಷಣೆಯಾದ
ಮೈಗಳಿಂದ. ॥ 459 ॥

"ಗಜ-ಕಾಳಗ ನಡೆದಾಗ, ಸಂತ್ರಸ್ತವಾಗುವುದು ತೃಣವು ಮಾತ್ರ",
ತಗ್ಗಿತಾಭೂಮಿಯ ಮಣ್ಣೂ ಕೂಡಾ, ತಡೆಯಲಾರದೆ ಅವರಿಬ್ಬರ ಭಾರಿ
ಗಾತ್ರ.
ಕುಂಭನನು ಸಾಗರದೊಳು, ಬಂಡೆಗಲ್ಲಿನಂತೆಸೆದ ಸುಗ್ರೀವನು,
ಉರವೇರಿ ಕುಂಭನ ಅವನು, ಅದನೊಡೆದು ಸೀಳಿದನು. ॥ 460 ॥

ಅಗ್ರಜನು ಹೋದ ವಾರ್ತೆ ಕೇಳಿ, ಅನುಜ "ನಿಕುಂಭ' ಕಾಳಗವಾಡಿದಾ,
ಹನುಮನಿಗೆ ಗುರಿ ಮಾಡಿದ ಹುಟ್ಟನು, ನೇರ ಎಸೆದ ಉಕ್ಕಿನ ಗದಾ,
ಭೂಕಂಪವೂ ತಾಕಲಾರದ ಬೆಟ್ಟದಂತೆ, ಧೃಡ ನಿಂತ 'ಹರೀಶ'ನು,
ಮಲ್ಲಯುಧ್ಧದಲಿ ಕುಂಭನ ಉರಕೆ, ಮುಷ್ಟಿ ಬಿಗಿದು ಹೊಡೆದನು. ‖ 461 ‖

ಹೊಡೆತ ಸಹಿಸಿಕೊಂಡ ಕುಂಭ, ಹನುಮನನ್ನೇ ಹಿಡಿದೆತ್ತಿದನು,
ಸಂಭ್ರಮದಿ ಕೂಗಿದ, ರೂಕ್ಷರ ಪಂಕ್ತಿಯಲಿದ್ದೊಬ್ಬೊಬ್ಬನೂ.
ನೆಲಕೆಸದು ಕುಂಭನ ಪುನಃ, ಉರವೇರಿ ಗುದ್ದಿನ ಮಳೆ ಸುರಿದ ಹನುಮನು,
ನೋವಿನಿಂದ ಚೀರುತ್ತಿದ್ದ ಕುಂಭನ ಕತ್ತು, ಶರೀರದಿಂ ಬೇರ್ಪಡಿಸಿದನು.
‖ 462 ‖

ವಾರ್ತೆ ದುಃಖಿದ ಕೇಳಿ, ಕೋಪಾಗ್ನಿ ಭರಿತ ರಾವಣನು,
ದುಃಖಿವೂ ಅದೇ ಪ್ರಮಾಣದಲಿ ತುಂಬಿಕೊಂಡು, ಕರೆದ 'ಮಕರಾಕ್ಷ'ನನು.
ತಂದೆ ಇವನ 'ಖರ', ದಂಡಕವನದಿ ಶ್ರೀರಾಮಬಾಣದ ಗುರಿಯಾಗಿದ್ದನು,
ಪ್ರತೀಕಾರ ತೀರಿಸಿಕೊಳ್ಳುವ ಈ ಸಂದರ್ಭ, ಹೇಳಿದು ಕೊಟ್ಟ, ಲಂಕೇಶನು.
‖ 463 ‖

"ವತ್ಸ ಮಕರಾಕ್ಷನೇ", ಎಂದ ದಶಾನನ, "ರಾಮಸೇನೆಯನು ಹೊಡಿ",
ಆ ಸ್ಥಿತಿಯು ಬಹು ಸೂಕ್ಷ್ಮ ಮಕರಾಕ್ಷಗೆ, "ಮಾಡು ಇಲ್ಲವೇ ಮಡಿ".
ತಾ ಧೀರನೆಂದು ತಿಳಿದ ಮಕರಾಕ್ಷನು, ಬಲಬದಿ ಸುತಿ ರಥವನೇರಿದಾ,
ರಣರಂಗ ಪ್ರವೇಶಿಸಿ, ಶ್ರೀರಾಮನನು ಸ್ಪರ್ಧೆಗೆ ಅಹ್ವಾನಿಸಿದಾ. ‖ 464 ‖

"ನಿಲ್ಲಿರಿ, ಓ ರಾಘವಾ, ಜೊತೆ ನಿಮ್ಮ, ಎನ್ನ ಯುಧ್ಧ ಬರೆದಿದೆ,
ಸೋಲಿಸಲು ನಿಮ್ಮನು, ಬಾಣ ಒಂದೊಂದು ದಿವ್ಯ, ಎನ್ನ ಹತ್ತಿರವಿದೆ.
ದಂಡಕವನದಿ ನನ್ನ ತಂದೆಯ ಕೊಂದ ನೀವು, ರಕ್ತವಿನ್ನೂ ಕುದಿಯುತಿದೆ,
ಆವತ್ತಿನಿಂದ ಹುಡುಕುತಿಹೆ ನಿಮ್ಮನು, ಅದೃಷ್ಟವಿವತ್ತು ಕೂಡಿ ಬಂದಿದೆ."
‖ 465 ‖

ಶ್ರೀರಾಮ ಇದ ಕೇಳಿ, ಮಂದಸ್ಮಿತದಿ ಉತ್ತರಿಸಿದನು,

"ಮಾತಿನ ಮೂರ್ತಿಯಾಗಬೇಡ, ಜಯಾಪಜಯ ಗೊತ್ತಾಗಲು, ಬಿಡು
ಬಾಣಗಳನು.

ಚತುರ್ದಶ ಸಹಸ್ರ ದಾನವರ ಸಂಹರಿಸಿದೆ, ಪಾಲಿಸಲು ಕ್ಷತ್ರಿಯ
ಕರ್ತವ್ಯವನು,"

ಇದ ಕೇಳಿ ಮಕರಾಕ್ಷನ ಬಾಣಗಳಿಗೆ, ಶ್ರೀರಾಮ ಗುರಿ ಇಟ್ಟು ಹೊಡೆದನು.
‖ 466 ‖

ಅನುರಣನವಾದ ಎರಡೂ ಬಿಲ್ಲಿನ ಸದ್ದು, ಕೇಳಿಸಿತು ಗುಡುಗಿನಂತೆ,
ಈ ಸ್ಪರ್ಧೆಯ ನೋಡಲು, ದಿವಿಜ, ದಾನವ, ಗಂಧರ್ವಕಿನ್ನರರು ಬಂದರಂತೆ.
ಇಬ್ಬರೂ ಗಾಯಗೊಂಡರು, ಬಾಣ ಬಿಟ್ಟರು ಸೂರ್ಯನ ಬೆಳಕು ಕಾಣದಂತೆ,
ಮಹಾಬಾಹು ಶ್ರೀರಾಮ ಕೋಪದಿ, ಮುರಿದನಾರಾಕ್ಷಸನ ಬಿಲ್ಲು
ಹುಲ್ಲುಕಡ್ಡಿಯಂತೆ. ‖ 467 ‖

ನೆಲಕಿಳಿದ ಮಕರಾಕ್ಷ ಹಿಡಿದಿದ್ದ, ರುದ್ರ ಪ್ರಸಾದಿತ ಶೂಲವನು,
ನೋಡಲು ಬಂದ ದೇವಗಂಧರ್ವರು, ಹೆದರಿ ಸೇರಿದರು ಬೇರೆ ಬೇರೆ
ದಿಕ್ಕುಗಳನು.
ಉಜ್ಜ್ವಲವಾಗಿ ಉರಿಯುತಿರುವ ಶಸ್ತ್ರ, ಎಸೆದ ಮಕರಾಕ್ಷ ಶ್ರೀರಾಮನೆದುರು,
ಉತ್ಕೃಷ್ಟ ಬಾಣಗಳಿಂ ಮುರಿದ ಶೂಲವು, "ಉಫೇ", ಎಂದರು ಬಾನಿನಲಿ
ನಿಂತವರು. ‖ 468 ‖

ಕೈಯೆತ್ತಿ ನಿಶಾಚರ ಓಡಿ ಬಂದ, ಸಮಾಪ್ತಗೊಳಿಸಲು ಈ ಕದನ,
ದಿವ್ಯ ಬಾಣ ಬಿಟ್ಟನು ಸ್ಮಿತವದನ ಶ್ರೀರಾಮ, ಸೀಳಿತು ಉರ, ಮಕರಾಕ್ಷನ.
ಹಿಂಬಾಲಿಸಿದ ದಾನವರೆಲ್ಲರು ತಿರುಗಿದರು ಲಂಕೆಯ ಕಡೆಗೆ,
ರಿಕ್ಷವಾನರರ ಹರುಷವು, ಖಂಡಿತ ದಾಟಿತ್ತು ಸಾಗರದಾಟಿಗೆ. ‖ 469 ‖

ಕೇಳಿ ಮಕರಾಕ್ಷ 'ವಧೆಯ ವಾರ್ತೆ', ದಶಗ್ರೀವ ಇಂದ್ರಜಿತನಿಗೆ
ಆದೇಶಿಸಿದನು,
"ರಾಮ ಲಕ್ಷ್ಮಣರನು ಹೊಡೆದು ಬಾ, ಶಕ್ರನನು ಪರಾಜಯಿಸಿದ ನೀನು."
ರೂಢಿಯಂತೆ ಯಜ್ಞ ಮಾಡಿ, ಬಲಿ ಕೊಟ್ಟು ಯುದ್ಧಕೆ ಸಿದ್ಧನಾದನು,
"ತಂದೆಗೆ ಅತಿ ಪ್ರೀತಿಯ ಉಡುಗೊರೆ ಕೊಡುವೆ, ಸೋಲಿಸಿ ಈ
ವನವಾಸಿಗಳನು." ‖ 470 ‖

ಕಣದಲ್ಲಿ ಹೆಡೆಯೆತ್ತಿದ ಭುಜಂಗದಂತೆ, ಕಂಡ ರಾಮಲಕ್ಷ್ಮಣರು,
ಬಿಟ್ಟನು ಬಾಣದ ಸುರಿಮಳೆ, "ನನ್ನ ತಂದೆಯ ದುಃಖದ
ಕಾರಣೀಭೂತರಿವರು."
ಮಾಯೆಯನು ಹೂಡಿದ ರಾವಸುತ, ಅಗೋಚರವಾಯಿತಲ್ಲೆಲ್ಲ,
ಶಸ್ತ್ರ, ರಥ, ಖುರ, ಅಶ್ವದ, ಆಕೃತಿ-ಧ್ವನಿ ಯಾರು ಕಾಣ-ಶ್ರವಣಿಸಬಲ್ಲ.
‖ 471 ‖

ಅದೃಶ್ಯವಾಗಿ ಆಕಾಶದಿ ಬಂದ ಬಾಣ, ಹೂಡಿದ ಇಂದ್ರಜಿತನದು,
ಅಣ್ಣ ತಮ್ಮರೂ ಬಾನಿಗೆ ಬಿಟ್ಟ ಬಾಣಗಳು ಬಿದ್ದವು, ರಕ್ತ ನೆನೆಸಿ ಅವನದು.
'ಭಲ್ಲ' ಎಂಬ ಬಾಣದಿ ತಡೆದರು, ಸುರಿಮಳೆ ಮೇಲಿಂದ ಬಂದ,
ಅತ್ತಿತ್ತ ಓಡಾಡುತ ಕಾಣದಂತೆ ಮಾಯವಾದನು, ಮಂಡೋದರಿಯ ಕಂದ.
‖ 472 ‖

ರೇಗಿದ ಸೌಮಿತ್ರನು, ಬ್ರಹ್ಮಾಸ್ತ್ರ ಉಪಯೋಗಿಸುವೆನೆಂದು ಅಭಿಮತಿಸಿದನು,
"ಅಣ್ಣಾ, ದಾನವರೆಲ್ಲರ ಸಂಹರಿಸಿ, ಯುದ್ಧ ಮುಗಿಸಿ ಬಿಡುವೆನು."
ಶುಭಲಕ್ಷಣ ಶ್ರೀರಾಮನೆಂದ, "ಒಬ್ಬ ಕಟುಕನ ಪ್ರತಿ ಸಹಸ್ರ ಬಲಿ
ಮಾಡುವುದೇಕೆ?,
ಅವರೇನು ತಪ್ಪು ಮಾಡಿಹರು, ಒಬ್ಬೊಬ್ಬರು ಹೆದರಿ ಅಡಗುವ ಮೇಕೆ."
‖ 473 ‖

ಮಾಯೆಯ ಇನ್ನೊಂದು ಮಟ್ಟ, ಇಂದ್ರಜಾಲ ಹೂಡಿದ ಮೇಘನಾದ,
ಬಳಲಿದ ಸೀತಾಕೃತಿಯು ಕಂಡಿತವನ ರಥದಲಿ, ಎಲ್ಲರ ಮನಸ್ಸನು
ಕುಗ್ಗಿಸಿದ.
ಚಕಿತರಾದ ಕಪಿಗಳು, "ಇದು ಹೇಗೆ ಸಾಧ್ಯವೆಲ್ಲ,"
ನೀರಿನ ಜಲಪಾತ ಸುರಿಸಿದವರ ಕಣ್ಣಲು, ಮುಂದೇನು ಕಾಣಲಿಲ್ಲ. ‖ 474 ‖

"ಎಲ್ಕೈ", ಎಂದ ಕಪಿಗಳು, "ತೋರಿಸಿದೆ ನಿನ್ನ ಕಟುಕ ಮನವನು,
ದ್ವಿಜಸುತನು ನೀನಾದರೂ, ರಾಕ್ಷಸರ ವಂಶದವನು.
ಮಾತೆಗೇನಾದರೂ ಹಾನಿಯಾದರೆ, ಬೀಳುವೆ ನೀ ನಮ್ಮ ಕೈಯಲಿ,
ನರಕದಲಿ ಕಾದಿರಿಸಿದೆ ಒಂದು ಸುಡುವ ಸ್ಥಳ, ನಿನ್ನ ಪೆಸರಿನಲಿ." ‖ 475 ‖

ಪಾತಕಿ ಇಂದ್ರಜಿತ, ಸೀತಾಕೃತಿಯನು ಎಲ್ಲರ ಕಣ್ಮುಂದೆ ಹೊಡೆದ,
ರಥವನೇರಿದ ದುಷ್ಟ ಅಟ್ಟಹಾಸದಿ, ಆಗಸದಿ ಹಾರಿ ಹೋದ,
ಹನುಮ ವಾನರರೊಡನೆ, ಸಿಟ್ಟಿನಿಂದ ದೈತ್ಯರನು ನಾಶಮಾಡಿದನು,
ಈ ಎಲ್ಲವನು ತಿಳಿದ ಹನುಮ ಹೀಗೆ ಮುಂದೆ ನುಡಿದನು. ‖ 476 ‖

"ಚಿಂತೆಗೊಳ್ಳಬೇಡಿ", ನೀವು ನೋಡಿದ್ದು ಸ್ವಲ್ಪವೂ ಸತ್ಯವಲ್ಲ,
ತಿರುಗಿ ಹೋಗಿ ತಿಳಿಸುವೆ ಶ್ರೀರಾಮರಿಗೆ, ಇದು ಮಾಯೆ ಶಕ್ತಿ ಎಲ್ಲ."
ಬರುವ ವೇಳೆಯಲಿ, ಮೇಘನಾದ ಇಳಿದನು ಗವಿಯೊಳಗೆ,
'ನಿಕುಂಭಿಲಾ' ಅವನ ಮಾಯಾಶಕ್ತಿ ನಿಲಯ, ಲಂಕೆಯ ಪಶ್ಚಿಮ ಬದಿಗೆ.
‖ 477 ‖

ಇದನು ತಿಳಿದ ಸಕಲ, ಶಾಂತ ನಿಂತ ಸರ್ವಜ್ಞ ಶ್ರೀರಾಮ,

ಇದೇ ನಾವು ಪೂಜಿಸಿ ಜಪಿಸುವ ಪಾವನ, ಶ್ರೀರಾಮನಾಮ.

ಲಕ್ಷ್ಮಣು ಅಣ್ಣನಿಗೆ ಬಲವಾಗಿ ತಬ್ಬಿಕೊಂಡನು,

ಕೆಲವಕ್ಷರಗಳ ಎಲ್ಲರೆದುರು, ನುಡಿಯುತಾ ಹೀಗೆಂದನು. ॥ 478 ॥

"ನಿನ್ನಂಥ ಪುರುಷೋತ್ತಮನಿಗೆ, ಈ ದೌರ್ಭಾಗ್ಯ ಹೇಗೆ ಬಂದಂತಾಯಿತು?

ಸದ್ಗುಣಗಳ ಧಾಮ ನೀ ಅಣ್ಣ, ಕಷ್ಟಗಳೇನು ಬರಬಾರದಿತ್ತು.

ವನವಾಸದ ಕಾರಣ ತಿಳಿದೂ, ಕೆಟ್ಟ ಭಾವನೆ ತೋರಲಾರದಿರುವವ ನೀನು,

ಧರ್ಮಪಾಲನೆ ಮಾಡಿದ ನಿನಗೆ, ಜೀವನವಿರಬೇಕಿತ್ತು ಸವಿ ಜೇನು." ॥ 479 ॥

"ಭೂ, ಪಶು, ಹಿರಣ್ಯಗಳ ಸಿರಿಗಳು, ಸುಖದ ಸಾಧನೆ ಇರುವುದು ನಮಗೆಲ್ಲ,

ಯಥಾರೀತಿ ನೀ ಪಾಲಿಸಿದ ಧರ್ಮವು, ಆನಂದಕರವಾಗಿ ಕಂಡಿಲ್ಲ.

ಸ್ಥಾವರ ಜಂಗಮ ವಸ್ತುಗಳು, ಕಣ್ಣಿಗೆ ಕಾಣಿಪುದು ಸತ್ಯ, ಆದರೆ ಧರ್ಮ
ಹಾಗಲ್ಲ,

ಪಾಲಿಸಿದ ಪಥ ನಿನಗೆ ತಂದೊಡ್ಡಿದೆ ಆಪತ್ತು ಸದಾ, ಇದ
ನೋಡಿದವರಿರುವರಲ್ಲ!" ॥ 480 ॥

ರಾಮ-ರಾವಣರಿಗೆ ದೊರಕಬೇಕಾದ ಕರ್ಮ ಫಲಗಳು ಬೇರೆ ಬೇರೆಯಲ್ಲವೆ?

ನನ್ನ ಮತದಂತೆ, ಸುಖ ನಿನಗೆ, ಕಷ್ಟಗಳವನಿಗೆ, ಸಲ್ಲಬೇಕೆಂಬುದು
ಸರಿಯಲ್ಲವೆ?

ಅಧರ್ಮದ ನೆಲವಾದ ರಾವಣನಿಗೆ, ದುಃಖದ ಅರಿವೇ ಇಲ್ಲ ಅಣ್ಣ,

ಪಿತೃವಾಕ್ಯ ಪರಿಪಾಲಿಸಿದ ನಿನಗೆ, ಸುಖದ ಸುವಾಸನೆಯೂ ಇಲ್ಲ ಸಣ್ಣ".
॥ 481 ॥

ಧರ್ಮದಿಂದಲೇ ರಾವಣನನು ಸಂಹರಿಸಬೇಕೆಂಬುದು, ಎನ್ನ ವಿಚಾರವಲ್ಲ,
ಅಧರ್ಮಿಗೆ, ತಿಳಿಸಬೇಕು ಅವನದೇ ಭಾಷೆಯಲಿ, ಅದ ನೀನರಿತವನಲ್ಲ.
ಬಲವಂತ ನುಡಿದದ್ದೇ ಧರ್ಮ, ಎಂದು ಇಲ್ಲಿ ತೋರಿಸಿದನವನು,
ಅವನಿಗಿಂತ ಮಿಗಿಲಾದ ಬಲ ಪ್ರದರ್ಶಿಸಿ, ಕಿತ್ತೆಸೆಯಬೇಕಧರ್ಮವನು.
|| 482 ||

ಲಕ್ಷ್ಮಣ ಮಾತು ನಡೆದಾಗ, ಬಂದ ವಿಭೀಷಣನು,
ಎಲ್ಲ ಕಪಿಗಳ ದುಃಖ ಕಂಡು, ಆಶ್ಚರ್ಯಚಕಿತನಾದನು.
"ಇದೇನು ನಡೆದಿದೆ ಇಲ್ಲಿ, ಇದೆಂಥ ಶೋಕಸದನ?"
ಲಕ್ಷ್ಮಣನೆಂದ, "ಪವನ ತಿಳಿಸಿದ ದುಷ್ಕರ್ಮ, ಇಂದ್ರಜಿತನ." || 483 ||

ಮಾತು ತುಂಡರಿಸಿ ಲಕ್ಷ್ಮಣ, " ಥೆ ಥೆ, ಇವೆಲ್ಲ ವ್ಯರ್ಥ ಮಾತುಗಳು,
ಸಮುದ್ರ ಶುಷ್ಕವಾಗುವುದೇ?, ಅರ್ಥಹೀನ ಈ ನಿಮ್ಮ ಶಬ್ದಗಳು.
ದಶಗ್ರೀವನ ಸಂಕಲ್ಪ ಎನಗೆ ಗೊತ್ತು, ಸೀತಾಮಾತೆಗೆ ಹಾನಿ ನಿಕಟವೂ
ಬಾರದು,
ಮೇಘನಾದನ ದೊಡ್ಡ ಇಂದ್ರಜಾಲಗಳು, ಎಲ್ಲರಿಗು ತಿಳಿಯದು." || 484 ||

"ಮಹಾಬಾಹೋ, ಶ್ರೀರಾಮರೇ, ನಡೆಯಿರಿ ಸಾಗೋಣ ಮುಂದೆ,
ಅದರಲಿರುವುದು ಶುಭ ಸೂಚನೆ, ರಾವಸೇನೆಯನು ನೂಕಿಸುವುದು ಹಿಂದೆ.
ವಿಳಂಬಿಸಿದಲ್ಲಿ ಇಂದ್ರಜಿತನು ಸಾಧಿಸುವನು ತನ್ನ ಕುಕಾರ್ಯಗಳನು,
ಯಾರಿಗೂ ಕಾಣದಂತಾಗಿ, ಎಲ್ಲರಿಗೆ ತೋರಿಸುವನು ಪರಲೋಕದ
ದೃಶ್ಯಗಳನು." || 485 ||

"ವಿಭೀಷಣರೇ", ಎಂದ ರಾಘವ, "ನಿಮ್ಮ ಮಾತು ಗುಣಪಡಿಸಿದೆ ಕಪಿಗಳ
ಮನದ ನೋವನು,"
"ಹೌದು ಅರಿಂದಮಾ, "ಸುರಕ್ಷಿತವಿರುವ ಸೀತಾಮಾತೆ, ಕೇಳಿ ನನ್ನ
ಸತ್ಯವಚನವನು."
'ಬ್ರಹ್ಮಶಿರ', ದಿವ್ಯಾಸ್ತ್ರ ದೊರಕಿದೆ, ಆ ಅಸಾಧಾರಣ ರಾವಸುತನಿಗೆ,
ಅಶ್ವಗಳೂ ಆ ವರದ ಉಡುಗೊರೆ, ಸಾಗುವವು ಅವನು ಹೇಳಿದ ದಿಕ್ಕಿಗೆ."
‖ 486 ‖

ವರ ಸ್ವೀಕರಿಸಿದ ಅವನಿಗೆ, ಒಂದು ರೀತಿಯಲಿ ಶಪಿಸಿದ ಅಜನು,
ಇಂದ್ರಜಿತನ ಮೃತ್ಯುಗೆ ಕಾರಣ, ಅವನ ತಪಸ್ಸು ಭಂಗ ಮಾಡಿದವನು.
ಆದೇಶ ಕಾಯುತಿದೆ ಸೇನೆ, ನಿಮ್ಮ ಅನುಜನಿರುವನು ಅತೀ ತವಕದಿ,"
ಶ್ರೀರಾಮನ ಆಶೀರ್ವಾದ ಪಡೆಯಲು ಬಂದನು ಸೌಮಿತ್ರನು, ವೇಗದಿ.
‖ 487 ‖

"ಅನುಜ ನೀನು ಜಯಧ್ವಜವ ಹಾರಿಸು, ಧರ್ಮ ನಿನ್ನನು ರಕ್ಷಿಸಲಿ,
ಸೇನೆಯಲಿ ಜಾಂಬುವಂತ, ಹನುಮ, ಅಂಗದರಿರಲು,
ಸುಗ್ರೀವರಾದೇಶಿಸಲಿ.
ವಿಭೀಷಣರಿಗೆ ಸಂಪೂರ್ಣ ಅರಿವು, ಆ ಇಂದ್ರಜಿತನ ಮಾಯಾಜಾಲದ,
ನಿನ್ನ ಬಾಣ ಇರಿಯಲಿ ಆ ಕಟುಕನ ಎದೆ, ದುರ್ವಾಸನೆಯ ಕೆಸರು
ತುಂಬಿದ." ‖ 488 ‖

ಹೋದರು ಎಲ್ಲರು ನಿಕುಂಭಿಲಾ ಗವಿಯೊಳಗೆ, ಕಾವಲಿದ್ದ ರಾಕ್ಷಸರು,
ಲಕ್ಷಣ ರಂಧ್ರಮಾಡಿದ ರೂಕ್ಷವಕ್ಷಗಳ, ಆ ರಾಮಾರಿಗಳು ಜೀವಕೆ
ಮುಸುಕೆಳೆದರು.
ಸೆಳೆದ ಗಮನ ಗಲಭೆಯಿಂದ, ಇಂದ್ರಜಿತನ ಯಾಗ ಭಂಗವಾಯಿತು,
ಬೀಸಿದ ಭಲ್ಲೆ ಬಾಣಗಳ ಗಣನೆ, ನಭದ ತಾರೆಗಳನು ಮೀರಿಸಿತು. ‖ 489 ‖

ರಿಕ್ಷವಾನರರಿಂದ ಸೋಲುವ ರಾಕ್ಷಸರನು, ಉಳಿಸಲು ಬಂದ ಇಂದ್ರಜಿತನು,
ಯಜ್ಞ ಸಫಲವಾಗದೆ, ಮೃತ್ಯುವ ಇನ್ನಷ್ಟು ನಿಕಟ ಬರಮಾಡಿಕೊಂಡನು.
ಕಪ್ಪ ಕಾಡಿಗೆಯ ಮುಖದಲಿ, ಕಣ್ಗಳ ನೋಟ ಕೆಂಪು ಅವನದು,
ಲಕ್ಷ್ಮಣನನು ಹುಡುಕುವಾಗ, ಕಂಡ ದೃಶ್ಯ, ಹನುಮಂತನದು. ‖ 490 ‖

ಸಾರಥಿಗೆ ಹೇಳಿದ ಮೇಘನಾದ, "ಚಲಿಸು ಗುಡ್ಡ ಹಿಡಿದ ಕಪಿಯ ಕಡೆಗೆ,
ಇವನ ಶಾಂತಗೊಳಿಸಿದ ನಂತರ, ಹೋಗೋಣ ವನವಾಸಿಯೆಡೆಗೆ."
"ಇಂದ್ರಜಿತ ಧೂರ್ತ", ಹನುಮನೆಂದ, "ಎನ್ನ ಹತ್ತಿರ ಬರಲು ಯೋಚಿಸು,
ಜೀವಸಹಿತ ಮರಳಲಾರೆ, ನಿಮ್ಮವರಿಗೆ ಈಗಲೇ ಸೂಚಿಸು." ‖ 491 ‖

"ದುರ್ಬುದ್ಧಿಯ ನಿಲಯ ನೀನು, ಮಲ್ಲಯುದ್ಧವಾಡು ನನ್ನ ಸಂಗ,
ಆಗ ಹೇಳಬಹುದು, "ಇಂದ್ರಜಿತ ಬಲಶಾಲಿ ಮಾತಂಗ."
ಬಿಲ್ಲು ಬಿಗಿದು ಗುರಿ ಮಾಡಿದ ರಾವಸುತನು, ನಭ ವ್ಯಾಪಿಸಿದ ಹನುಮನಿಗೆ,
ತಕ್ಷಣ ವಿಭೀಷಣ ಲಕ್ಷಣನಿಗೆಂದನು, "ಆಕ್ರಮಿಸಿ, ಇಂದ್ರಜಿತ ನಿಂತ
ಬಾನಿನೆಡೆಗೆ." ‖ 492 ‖

ದಟ್ಟ ಪೊದೆಗಳಾಳದಲಿದ್ದ ಯಜ್ಞನಿಲಯ, ನೋಡಿದ ರಾಮಾನುಜನು,
ತೋರಿಸಿದ ಆ ಗುಪ್ತ ಸ್ಥಳವನು, ಅರಿವಿರುವ ರಾವಾನುಜನು.
"ವಟವೃಕ್ಷಕ್ಕೆ ಸಲ್ಲಿಸಿ ತನ್ನ ಪ್ರಾರ್ಥನೆ, ಶಕ್ತಿ ಪಡೆಯುವ ಇಂದ್ರಜಿತನು,
ಇವನ ನಾಶಗೊಳಿಸಬೇಕು, ಜೊತೆಗೆ ಆ ದಿವ್ಯ ರಥವನು." ‖ 493 ‖

ಬಿಲ್ಲಿನ ಠೇಂಕಾರದಿ ಸಿದ್ಧನಾದ ಲಕ್ಷ್ಮಣ, ಮಹಾಯುದ್ಧಕೆ,
ಕಾಣಿಸಿಕೊಂಡಿತವನ ಗುರಿ, ರಥದಿ ನಿಂತ ಅಗ್ನಿವರ್ಣದ ಸ್ತಂಬಕೆ.
ವಿಭೀಷಣನ ಕಂಡು ಇಂದ್ರಜಿತ, ಮನ ಬಿಚ್ಚಿ ಬಿರು ನುಡಿದನು,
ತಂದೆಯ ಸಮಾನ ಚಿಕ್ಕಪ್ಪನಿಗೆ, ಕೀಳಾಗಿ ದೂಷಿಸಿದನು. ‖ 494 ‖

"ವೈರಿಗಳ ಬೀಡಿನಲ್ಲಿ ಸೇರಿ, ನಿನ್ನ ಕುಲ ಬದಲಾಯಿತೇ?,
ದಾನವ ನೀ ಚಿಕ್ಕಪ್ಪ, ನರರ ಜೊತೆಗೂಡಿದ್ದೇ ವಿಲಕ್ಷಣತೆ."
"ರಾಕ್ಷಸಾಧಿಪ ನನ್ನ ಅಗ್ರಜ", ವಿಭೀಷಣನೆಂದ, "ಕುಖ್ಯಾತರಲ್ಲಿ ಪ್ರಖ್ಯಾತನು,
ಅದೇ ಕುಲದವ ನಾನಾದರೂ, ಆ ತಪ್ಪು ದಾರಿ ತುಳಿಯದವನು." ‖ 495 ‖

"ವಿನಾಶ ಆಹ್ವಾನಿಸಲು ಮುಖ್ಯ ಕಾರಣ, ಅವನ ಬಿಟ್ಟರಿನ್ಯಾರು,
ಪರರ ಸ್ವತ್ತು-ಪತ್ನಿಯಲೊಭಿ, ಹಿತ್ಯೆಡಿಗಳೂಡನೆ ಅವಿಶ್ವಾಸ, ಇರುವ
ಕಾರಣ ಮೂರು.
ಇಷ್ಟು ಸಾಕಲ್ಲವೇ? ಮಣ್ಣುಗೂಡಲು ಬಂಗಾರತುಂಬಿದ ನಮ್ಮೂರು,
ಅಭಿಪ್ರಾಯ ಬದಲಾಗದು ನನ್ನಣ್ಣನ ಬಗ್ಗೆ, ನೀ ಏನೇ ಡಂಗುರ ಸಾರು."
‖ 496 ‖

"ಕೊನೆಯ ದಿನ ನಿನ್ನ ಇಂದ್ರಜಿತ, ಮರಳಿ ಹೋಗಲಾರೆ ವಟವೃಕ್ಷಕೆ,
ಬಿಸಿ ರಕ್ತದಿ ಕಾಯುತ ನಿಂತ ಲಕ್ಷ್ಮಣ, ನಿನ್ನ ಪ್ರಾಣ ಹರಣಕೆ.
ಶಾಪದಂತೆ ವಿಧಿಬರಹವೂ ಅದೇ ಇತ್ತು, ನಿನ್ನ ವಯಸ್ಸಿನ ಸಾಮಾನ್ಯ
ನರನೊಬ್ಬನು,
ಚತುರ್ದಶ ವರ್ಷ ನಿದ್ರೆ ಮಾಡದವ, ನಿನ್ನ ಯಾಗ ಭಂಗಮಾಡಿಹನು."
‖ 497 ‖

ರೇಗಿದ ಇಂದ್ರಜಿತ, ಲಕ್ಷ್ಮಣನೋಡನೆ ಘೋರ ಯುದ್ಧವಾಡಿದ,
ವರ್ಷಾಸದೃಶ ಬಾಣಗಳನು, ಅವನ ಮೇಲೆ ಸತತ ಸುರಿದ.
ಜಂಬ ಕೊಚ್ಚಿ, "ತಡೆಯಲಾರರು ಯಾರೂ, ವೇಗದಿ ಬರುವ ನನ್ನ
ಬಾಣಗಳನು,
ಘರ್ಜಿಸುವ ಮೇಘದಂತೆ ಚಲಿಸುವವ, ತಿಳಿಯದಿರುವೆ ನನ್ನ ಕೈ
ಚಳಕವನು." ‖ 498 ‖

"ಮಾತು ಸಾಕು", ಎಂದ ಲಕ್ಷ್ಮಣ, "ವೀರ ಗುಣಗಳು ಕಾಣಲಿ ಎಲ್ಲರಿಗೆ,
ಕಳ್ಳನಂತೆ ಅದೃಶ್ಯನಾಗುವ ನೀನೊಂದು ಕಳಂಕ, ಶೂರನೆಂಬ ಬಿರುದಿದೆ.
ಕ್ರೂರ ಕರ್ಮಗಳ ಬಿಡುವ ಸಮಯವಿದು, ಪಾಲ್ಗೊಳ್ಳಬೇಡ ಅಜ್ಞಾನದ
ಮಾತಿನಲಿ,
ಸದ್ಗುಣಗಳಿಂದ ತುಂಬಿಸು ಸಂಸಾರವನು, ಅದೇ ಸಕ್ರಿಯವಾಗಲಿ." ‖ 499 ‖

"ದುಷ್ಕರ್ಮಿಗಳ ಸಾಮ್ರಾಜ್ಯ ನಿಮ್ಮದು, ಬರಿ ಮಾತಿನ ನಿಂದನೆಗೆ ಅರ್ಹರಲ್ಲ,
ಮಾತಾಡುವವು ಎನ್ನ ಶಸ್ತ್ರಗಳು, ಇಲ್ಲಿ "ಮೌನವು ಬಂಗಾರವಲ್ಲ"."
ಶ್ರವಣೇಂದ್ರಿಯದವರೆಗೆ ಬಿಲ್ಲೆಳೆದ ಲಕ್ಷ್ಮಣ, ತನ್ನ ಭುಜವೇರಿಸಿಕೊಂಡ
ಹನುಮನು,
ಬಡಿದು ಕಪ್ಪುಗುಡ್ಡ ಮೇಘನಾದನಿಗೆ, ಆತ ಕೆಲ ಕಾಲ ನಿಬ್ಬೆರಗಾದನು.
‖ 500 ‖

ಪುನಃ ಸಂಗ್ರಹಿಸಿದ ಶಕ್ತಿ, ರಾವಸುತನಿಗೆ ಸೋಲಲಾರದ ದಾಹ,
ಬಾಣ ಇಬ್ಬರಿಗೂ ಗಾಯಗೊಳಿಸಿ, ಕಂಡಿತು ರಕ್ತಪಾತಗಳ ದೇಹ.
ವಿಭೀಷಣ ರಿಕ್ಷವಾನರ ಸೈನಿಕರೊಡನೆ, ನುಡಿದ ಪ್ರೇರಣೆಯ ಮಾತುಗಳನು,
ಸಿಡಿದೆದ್ದ ರಾಮಸೇನೆಯವರು ಉಪಯೋಗಿಸಿದರು ಕಲ್ಲು, ಬಂಡೆ, ನಖ
ಹಲ್ಲುಗಳನು. ‖ 501 ‖

ಭುಜದಿಂದ ಇಳಿಸಿದ ಲಕ್ಷ್ಮಣ, ಹನುಮ, ಸಾಲ ವೃಕ್ಷವೊಂದನು ಬೇರು
ಸಹಿತ ಕಿತ್ತಿದ,
ಎಸೆದು ಬಿಸಾಡಿ ಸಾವಿರಾರು ರಾಕ್ಷಸರನು, ನೋಡುತಲೇ ಸಂಹರಿಸಿದ.
ಮನ ಎಲ್ಲರ ಯುದ್ಧದಲಿ ಬೆಚ್ಚಿಸಿ, ಅರ್ಥವಾಗದಂತಾಯಿತು,
ಸಿಂಹಕಾಳಗದಲ್ಲಿ ಗೆಲ್ಲುವರಾರು?, ಬಾಣಗಳ ಸುರಿಮಳೆ ಮುಂದೊರಿಯಿತು.
‖ 502 ‖

ಚತುರ ಸಾರಥಿ ಇಂದ್ರಜಿತನ, ಆಕಾಶದಿ ರಥವ ಚಲಿಸಿದ,
ಬಾಣದಿಂದ ಲಕ್ಷ್ಮಣ, ಆ ಸಾರಥಿಯ ಶಿರ-ಶರೀರ ಬೇರ್ಪಡಿಸಿದ.
'ಪ್ರಮಥಿ', 'ರಭಸ', 'ಶರಭ', 'ಗಂಧಮಾದನ', ವಾನರರು ಆ
ಅಶ್ವಗಳನೇರಿದರು,
ಅವುಗಳ ಪ್ರಾಣ ತಗೆದು ರಥ ಧ್ವಂಸ ಮಾಡಿ, ಲಕ್ಷ್ಮಣನ ಬದಿ ಹಾರಿ
ನಿಂದರು. ‖ 503 ‖

ವಂಚಿಸಿ ಇಂದ್ರಜಿತ, ಲಂಕೆಯಿಂದ ತಂದ ಬೇರೊಂದು ರಥವನು,
ಚಕಿತರಾದ ವಾನರರು, ಯುದ್ಧದಲಿ ಮಗ್ನನಿದ್ದ ಲಕ್ಷ್ಮಣು.
ಕುಶಲತೆಯನು ಪ್ರದರ್ಶಿಸಿ ರಾಮಾನುಜನು, ಇಂದ್ರಜಿತನ ಬಿಲ್ಲು
ಮುರಿದನು,
ಅತಿ ಕ್ರೋಧದಿ ಲಕ್ಷ್ಮಣನು 'ಭಲ್ಲ', ಎಂಬ ದಿವ್ಯ ಬಾಣ ಹೂಡಿದನು. ‖ 504 ‖

ರಣನಿಪುಣ ಇಂದ್ರಜಿತ, ಬಿಡಲಾರದೆ ಅಕ್ರೋಶದಿ ಹೋರಾಡಿದ,
ಗುರಿ ಮಾಡಿ ಚಿಕ್ಕಪ್ಪನ ಮೇಲೆ, ಭರ್ಚಿವೊಂದೆಸೆದ,
ನೋಡಿ ಈ ಆಟ ಸೌಮಿತ್ರನು, ಬಾಣದಿಂದ ಅದ ಮುರಿದ,
ಪಂಚ ಶರಗಳನು ಹೂಡೆದ ವಿಭೀಷಣ, ಇಂದ್ರಜಿತ ಗಾಯಗೊಂಡ. ‖ 505 ‖

ತಟ್ಟಿದ ಬಾಣ ಅವನ ಉರಕೆ, ಕೆಂಪು ಸರ್ಪಗಳಂತೆ ಕಂಡವು,
ಸಿಟ್ಟಿನಿಂದ ಹೂಡಿದ ಚಿಕ್ಕಪ್ಪನ ಮೇಲೆ, 'ಔದುಂಬರ' ಅನುಗ್ರಹಿಸಿದ ಬಾಣವು.
ಕುಬೇರನ ವರಪ್ರಸಾದದ ಬಾಣ, ಲಕ್ಷ್ಮಣ ಆಹ್ವಾನಿಸಿದನು.
ಈ ಎರಡೂ ಬಾಣಗಳು ಪರಸ್ಪರ ತಾಕಿದ ಧ್ವನಿ, ಕೇಳಿದ ಒಬ್ಬೊಬ್ಬ
ಯೋಧನು. ‖ 506 ‖

ಆ 'ನರಾಸುರ'ರಿಬ್ಬರು, ಹೊರ ಹಾಕಿದರು, ಸುರವರಗಳಾದ ಶರಗಳನು,
"ಇಂದ್ರಾಸ್ತ್ರ" ಅಭಿಮಂತ್ರಿಸಿ ಲಕ್ಷ್ಮಣ ಸಲ್ಲಿಸಿದ, ಈ ರೀತಿಯಲಿ
ಪ್ರಾರ್ಥನೆಗಳನು,
"ಹೇ ದಿವ್ಯಸ್ತ್ರವೇ, ಶ್ರೀರಾಮ ಪುರುಷಶ್ರೇಷ್ಠಾದಿ, ಸತ್ಯಮೂರ್ತಿ, ಸದ್ಗುಣಗಳ
ಧಾಮನಿದ್ದರೆ,
ಸಂಹರಿಸು ಇಂದ್ರಜಿತನನು ಸ್ವೀಕರಿಸಿಕೊಂಡು ಎನ್ನ ಈ ವಿನಮ್ರ ಕರೆ."
‖ 507 ‖

ಧುಮ್ಮಿಕ್ಕಿ ತಾಕಿದ ಶರವು, ಇಂದ್ರಜಿತನ ಜೀವ ಕಥೆಯ ಮುಗಿಸಿತು,
ವಾನರರು ಭೂಮಿಯಲಿ, ದಿವಿಜರು ಗಗನದಿ, ಮೆರೆದ ಸದ್ದು ಕೇಳಿತು.
ಪ್ರಶಂಸೆಯ ರೂಪದಲಿ ಹೂಮಳೆ ಸುರಿಯಿತು, ಆಕಾಶದಿಂದಲಿ,
"ಜಯ ಕೋರಿದ ಶ್ರೀರಾಮಲಕ್ಷ್ಮಣರಿಗೆ ಎಲ್ಲರು, ಹರುಷದಿ ಒಂದೇ ಸ್ವರದಲಿ.
‖ 508 ‖

ಸುಖ ಸಮಾಚಾರ ತಿಳಿಸಲು ಆತುರದಿ ಬಂದರೆಲ್ಲ, ಶ್ರೀರಾಮನೆದುರು,
ಹೆಮ್ಮೆಯಿಂದ ರಾಘವನೆಂದ, "ನಿಮ್ಮೆಲ್ಲರ ಪ್ರತಾಪ ಮೆಚ್ಚಿದ ಸರ್ವ ಸುರರೂ.
ವೈರಿಗಳಿಂದ ನಾನಾದೆ ಮುಕ್ತ, ಉಳಿದವನು ಇನ್ನೊಬ್ಬ ಮಾತ್ರ,
ಬರುವನು ತನ್ನ ಪುತ್ರನ ನಿಧನವಾರ್ತೆ ಕೇಳಿ, ಇದೇ ರಣಕ್ಷೇತ್ರ." ‖ 509 ‖

"ನನ್ನ ಸೋದರನ ಈ ಶೌರ್ಯ ಧೈರ್ಯ, ರಘುಕುಲದ ಗೌರವ ಹೆಚ್ಚಿಸಿದೆ,
ಎನ್ನ ಸರ್ವವೂ ಆದ ಸೀತೆಯ ಪಡೆಯಲು, ಸಾಕಷ್ಟು ಸರಳವಾಗಿದೆ.
ಗಾಯ ಗುಣಪಡಿಸಿ ಸುಷೇಣರೆ, ಲಕ್ಷ್ಮಣನ ಮತ್ತು ಭಾವಿ ಲಂಕಾಪತಿಯ,
ಎಲ್ಲರಿಗೂ ಶುಶ್ರೂಷೆ ದೊರಕಲಿ, ಬರುವದಿದೆ ಕೊನೆಯ ಕಾಳಗ, ಪ್ರಸ್ತುತ
ಲಂಕಾಪತಿಯ. ‖ 510 ‖

ತಿಳಿದ ದುಃಖಿದ ವೃತ್ತಾಂತ ರಾವಣ, ಬಲ ಕಳೆದುಕೊಂಡಂತಾದನು,
ದೀಪದಿಂ ಜ್ವಾಲೆಯ ಸಹಿತ ಸುರಿವ ಎಣ್ಣೆಯಂತೆ, ಕೆಂಗಣ್ಣಲಿ ಕಣ್ಣೀರಿಟ್ಟನು.
"ಇಂದ್ರಜಾಲದ ಬಲದಿ, ಇಂದ್ರಜಿತನು ತೋರಿದ ಸಂಹರಿಸಿದಂತೆ
ಸೀತೆಯನು,
ನಿಜ ಸ್ಥಿತಿಯಾಗಿ ಪರಿವರ್ತಿಸುವೆನಿದನು", ಎಂದು, ಕೃಪಾಣ ಕೈಯಲಿ
ಬಿಗಿದನು. ‖ 511 ‖

ಅಶೋಕವನಕೆ ಧಾವಿಸಿದ ರಾವಣ, ಬಿಸಿ ಉಸಿರು ಸೂಸುತ,
ವನದಲಿದ್ದ ರಕ್ಷಕರು ಸೀತೆಯೊಡನೆ, ಹಿಂಜರುಗಿದರು ಬೆದರುತ.
"ಏನು ಕಾರಣ", ಊಹಿಸಿದಳು ಸೀತೆ, "ಹೀಗೆ ನುಗ್ಗಿದನವನು ವನದಲಿ,
ಅವಳ ಅದೃಷ್ಟವಾಗಿ ಬಂದ ‘ಸುಪಾಶ್ರ್ವ’ ದಾನವ, ರಾವಣನ ತಡೆಯುತಲಿ.
‖ 512 ‖

ಮಂತ್ರಿ ಬುದ್ಧಿವಂತ, ಸುಸ್ವಭಾವದವನು, ನಿರ್ಭಯದಿ ನುಡಿದ ಸುಪಾಶ್ರ್ವನು,
"ಕುಬೇರ ಭ್ರಾತೃ ದಶಗ್ರೀವರೇ, ಈ ನಡತೆ ತರುವುದು ಕೇವಲ ನಷ್ಟವನು,
ಕೋಪಾವೇಶದಿ ಸೀತೆಗೆ ಹಾನಿಯಾದರೆ, ಅನುಭವಿಸುವುದು ಅಂಬರದಷ್ಟು
ಕಷ್ಟವನು.
ನಿಮ್ಮ, ಸಿಟ್ಟಿನ ಮಾರ್ಗ ಬದಲಾಯಿಸಿ ತಿರುಗಿಸಿರಿ, ಅದ ಸೋಲಿಸಲು
ರಾಮನನು." ‖ 513 ‖

ಕತ್ತಲೆಯ ಮುಹೂರ್ತವಿರುವುದು ನಾಳೆ, ಅಮಾವಾಸ್ಯದಿ ಜಯ ಪಡೆಯಿರಿ,
ಶಸ್ತ್ರಾಸ್ತ್ರಗಳ ಸ್ವಾಮಿ ನೀವು, ಕೊನೆಯ ಅವಕಾಶ ಗುರಿ ಸಾಧಿಸಿರಿ."
ಮಂತ್ರಿ ಹೇಳಿದ ‘ಹಿತವಚನವ’, ತಿಳಿದುಕೊಂಡ ರಾವಣನು,
ಮರಳಿದನು ಭವನಕೆ, ಕಂಡರೆಲ್ಲ, ಶಾಂತ ವಾತಾವರಣವನು. ‖ 514 ‖

ದುಃಖಿತ ರಾವಣ ಸಭೆಯಲಿ, ಸಿಂಹಾಸನದ ಮೇಲೆ ಕುಳಿತನು,

ಕೈಮುಗಿದು, "ಸಂಪೂರ್ಣ ಸೇನೆಯೊಡನೆ ಮುತ್ತಿಗೆ ಹಾಕಿರೆಲ್ಲರು

ರಾಮನನು.

ಒಡೆದ ಮೇಘ ಸುರಿದಂತೆ ಸುರಿದು, ಅಸ್ತ್ರಗಳು ಸಮಾಪ್ತಗೊಳಿಸಲಿ ಅವನ

ಕಥೆ,

ಇಲ್ಲವಾದರೆ ನಾನೇ ಆ ಕಾರ್ಯ ಜರುಗಿಸಿ, ತೀರಿಸಿಕೊಳ್ಳುವೆ, ನನ್ನ ವ್ಯಥೆ."

‖ 515 ‖

ಆದೇಶ ಪಾಲಿಸಿದ ದಾನವರು, ರಣರಂಗದೊಳಗಿಳಿದರು,

ಬಂದಿದ್ದು ಅಕ್ರಮಣಕೆ, ಅವರ ಮೇಲೇರಿದ ವಾನರರಿಕ್ಷರು.

ವೃಕ್ಷವೊಂದಕೆ ಮುತ್ತಿದ ಹಕ್ಕಿಗಳಂತೆ, ಒಬ್ಬೊಬ್ಬ ರಾಕ್ಷಸನನು ಹಿಡಿದರು,

ಊಹಿಸಲಾರದ ದೃಶ್ಯ ಮುಂದೆ ಬರುವದ ಕಂಡು, ರಾಕ್ಷಸರೆಲ್ಲ ಬೆದರಿದರು.

‖ 516 ‖

ಶ್ರೀರಾಮ ತನ್ನ ದಿವ್ಯಶಕ್ತಿಯಿಂದ, ಅಸಾಧ್ಯ ರೂಪ ತಾಳಿದಾ,

ಬಿರುಗಾಳಿಯಂತೆ ಬಂದನು, ರಾವಣನ ಸೇನೆಯನು ಅದುರಿಸಿದಾ.

ದಿನದ ಒಂದೇ ಪ್ರಹರದಲಿ, ಸಂಪೂರ್ಣ ಯುದ್ಧ ಸಮಾಪ್ತಗೊಳಿಸಿದನು,

ಇಂತಹ ಶಸ್ತ್ರಗಳ ಸ್ವಾಮಿ, ತ್ರಿನೇತ್ರನ ಹೊರತು, ಕೇವಲ ಶ್ರೀರಾಮನು.

‖ 517 ‖

ಜೀವ ತ್ಯಜಿಸಿದ ದಾನವರ ಕುಟುಂಬದವರು, ಶೋಕ ವ್ಯಕ್ತ ಪಡಿಸಿದರು,

ಅಪರಾಧಿ ಆ 'ಶೂರ್ಪಣಖಾ' ಇದಕೆಲ್ಲ, ಎಂದು ಅವಳ ಶಪಿಸಿದರು.

ದುರ್ಮುಖಿ ರೂಪಿ ರಾವ ಭಗಿನಿ, ಯಾಕೆ ಬೇಕಿತ್ತು ರಾಮನ ಸಹವಾಸವು,

ಅವಳ ಮಾತು ನಂಬಿ ಹಗೆತನದಿಂದ, ರಾವಣ ತಂದುಕೊಂಡ ಕುಲದ

ನಾಶವು. ‖ 518 ‖

ಸೋದರನ ಮಾತು ಕೇಳದೆ, ಪ್ರಾಯೋಗಿಕ ಜ್ಞಾನ ಯತ್ನಿಸಿದ ಲಂಕೇಶನು,
ಎದುರು ಹಾಕಿಕೊಂಡ, ರಣಧೀರ ಬಲಶಾಲಿ ರಾಮನನು.
ಸೀತೆಯನು ಅಪಹರಿಸಿ ರಾವಣ, ಹೋಗುವ ದಾರಿ, ಸ್ಪಷ್ಟ ನರಕವು,
ಕಾಳ್ಗಿಟ್ಟಿನಲಿ ಅಸಹಾಯಕ ಕಾಡುಮೃಗಗಳಂತೆ, ತಪ್ಪಿದ್ದಲ್ಲ ನಮ್ಮ ಸಾವು.
|| 519 ||

ಲಂಕೆಯ ತುಂಬ ರೋದಿಸುವ ಕೂಗುಗಳು, ತಲ್ಲಣಿಸಿದ ರಾವನ ಮನವು,
ವಚನ ಕೊಟ್ಟನು ಅವರಿಗೆಲ್ಲ, ಮರಳಿ ತರುವೆ ವಾರ್ತೆ, 'ವೈರಿಗಳ ಸಾವು'.
ತುಟಿ ಕಚ್ಚುತ ಕೋಪದಿ ಹೋದ ರಾವಣ, ಬೆಂಕಿಯ ಚೆಂಡಿನಂತೆ,
"ಪ್ರತೀಕಾರ ಬೇಕೆನಗೆ, ಕಣ್ಣೀರು ನನ್ನ ಪರಿವಾರದವರ ಒರೆಸಿದಂತೆ."
|| 520 ||

ರಣರಂಗಕೆ ಇಳಿದಾಗ ಮುಂದೆ, ಕಂಡ ವಿಪರೀತ ಅಪಶಕುನಗಳು,
ಅಶ್ವಗಳು ಎಡವಿದವು, ಅಶುಭ ಕೂಗು ಹಾಕಿದ ಕಳ್ಳನರಿಗಳು.
ಎಡಗಣ್ಣು ತುಡಿಯಿತು, ಉಲ್ಕೆಯೊಂದು ಬಿದ್ದಿತವನ ದಾರಿಯಲಿ,
ಭಯಭೀತ ಭಯೋತ್ಪಾದಕ, ನಿರ್ಲಕ್ಷಿಸಿ ಎಲ್ಲವನು, ನುಗ್ಗಿದ ಮರಣದ
ಬಾವಿಯಲಿ. || 521 ||

ಭೀಷಣ ಯುದ್ಧ ನಡೆಯಿತು, ಸಾಕಷ್ಟು ವಾನರರನು ಹೊಡೆದ ರಾವಣನು,
ಅತ್ತಿತ್ತ ಬೆದರಿ ಓಡಿದ ವಾನರರಿಕ್ಕರನು ಕಂಡು, ಸುಗ್ರೀವ ಮುಂದೆ ಜಿಗಿದನು.
ವಿರೂಪಾಕ್ಷನೆಂಬ ಸೇನಾನಿ ರಾವನ, ಗಜವೇರಿ ಸುಗ್ರೀವನ ತಡೆದ,
ವಾನರಾಧಿಪನು ಕೈಬೀಸಿ ಬಲದಿ, ತಲ ಪ್ರಹಾರ ಮಾಡಿದ. || 522 ||

ಸಿಡಿಲು ಬಿದ್ದ ಬಾಸ ವಿರೂಪಾಕ್ಷನಿಗೆ, ಎಲ್ಲ ಕಡೆಯಿಂದ ಹರಿಯಿತು ನೆತ್ತರು,
ಜಯಘೋಷದಿಂ ಕುಣಿದಾಡುತ, ಸುಗ್ರೀವನ ಭುಜದಿ ಹೊತ್ತರು.
ಉಳಿದವನೊಬ್ಬನೇ ಮಹಾ ಕುಶಲವೀರ, ರಾಕ್ಷಸರ ಪರ ಹೋರಾಡಲು,
ಶ್ರೀಹರಿಯು ನೇಮಿಸಿದ ಸಾಮಾನ್ಯ ನರನ, ಅವನ ಸಂಹರಿಸಲು. ‖ 523 ‖

ರಾಮ-ರಾವಣರ ಕಾಳಗ ಭಯಂಕರ, ಭೂಮಂಡಲ ನಡುಗಿತು,
ಬಾಣಗಳ ಸುರಿಮಳೆಯ ಪ್ರಭಾವ, ಎಲ್ಲ ಕಡೆ ಕತ್ತಲೆ ಹರಡಿತು.
ಸೂರ್ಯನ ಬೆಳಕು ಶರಪಂಜರದಿ, ಸೋಸಿದ ನೀರಿನಂತೆ ಬರುತಿತ್ತು,
ಎರಡು ಬೆಂಕಿಯ ಚೆಂಡುಗಳ ಪ್ರಹಾರ ಮಾತ್ರ, ಎಲ್ಲರಿಗೆ ಕಾಣುತಿತ್ತು.
‖ 524 ‖

ನಾನಾ ಕ್ರೂರ ಶಸ್ತ್ರಗಳ, ಉಪಯೋಗಿಸಿದ ರಾವಣನು,
'ಸದಾ ಧರ್ಮದ ಜಯ' ಎಂಬ ದೃಷ್ಟಾಂತ, ಧೃಡ ನಿಂತ ಶ್ರೀರಾಮನು,
ಉಗ್ರಾಕಾರ ಕಾಳಗ ನಡೆದಲ್ಲಿ ಬಂದ, ಕದನವರ್ಧಕ ಸೌಮಿತ್ರನು,
ಪಂಚ ಬಾಣಗಳ ಹೊಡೆದು, ರಾವನ ಧ್ವಜಸ್ಥಂಬ ಅದೇ ಕ್ಷಣ ಕಿತ್ತಿದನು.
‖ 525 ‖

ಕಣ್ಣು ಮಿಟುಕುವುದರಲ್ಲಿ, ರಾವಣನ ದಿವ್ಯ ಧನು ಮುರಿದನು,
ವ್ಯಾಘ್ರದಂತೆ ಹಾರಿದ ವಿಭೀಷಣ, ಅಶ್ವಗಳ ಸಂಹರಿಸಿದನು.
ಸಿಟ್ಟಿನಿಂದ ಸೋದರನ ಮೇಲೆ, ರಾವಣ ಭಲ್ಲೆಯೊಂದೆಸೆದನು,
ಘಾತಕ ಬಾಣ ಲಕ್ಷ್ಮಣನ, ಆ ಭಲ್ಲೆಯ ಸಹಿತ 'ಅಹಂ' ರಾವನ, ತಟ್ಟಿತು
ನೆಲವನು. ‖ 526 ‖

ಮದವೇರಿದ ರಾವಣ, "ವಿಭೀಷಣನನು ಉಳಿಸಿದೆ ಶೂರ ನೀ ಲಕ್ಷ್ಮಣ,
ಇನ್ನೊಂದು ಭಲ್ಲೆ ನಿನ್ನ ಹೆಸರಲಿ, ಉಳಿಸಿಕೋ ನಿನ್ನನ್ನು ನೀ ಈ ಕ್ಷಣ."
'ಮಾಯಾವಿ' ಎಂಬ ದಾನವ ರೂಪಿಸಿದ ಭಲ್ಲೆ, ಮೃತ್ಯು ಸಂದೇಶ
ವೈರಿಗಳಿಗೆ,
ವಿಫಲವಾಗದ ಇಂದ್ರಜಾಲ ಅದರಲಿ, ಏನೇ ಬರಲಿ ಬಿಟ್ಟ ದಾರಿಗೆ. ‖ 527 ‖

ಬರುವ ಆ ಭಲ್ಲೆ ನೋಡಿದ ರಾಘವ, ಸತತ ನುಡಿದ ಒಂದೇ ಮಾತನು,
"ವ್ಯರ್ಥ ಸಾಧಿಸಲಿ ಆ ಅಸ್ತ್ರ, ಗಾಯಗೊಳ್ಳಲಾರದಿರಲಿ ನನ್ನ ತಮ್ಮನು."
ನೇರ ತಟ್ಟಿತು ಲಕ್ಷ್ಮಣನ ಎದೆಗೆ, ಬಿದ್ದನು ಯಾತನೆಯಿಂದ ನೆಲಕೆ,
ತಲ್ಲಣಿಸಿದ ಶ್ರೀರಾಮನು, ಕಣ್ಣೀರು ಬಂದವು ಶಮನ ಮಾಡುವಂತೆ
ಬಾಯಾರಿಕೆ. ‖ 528 ‖

ಆ ಅಸ್ತ್ರ ಹೊರ ತೆಗೆದ ಶ್ರೀರಾಮನು, ಸಿಟ್ಟಿನಿಂದ ಮುರಿದನದನು,
"ದಶಶಿರ ದಾನವನ ಕೊಲ್ಲುವೆ, ಸಾಕ್ಷಿ ಇಟ್ಟುಕೊಂಡು ನಿಮ್ಮೆಲ್ಲರನು.
ಸೀತೆ ಇರುವಳು ದೂರ, ಲಕ್ಷ್ಮಣನೂ ತಾಳದಂತಹ ನೋವಿನಲಿ,
ಉಳಿಯಲಾರ ಈ ರೂಕ್ಷ, ತ್ರಿಲೋಕದವರು ರಾಮತ್ವವನು ನೋಡಲಿ."
‖ 529 ‖

"ತಾಳುವೆನು ಉಗ್ರರೂಪ, ನಿರೂಪಿಸುವರು ಸಕಲ ಜೀವರಾಶಿಗಳು,
ಕಾಳಗದ ವಿವರಣೆ ಕೊಡುತ, ಕಾಣುವರು ಎಣಿಸಲಾರದಷ್ಟು ಎನ್ನ
ಅಸ್ತ್ರಗಳು. "
ರಾವಣನಿಗೆ ಹುಟ್ಟಿತು ಹೆದರಿಕೆ, ರಾಘವನ ಕೋಪ ಆಹ್ವಾನ ಮಾಡಿ,
ಭಾಸ ಬಿರುಗಾಳಿ ಹಾರಿಸಿದ ಮೋಡದಂತೆ, ರಾವಣನು ಹೋದನು ಓಡಿ.
‖ 530 ‖

ಶ್ರೀರಾಮ ಗಮನಿಸಿದ ಲಕ್ಷ್ಮಣನ ಗಾಯಗಳನು, ಯುದ್ಧ ವಿರಾಮವಾದಲ್ಲಿ,
"ನೀನಿಲ್ಲದೆ ನನ್ನ ಜೊತೆಗೆ ಅನುಜ, ಸಂಪೂರ್ಣ ಜೀವ ಅಭಾವದಲ್ಲಿ,
ಸಿಗುವ ಜಯದ ಸುಖವು ವ್ಯರ್ಥ, ನಿನಗಿಂತ ಹೆಚ್ಚಲ್ಲ,
ತಮ್ಮನೆಂದರೆ ವನಕೆ ಬೆಂಬಿದದ ಲಕ್ಷ್ಮಣ, ಸುಖ ತ್ಯಜಿಸಿ ಎಲ್ಲ." ‖ 531 ‖

ಶಾಂತ ನಿಂತ ಶ್ರೀರಾಮ ತಿಳಿದವ ಎಲ್ಲ, ಲಕ್ಷ್ಮಣನ ಸ್ಥಿತಿ ಅಪಾಯಕಾರಿ,
ರಘುಕುಲದ ಹಾನಿ ತಡೆಯಲು, 'ಮತ್ತೆ ಬಂದನು ಹನುಮ ಹಾರಿ',
ಸುಷೇಣರು ತಿಳಿಸಿದರು, "ನಿನಗರಿವು ಔಷಧಿ ಸಿಗುವ ಸ್ಥಳವು,
ಸಿಕ್ಕಿದೆ ನಿನಗೆ ಸ್ವಲ್ಪವೇ ಕಾಲಾವಧಿ ಪವನ, ಇರಲಿ ಜ್ಞಾಪಕವು. ‖ 532 ‖

ಹೋದ ಹನುಮ ಆ ಪರ್ವತಕ್ಕೆ ಪುನಃ, ಚಿಂತಿಸಿದನು ಸಿಗಲಾರದೆ
ಬೇಕಾಗಿದ್ದು,
"ಛೆ ಛೆ ಏನು ಮಾಡಲಿ, ಆಹಾ! ಸಿಕ್ಕಿತೊಂದುಪಾಯ ದೊಡ್ಡದು.
ಈ ಚಿಕ್ಕ ಬೆಟ್ಟವನು ಎತ್ತಿ ಒಯುವೆ, ವೈದ್ಯರು ಬೇಕಾದನು ಉಪಯೋಗಿಸಲಿ,
ನನಗಂತೂ ಒಂದೇ ಧ್ಯೇಯ, ಶ್ರೀರಾಮರು ಸದಾ ಸುಖದಿಂದಿರಲಿ. ‖ 533 ‖

ಸಂಜೀವಿನಿ ತರುತಿರಲು, ಸೂರ್ಯ ಉದಯವಾಗುತಿದ್ದನು,
ಮಿತ್ರನ ನೋಡಿದ ಹನುಮ, ಕೆಲವು ಸಿಹಿ ಮಾತು ಹೇಳಲು ಬಯಸಿದನು.
"ನಿನ್ನ ವಂಶದ ಮೇಲೆ ಬಂದಿದೆ, ದೊಡ್ಡ ಊಹಿಸಲಾರದ ಸಂಕಟ,
ಪ್ರಾರ್ಥನೆ ಸ್ವೀಕರಿಸು ಈ ಸ್ನೇಹಿತನ, ನೀನಾಗಬೇಡ ಪ್ರಕಟ." ‖ 534 ‖

ನನ್ನ ಸಹಪಾಠಿಯಾದ ಸುಧೀಂದ್ರ ಕಟ್ಟಿ ಅವರು ರಚಿಸಿದ ಚಿತ್ರ

ನಿನ್ನದೇ ಕುಲದವನ ಹಿತಕೆ, ಹಾರುತಿರುವೆ ಈ ಗುಡ್ಡ ಹೊತ್ತು ಭುಜದಲಿ,
ಮೂಡಲ ದೀಪ್ತಗೊಳಿಸಬೇಡ ಮಿತ್ರಾ, ನಿನ್ನವರ ಜೀವವಿರುವುದು
ಅಂಧಕಾರದಲಿ.
ನನ್ನೊಳಡಗಿಕೊಂಡಿರು ನೀನು, ಮನಸ್ತಾಪ ಹೆಚ್ಚಾಗದಿರಲಿ,
ಬಾಲ್ಯದ ಸ್ನೇಹಿತ ನಾ ನಿನ್ನ, ಸಿಹಿ ಮಾವು ನೆನಪಿರಲಿ." ‖ 535 ‖

"ಪ್ರಪಂಚದಲಿ ಅಂಧಕಾರ ತರುವೆ, ನನ್ನ ಶ್ರೀರಾಮರಿಗೇನಾದರೂ
ಕೇಡದರೆ,
ಗಾಯ ಮಾಯ ಮಾಡಿಸಿ ಅವರ, ನನ್ನೊಳಗಿಂದ ನಿನ್ನನ್ನು ಮುಕ್ತ
ಮಾಡುವೆ."
ನಿಸ್ವಾರ್ಥ ಸೇವೆ ಹನುಮನ, ನಮಗೆಲ್ಲ ದೊಡ್ಡ ಪಾಠವು,
ಶ್ರೀಹರಿಯೇ ಸಂಕಟದಲಿದ್ದಾಗ, ಅಂಜನಿಸುತನೇ ಪರಿಹಾರವು. ‖ 536 ‖

"ಪೂಜ್ಯ ಸುಷೇಣರಿಗೆ ನಮನ, ತಿಳಿಯದಂತೆ ಮರಳಿ ಬಂದೆ,
ನೀವು ಹೇಳಿದ ಸಸ್ಯಗಳನು ಗುರುತಿಸಲಾಗದೆ, ಬೆಟ್ಟದ ತುದಿ ಕಿತ್ತು ತಂದೆ."
ನಿಂತವರೆಲ್ಲರ ಉತ್ಸುಕ ಕಣ್ಣಲು, ತೆರೆದುಳಿದವು ಮುಚ್ಚಲಾರದೆ,
ಅಸಾಧ್ಯ ವಾನರರಿಗೆ ತಮ್ಮತಿ ಹರುಷ ತೋರದೆ, ಹಾಗೂ ನಮ್ಮನುಮನ
ಮೆಚ್ಚದೆ ॥ 537 ॥

ಸೂಕ್ತ ಸಸ್ಯಗಳಿಂದ ಸುಷೇಣರು, ಲಕ್ಷ್ಮಣನ ಜೀವ ಉಳಿಸಿದರು,
ಸುಖಾಶ್ರು ಸುರಿಸಿದ ಶ್ರೀರಾಮನು, ಅವರಿಬ್ಬರು ತಬ್ಬಿಕೊಂಡರು.
ಅತಿ ದೊಡ್ಡ ಉಡುಗೊರೆ ಸಿಕ್ಕಿತು ಶ್ರೀರಾಮನಿಂದ, ಕೇಸರಿನಂದನನಿಗೆ,
ಹನುಮನ ಅಪ್ಪಿಕೊಂಡ ರಾಘವ, " ಮಹಾಕಾರಣ ನೀ ಎನ್ನ
ಮನಶ್ಯಾಂತಿಗೆ." ॥ 538 ॥

"ಅಣ್ಣಾ", ಸೌಮಿತ್ರನೆಂದ ಅಶಕ್ತ ಸ್ವರದಲಿ, "ನಿನ್ನ ಪ್ರತಿಜ್ಞೆ ತಪ್ಪದಿರಲಿ,
ನಿನ್ನ ಅಸ್ತ್ರಕ್ಕೀಡಾದ ವೈರಿ ಮೇಲೆಳಲಾರನು, ರಾವಣನಿಗೂ ಹಾಗೆಯೇ
ಆಗಲಿ.
ನಿನ್ನ ಬಾಣದ ಗುರಿ ಒಂದೇ ಅಣ್ಣಾ, ಇರಿಯುವುದು ರಾವನ ಉರವನು,
ಹೊರಗೆ ಬಂದಂತೆ ಜೀವ ಸಹಿತ, ತೋರಲಿ ನರಕದ ದಾರಿಯನು." ॥ 539 ॥

ಕೇಳಿದ ಲಕ್ಷ್ಮಣನ ಈ ಮಾತು, ಬಿಗಿದ ಬಿಲ್ಲು ಆರ್ಯವೀರನು,
ಹೇಮಾಲಂಕೃತ ಅಗ್ನಿಸಮಾನ ಬಾಣಗಳು, ಹೂಡಿದ ಭರತಾಗ್ರಜನು.
ರಥದಲಿದ್ದ ರಾವಣ, ಬರಿಗಾಲಲಿ ನಿಂತ ರಾಘವನು,
ಸರಿಸಮಾ ಕದನವಾಗಲೆಂದು, ದಿವ್ಯ ರಥವೊಂದು ಕಳಿಸಿದ 'ವಾಸವ'ನು.
॥ 540 ॥

'ಮಾತಲಿ' ನಿಪುಣ ಸಾರಥಿ, ಹರಿದ್ವರ್ಣ ಅಶ್ವಗಳೊಡನೆ ಬಂದ ಭೂಮಿಗೆ,
ಸ್ವರ್ಣಾಭರಣ ರಥದಲಿ ಕುಳಿತು, ಶಿರ ಬಾಗಿ ವಂದಿಸಿದನು ಶ್ರೀರಾಮನಿಗೆ,
"ಸೌಭಾಗ್ಯ ನನ್ನದಿರಲಿ ಪ್ರಭುಗಳೇ, ಗರುಡಗಮನನಂತೆ ಕಾಣುವಿರಿ,
ದಿವ್ಯಾಸ್ತ್ರಗಳ ಸಹಿತ ಬಂದಿಹೆನು, ನಿಮ್ಮ ವೈರಿಯನು ಸಂಹರಿಸಿರಿ." ॥ 541 ॥

ನಮಿಸಿ ಪ್ರದಕ್ಷಿಣ ಹಾಕಿ, ಸೂರ್ಯನಂತೆ ಕಂಡ ರಥವನ್ನೇರಿದ ಶ್ರೀರಾಮನು,
ಹೊಡೆಯಲು ಬೆನ್ನಟ್ಟಿ ಚಲಿಸಿದಾಗ ರಥವನು, ಓಡಿ ಹೋದ ಲಂಕೇಶನು.
ದಶರಥಸುತನ ಆವೇಗ ತುಂಬಿಸಿತು ಆತಂಕ, ರಾಕ್ಷಸರಾಜನ ಹೃದಯದಲಿ,
ಸಂಗ್ರಹಿಸಿದ ಧೈರ್ಯ ರಾವನು, ಬಲಯುಕ್ತ ಬಾಣಗಳನು
ವಿನಿಮಯಿಸುತಲಿ. ॥ 542 ॥

ದಿವ್ಯಾಸ್ತ್ರ ಇಂದ್ರನ ರಥದಲಿದ್ದ, ಉಪಯೋಗಿಸಿದ ಶ್ರೀರಾಮನು,
ಉರ, ಹಣೆ, ಅವಯವ ರಾವಣನ ಗಾಯಗೊಳಿಸಿ, ರಣಕರ್ಕಶನೆನಿಸಿದ
ವೀರನು.
"ಬೆನ್ನಟ್ಟಿ ಬರಲಿ ಕಾಕ, ಗಿಡುಗಗಳು, ತಿನ್ನಲು ನಿನ್ನ ಬಿರುಸಾದ
ಮಾಂಸಖಂಡ,
ನೀ ಮಾಡಿದ ಪಾಪಗಳಿಗೆ, ಇದೂ ಸಹಿತ ಅಲ್ಪರೂಪಿ ದಂಡ." ॥ 543 ॥

"ಇದೇ ಸರಿ ಸಮಯ", ತಿಳಿದ ವಾನರರು ಕಲ್ಲುಬಂಡೆ ಮಾಂಸಬೆಟ್ಟದ
ಮೇಲೆಸೆದರು,
ರಾವಣನ ಸಾರಥಿ ಉಳಿಸಿದನವನನು, ಇಬ್ಬರೂ ಬೇರೊಂದು ದಿಕ್ಕಿಗೆ
ಹೋದರು.
ಶರಾಕ್ರಮಣ ನಿರತ ರಾಘವ, ಸಿಕ್ಕಿತು ಹಿತೋಪದೇಶ ಋಷಿಗಳಿಂದ,
ಸಪ್ತ ಋಷಿಗಳಲಿ ಒಬ್ಬರವರು, 'ಅಗಸ್ತ್ಯರು', ಇಳಿದು ಬಂದರು ಆಗಸದಿಂದ.
॥ 544 ॥

"ಮಹಾಬಾಹೋ ಶ್ರೀರಾಮ, ಕಿವಿಗೊಡು ರಹಸ್ಯದ ಮಾತೊಂದಕೆ ನನ್ನ,
'ಆದಿತ್ಯ ಹೃದಯ' ಸ್ತೋತ್ರ ಪಠಿಸು ವತ್ಸ, ತುಂಬಿದೆ ಅದರಲಿ ಓಜಸ್ಸು
ಹೊನ್ನ ಸಮಾನ.
ಅನಂತ ಫಲಗಳು ದೊರಕುವುದು, ದಿನಕರನ ಶ್ಲಾಘನೆ ಮಾಡು, ಅಕ್ಷಯ
ನೀನು,
ದೋಶ ರಹಿತ ಮಾಡಿ, ಮಂಗಳಾದಿ ದೀರ್ಘಾಯು ಕೊಡುವವನು." ‖ 545 ‖

"ಎಲ್ಲ ದೇವರ ಸ್ವರೂಪ ಅರ್ಕ, ವ್ಯೋಮನಾಥ, ತಮೋಭೇಧಿ ಅವನು,
ಶಿಶಿರಃ, ಶಿಶಿರನಾಶನಃ, ಸರ್ವತಾಪನಃ, ಅಪಾಮ ಮಿತ್ರ, ಅಗ್ನಿ ಗರ್ಭನು.
ನಕ್ಷತ್ರಗ್ರಹತಾರಾಧಿಪ, ದ್ವಾದಶ ಮಾಸದಲಿ ರೂಪಗೊಳ್ಳುವನು,
ನಮೋ ನಮಃ ಸೂರ್ಯದೇವ, ನಿನ್ನ ಜಯದ ಕಾರಣೀಭೂತನು." ‖ 546 ‖

ತಕ್ಷಣ ಆಯಾಸ, ಸಂಕಟ ದೂರವಾಯಿತು, ಮನದಲಿ ಜಪಿಸಿದ
ಭಾಸ್ಕರನನು,
ಚುಕ್ಕೆಗಳಂತೆ ರಾವನ ರಥದ ಅಶ್ವಗಳನು ಕಂಡ ಶ್ರೀರಾಮ, ನೇರ
ಬರುವದನು.
"ರಿಪುರಥವ ನೋಡು ಮಾತಲಿ" ಎಂದ ರಾಘವ, "ಎಡ ಬದಿಯಿಂದ ಬಲ
ಕಡೆಗೆ ಬರುವ,
ತನ್ನ ಉರವ ನೇರ ಗುರಿಯಾಗಿ ಮಾಡಿಕೊಂಡಿಹನು, ಮೃತ್ಯುಧಾಮಕೆ
ಹತ್ತಿರವಿರುವ." ‖ 547 ‖

"ಕಲಿಸುತಿಲ್ಲ ನಿನಗೆ ಮಾತಲಿ, ಅರುಣರೂಪ ನೆನಸಿ ಕೊಡುತಿಹೆನು,
ರಾವಣನ ವ್ಯಾಪ್ತಿಕ್ಷೇತ್ರದಲಿ ಚಲಿಸು, ಎದೆ ಅವನ ಸೀಳುವೆನು.
ಶಕ್ರನ ಚಾಪ ಹಿಡಿದು ಸಿದ್ಧನಾದ ಶ್ರೀರಾಮನ ಕಂಡ ದಿವಿಜರು,
ರಾವಣ ಸಾಗುವ ದಾರಿಯಲಿ, ಅಪಶಕುನ ಅನೇಕ ತುಂಬಿಸಿದ ಸುರರು.
‖ 548 ‖

ಇನ್ನೊಂದು ಬದಿಗೆ ಶ್ರೀರಾಮನಿಗೆ, ಶುಭಶಕುನಗಳು ಕಂಡವು,
ಇದೆ ತಿಳಿದನು ಶ್ರೀರಾಮ, ರಾವಣನ ಕೊನೆಯ ದಂಡವು.
ಯುದ್ಧ ಭೂಮಿಯಲಿ ಇಬ್ಬರೇ ಹೋರಾಡುವುದು ಕಾಣುತಿತ್ತು,
ಉಳಿದವರೆಲ್ಲ ಕಷ್ಟರೆದು ಸ್ಥಿರ ನಿಂತವರು, ಭಾಸ ಅದೊಂದು
ವರ್ಣಚಿತ್ರದ್ದಿತ್ತು. ‖ 549 ‖

ದೀಪ ಆರುವ ಕ್ಷಣ ಮೊದಲು, ಅತಿ ಉಜ್ವಲವಾದಂತೆ,
ಲಂಕಾಪತಿಯ ಸ್ಥಿತಿಯು, ಬೆಳಕಿನಿಂದ ಕತ್ತಲೆಗೆ ಹೋದಂತೆ.
ಮಾತಲಿಯ ಅಶ್ವಗಳಿಗೆ ಹೊಡೆಯಲು ಯತ್ನಿಸಿದ ದಶಾನನ,
ದುಷ್ಪರಿಣಾಮವಾಗದಿರುವದ ನೋಡಿ, ಕುದಿಯಿತು ರುಧಿರವವನ. ‖ 550 ‖

ತನ್ನ ರಥದ ಶಸ್ತ್ರ ಸಂಪತ್ತು, ಪ್ರಯೋಗಿಸಿದ ರಾವಣ,
ಅವುಗಳಿಗೆ ಸೂಕ್ತ ಉತ್ತರ ಕೊಟ್ಟ, ಪುರುಷೋತ್ತಮ ಜಾಣ.
ಮಾತಲಿಗೆ ಗಾಯಗೊಳಿಸಲು, ರಾವ ಪರೀಕ್ಷಿಸಿದ ತನ್ನ ಆಯುಧಗಳ,
ಒಂದೂ ಗಾಯದ ಕಲೆ ಕಾಣದಿರಲು, ಹೊರಹಾಕಿದ ಬಿಸಿಬಿಸಿ ಉಸಿರುಗಳ.
‖ 551 ‖

ರಾವಣನ ಶಿರ ಕತ್ತರಿಸಿದ, ಅಲ್ಲಿ ನಿಂತ ರಘುಕುಲ ತಿಲಕನು,
ಭುಜದಿಂದ ದಶಗ್ರೀವನ ಬಂದಿತಿನ್ನೊಂದು ಶಿರ, ಚಕಿತನಾದ ಶ್ರೀರಾಮನು.
ಬಾಣದೇಟಿನಿಂದ ಪದೇ ಪದೇ ಶಿರಗಳು ನೆಲಕೆ ಬಿದ್ದು, ಭುಜದಿಂದ ಎದ್ದವು,
ಬೇರೆ ಉಪಾಯ ಹೂಡಬೇಕಾಯ್ತು, ಈ ಭೂ ಭಾರನಿಂದ ಬೇಕಾದರೆ
ಗೆಲುವು. ‖ 552 ‖

ಚತುರ ಮಾತಲಿ ಎಂದ, "ಸ್ವಾಮಿ ಹೀಗೇಕೆ ನಿಮ್ಮ ವರ್ತನೆ?,
ಅರಿವಿರುವ ನಿಮಗೆಲ್ಲ, ಬರುತಿದೆ ರಾವಣನ ಸಾವಿನ ವಾಸನೆ.
ಉಪಯೋಗಿಸಿ ಅಗಸ್ತ್ಯರು ಬ್ರಹ್ಮನಿಗೆ ಕೊಟ್ಟ ಬಾಣ, ರಾವಣನ ದಹನಕೆಂದು,
ಅಸೀಮಿತ ಶಕ್ತಿ ಉಳ್ಳ ಸೂರ್ಯನಾಮಕ, ದಿವ್ಯಾಸ್ತ್ರ ಅದೊಂದು. ॥ 553 ॥

"ತೀಕ್ಷ್ಣ ತುದಿ ಅದರದು, ಆದಿತ್ಯಾಗ್ನಿಯ ಸಮಾಗಮವವಾಗಿದೆ,
ಸಾಟಿ ಇಲ್ಲ ವೇಗದಲಿ ಅದಕೆ, ವೈನತೇಯನ ಗರಿಯಿಂ ಶೋಭಿಸಿದೆ."
ಪರಿಶುದ್ಧ ಸೂತ್ರ ಜಪಿಸಿದಾಗ, ಬೆದರಿದ ಎಲ್ಲ ಜನರು,
ಬಿಲ್ಲಿಗೇರಿಸಿದ ಆ ಬಾಣ, ಕೊನೆಯ ಪ್ರಹಾರ ನೋಡಿದರೆಲ್ಲರು. ॥ 554 ॥

ಕ್ರೂರ ರಾವನ ಉರ ಇರಿದ ಶರ, ಹೊರಬಂದಿತು ಭೇದಿಸಲು ಪರ ಶರೀರ.
ನಿಯೋಗ ಸಫಲವಾಗಿ ಮರಳಿತದು ಬತ್ತಳಿಕೆಗೆ, ವಿಜಯವಂತ ಶ್ರೀರಾಮ
ರಣಧೀರ.
ರಥದಿಂದ ಭೂಮಿಗೆ ಬಿದ್ದನು, ಮುಗಿಯಿತು ಕಥೆ ರಾವಣನ,
ಜಯ ಘೋಷ, ಪುಷ್ಪಾಸೇಕವಾಯಿತು ದಿವಿಜರಿಂದ, ಶ್ರೀರಾಮನ. ॥ 555 ॥

ಜಾಂಬುವಂತ, ಸುಗ್ರೀವ, ಹನುಮ, ಅಂಗದಾದಿಗಳ ಕಾರ್ಯ,
ಸಾರ್ಥಕವಾಯಿತು,
ವಿಭೀಷಣನ, ಸತ್ಯದಲಿ ಇಟ್ಟ ನಿಷ್ಠೆ, ಜೀವನದ ಅರ್ಥ, ಎಲ್ಲರಿಗೂ
ತಿಳಿಯುವಂತಾಯಿತು.
ಶ್ರೀರಾಮನಿಗೆ ಸಲ್ಲಿಸಿದರು ಹೃತ್ಪೂರ್ವಕ ವಂದನೆಗಳ, ಸರ್ವ ಸುರ, ನರ,
ರಿಕ್ಷ, ವಾನರರು,
ಇವರೇ ರಣಭೂಮಿಯಲಿ, ಕೋದಂಡರಾಮನ ಪ್ರತಿಜ್ಞೆ
ಸಫಲಗೊಳಿಸಿದವರು. ॥ 556 ॥

"ಕ್ರೂರನಿರಬಹುದವನು" ಅಳುತ ವಿಭೀಷಣ, "ನನ್ನಣ್ಣ ಹೋದನಲ್ಲ,
ಎಷ್ಟು ತಿಳಿಸಲು ಪ್ರಯತ್ನಿಸಿದರೂ, ಈ ದಿನ ನೋಡಬೇಕಾಯಿತಲ್ಲ."
"ದುಃಖಿಸಬೇಡಿರಿ ವಿಭೀಷಣರೆ" ಎಂದ ರಾಘವ, "ನಿಮ್ಮಣ್ಣ ಶ್ರಮವಿಲ್ಲದೆ
ಮಡಿದಿಲ್ಲ,
ಶೋಕದಿ ಅವನಿಗೆ ವಿದಾಯ ಬೇಡ, ಯೋಧನ ಕೀರ್ತಿಗೆ ಸಾವಿಲ್ಲ." ‖ 557 ‖

"ಸ್ವಂತ ಅಗ್ರಜನ ಕ್ರಿಯಾಕರ್ಮಗಳು ಜರುಗಲಿ, ನಿಮ್ಮ ಮುಖಾಂತರ,
ಎನ್ನ ದ್ವೇಷ ಸಮಾಪ್ತವಾಯಿತು ರಾವಣನ ಮೇಲೆ, ಅವನ ಮರಣಾನಂತರ.
ರಾವಣನ ಸಭೆಯಲಿದ್ದ ಎಲ್ಲರು, ಶೋಕದ ವಾರ್ತೆ ಕೇಳಿ ಓಡಿ ಬಂದರು,
ಎಂಥಾ ತೇಜ ಅವನದಿತ್ತು, ಈಗ ನೆಲಕೆ ಬಿದ್ದ ಕಾಡಿಗೆಯ ರಾಶಿ, ಕಂಡರು.
‖ 558 ‖

ಮಂಡೋದರಿಯ ಸ್ಥಿತಿ ಗಂಭೀರ, ಪುತ್ರ ಪತಿಯನು ಕಳೆದುಕೊಂಡಿದ್ದಳು,
ನಿಟ್ಟಿಸಿ ನೋಡಿದಳು ಅವನ ಮೃತ ಶರೀರ, ಅತಿ ದುಃಖದಿಂದ ಬಳಲಿದಳು.
"ತಿಳಿಸಿದ ನಿಮ್ಮ ಕೆಲವು ಬಂಧುಗಳು, ಹಿತಕರ ಮಾತುಗಳ,
ತಾತ, ಮಡದಿ, ಅನುಜನಿಗೆ ನಿರ್ಲಕ್ಷಿಸಿ, ಹೋಗಿರುವಿರಿ ಕಪ್ಪು ಕುಳದಾಳ."
‖ 559 ‖

"ಸಾವಿಗೆ ದುಷ್ಕರ್ಮಗಳೇ ಕಾರಣ, ಅದು ನಿಮಗಿದ್ದ ಸದಾ ಸ್ಮರಣೆ,
ತ್ರಿಲೋಕದವರನು ಬೆದರಿಸಿದ ಅಹಂಕಾರವು, ಒಂದು ಉದಾಹರಣೆ.
ಎಷ್ಟೋ ಹೆಂಡತಿಯರ ಕಣ್ಣೀರಿನ ಶಾಪ, ತಂದಿದೆ ನಿಮ್ಮನು ಈ ದೆಸೆಗೆ,
ಸೀತೆಯನು ಅಪಹರಿಸಿ ತುಂಬಿತ್ತು, ನಿಮ್ಮ ಪಾಪದ ಬಿಂದಿಗೆ." ‖ 560 ‖

ಶೋಕದಲಿದ್ದ ರಾವನ ಆಪ್ತರ ಮುಂದೆ, ವಿಭೀಷಣ ಬಂದನು,

ಶ್ರೀರಾಮರ ಆದೇಶದಂತೆ, ಅಣ್ಣನ ಕ್ರಿಯಗಳನು ಸಮಾಪ್ತಗೊಳಿಸಿದನು.

"ಮಿತ್ರ" ಎಂದ ರಾಘವ, "ನಿಮ್ಮ ಕೊಡುಗೆ ಅಪಾರ, ಧರ್ಮದ ಜಯದಲಿ,

ನೆರವೇರಿಸುವೆ ಆಚರಣೆಗಳನು, ಅಧರ್ಮದ ಪೂರ್ಣವಿರಾಮ, ಲಂಕಾಪುರ

ನೋಡಲಿ." ‖ 561 ‖

ಇತ್ತ ಮಾತಲಿಯು ರಣಭೂಮಿಯಿಂದ, ಮರಳಿದನು ಸುರಲೋಕಕೆ,

"ಅನುಜ" ಎಂದ ಶ್ರೀರಾಮ, "ನೆರವೇರಲಿ ಕಾರ್ಯ ವಿಭೀಷಣರ

ರಾಜ್ಯಭಿಷೇಕಕೆ."

ಸಮ್ಮತಿಸಿ ಲಕ್ಷ್ಮಣನು ತಂದ, ಹೊನ್ನಿನ ಕಲಶದಿ, ನೀರು ಅಮಲ

ಸಾಗರದಿಂದ,

ಸುಮಂತ್ರಿಸಿ ಸಿಂಪಡಿಸಿದ ನೀರದು, ವಿಭೀಷಣನಾದ ರಾಯ, ಅವತ್ತಿನಿಂದ.

‖ 562 ‖

ಮಹಾಕಾರ್ಯ ಇನ್ನೂ ಬರುವದಿತ್ತು, ಶ್ರೀರಾಮ ಹನುಮನ ಕರೆದ,

ವಿನಯವಾಗಿ ನಿಂತವ, ಕೈಮುಗಿದು ಮುಂದೆ ಬಂದ.

"ಸೀತೆ ಹೇಗಿರುವಳೆಂದು ತಿಳಿದು ಬರುವ ಕಾರ್ಯ, ನಿನ್ನದೇ ಪವನ,

ಕೇಳಿ-ಹೇಳಲು ಅವಳಿಗೆ-ನಮ್ಮ ಕ್ಷೇಮ, ಹೋಗು ನಿನಗಿಷ್ಟವಾದ

ಅಶೋಕವನ." ‖ 563 ‖

ಹೋದ ಹನುಮ ಲಂಕೆಯೊಳು, 'ಸದ್ಗುಣಿ ದಾನವರು' ಸ್ವಾಗತಿಸಿದರವನನು,

"ಅವನಿಜಾ" ರೂಪ ಕಂಡು, ಕೈಮುಗಿದು, ಶಿರಬಾಗಿ, ಸ್ತಬ್ಧ

ಮೂರ್ತಿಯಾದನು.

"ಇದೆಂಥ ಬೆಟ್ಟ ನನ್ನೆದುರು, ಮೊದಲು ನೋಡಿಹೆನಿದನೇ ಕಣ್ಣಲಿ,

"ಹನುಮ! ಇಲ್ಲಿ ಹೇಗೋ ಪುತ್ರ ನೀ?", ಹರುಷ ತುಂಬಿತವಳಲಿ. ‖ 564 ‖

ಮಾತೆಯ ದಿವ್ಯ, ಶಾಂತ, ಮೊಗವ ನೋಡಿ, ಸಂಪೂರ್ಣ ವರದಿ ಕೊಟ್ಟನು,
"ಶ್ರೀರಾಮಲಕ್ಷ್ಮಣರು ಕ್ಷೇಮದಲಿರುವರು, ರಾವಣ ಜೀವ ಬಿಟ್ಟನು.
ರಿಕ್ಷವಾನರರೂ ಸರಿ ಜೀವಿಸಿರುವರು, ನಿಮ್ಮ ಶಕ್ತಿಯೇ, ಅದಕೆ ಕಾರಣ,
ಚಿಂತೆ ದೂರ ಮಾಡಿ ತಾಯಿ, ನಮಿಸುವೆವೆಲ್ಲರು ನಿಮ್ಮ ಶ್ರೀಚರಣ". ‖ 565 ‖

"ನೀವು ಕೊಟ್ಟ ಚೂಡಾಮಣಿ, ನೋಡಿ ಸುಖಾಶ್ರು ಸುರಿಸಿದ ಶ್ರೀರಾಮರು,
ಸೇತು ಕಟ್ಟಿ, ಧೃಡಸಂಕಲ್ಪದಿ ನನ್ನ ಪ್ರಭುಗಳು, ಸಾಗರ ದಾಟಿದರು,
ದಾನವರ ಸಂಹಾರವಾಯಿತು ಶ್ರೀರಾಮ-ರಾವಣರ ನಡೆದ್ದೋದ
ಕದನದಾಟದಿ,
ಅದರ ಬಗ್ಗೆ ಯೋಚನೆ ಬೇಡ ಬಿಡಿ, ಸುಖಕಾಲ ಬರೆದಿದೆ ಈಗಿಂದ ನಿಮ್ಮ
ಲಲಾಟದಿ." ‖ 566 ‖

"ವಿಭೀಷಣರು ಬರುತಿಹರು, ಸುಖ ಸಮಾಚಾರ ತಿಳಿಸಲು ಇದೇ ಬದಿ,
ಅವರೇ ಈಗ ಲಂಕೇಶರು, ರಾವಣ ಹೋಗಿರುವನು ಪಾತಾಳದಾಳದಿ.
ಉತ್ತರಿಸಿ ತಾಯಿ ನಾನಾಡಿದೆ ಎಷ್ಟೋ ಮಾತು, ಹಿಡಿದೊಂದೇ ಉಸಿರು,"
ಸೀತೆಯ ಕಂಠದಲಿ ಸಿಕ್ಕಿ ಬಿದ್ದ ಶಬ್ದಗಳ, ತಡೆ ಹಿಡಿದ ಸುಖದ ಕಣ್ಣೀರು.
‖ 567 ‖

"ನನ್ನ ಸ್ವಾಮಿಯ ಜಯ, ಕ್ಷೇಮ ಕೇಳಿದೆ, ದುರಂತದ, ಅಂತ ಯೋಚಿಸುತ,
ಮಹಾನಂದದಿ ಮೌನ ನಿಂತೆ ನಾ, ಸುಖದ ಅನುಭವ ಪಡೆಯುತ.
ನೀವೆಲ್ಲರೂ ಸ್ವಸ್ಥವಿರುವುದು, ಕಾಲಾನಂತರದಿ ಕೇಳಿದ ಸುಸಮಾಚಾರವು,
ದೇವರಲಿದ್ದ ನಮ್ಮೆಲ್ಲರ ನಿಷ್ಠಾಭಕ್ತಿ, ದುರಿತಕಾಲದ ಅಂತ್ಯವು." ‖ 568 ‖

"ಉಡುಗೊರೆಯಂತೆ ಕೊಡಲು ಪುತ್ರ, ಇಲ್ಲಿಲ್ಲ ಏನೂ ಸೂಕ್ತ ವಸ್ತು,"
"ಎನ್ನ ಹೃದಯದಲಿದ್ದ ನಿಮ್ಮಿಬ್ಬರ ಅನುಗ್ರಹ ತಾಯಿ, ಅದೇ ಶುಭಮಸ್ತು.
ನಿಮ್ಮ, ಸೌಮ್ಯ ನುಡಿಗಳಿಂದ, ನನ್ನ ಭಕ್ತಿಯ ದೀಪ ಉರಿಯುವುದನಂತ,
ಸೀತಾಮಾತೆ-ಶ್ರೀರಾಮರ ಆಶೀರ್ವಾದವೆನ್ನ ಮೇಲೆ, ನಾ ಬಹು
ಅದೃಷ್ಟವಂತ." ‖ 569 ‖

"ಇನ್ನೊಂದಾಸೆ ನನ್ನದು ಮಾತೆ, ನಿಮ್ಮ ಅಪ್ಪಣೆ ಬೇಕದಕೆ,
ಈ ಹೆಣ್ಣು ರಾಕ್ಷಸ ಸೇವಕಿಯರ ಜೀವ ಬಿಡಿಸುವುದು, ಅದೊಂದು ಬಯಕೆ.
ತೊಂದರೆ ಕೊಟ್ಟಿರುವರವರು ನಿಮಗೆ, ರಾವಣನ ಆದೇಶದ ಮೇರೆಗೆ,
ಅದೇ ಸಿಟ್ಟು ಕುದಿಯುತಿದೆ ನನ್ನಲಿ, ಹಾಕಬೇಕದನು ಹೊರಗೆ." ‖ 570 ‖

"ಅರಿವಾಯ್ತು ಪುತ್ರ ನಿನ್ನ ಭಕ್ತಿ, ಶ್ರೀರಾಮನಾಮದಲಿ ಇಟ್ಟುಕೊಂಡ,
ಸೇವಕಿಯರ ತಪ್ಪಿಲ್ಲ ಎನ್ನ ಮತವು, ಸರ್ಪದಂತೆ ಸುತ್ತಿದ ಕುನೃಪನ
ಆದೇಶ-ದಂಡ.
ನನ್ನ ದುರ್ಗತಿ ಅದು, ಮಾಡಿದ ತಪ್ಪುಗಳ ಶಿಕ್ಷೆ ದೊರಕಿತು,
ದೈವಿಕ ತಂತ್ರವಿತ್ತು, ವಿಧಿಲಿಖಿತ ಇಷ್ಟೇ ಕಷ್ಟ ಬರೆದಿತ್ತು." ‖ 571 ‖

"ಆಜ್ಞೆ ತಾಯಿ, ಶ್ರೀರಾಮಪತ್ನಿ ತಾವು, ಅದಕೆ ಸರಿಯಾದ ನಿಮ್ಮ
ಸದ್ಗುಣಗಳು,
ಏನು ಸಮಾಚಾರ ತಿಳಿಸಿಬೇಕು, ಆತುರದಿ ನಿಂತಿಹರು ಪ್ರಭುಗಳು."
"ನೋಡ ಬೇಕಂಬಾಸೆ ಎನ್ನ ಸ್ವಾಮಿಯನು, ನನಗೂ ಅಷ್ಟೇ ತವಕವು,"
ಊಹಿಸಲಾರದದಾನಂದ ಅನುಭವಿಸಿದ ಹನುಮ, ಭಾವುಕವಾಯಿತವನ
ಮನವು. ‖ 572 ‖

ಓಡಿ ಬಂದ ಹನುಮ, ತಂದನು ವಾರ್ತೆ ಶ್ರೀರಾಮಪ್ರಿಯಳ,
"ಪ್ರಭು ನಾನೆಷ್ಟು ಅದೃಷ್ಟವಂತ, ನೋಡಿದವ ಮಾತೆಯ ಸುಖಾಸ್ಪುಗಳ.
ನನ್ನ ಮೇಲಿದ್ದ ನಂಬಿಕೆ, ಕಳಿಸಿಹರವರು ಒಂದು ಆನಂದ ಸಂದೇಶವ,
ನೋಡುವ ಆಸೆ ಭ್ರಾತೃ, ಅನುಜ, ಸರ್ವರೆಲ್ಲರನು ಜೊತೆಗೂಡಿ ಸಾಧಿಸಿದ
ಈ ವಿಜಯವ. ‖ 573 ‖

ಸಕಲ ಸುರರು ಬಂದರು ವೀಕ್ಷಿಸಲು, ಶ್ರೀಸೀತಾರಾಮರ ಮಿಲನವನು,
ವಿಶೇಷವಾಗಿ ನೀಲಕಂಠ ಕರೆತಂದ, ಪಾರಲೌಕಿಕ ರೂಪದಲಿ ದಶರಥನನು.
"ನಿನ್ನನು ವನಕೆ ಕಳುಹಿಸಿದ ಅಪರಾಧ, ಇನ್ನೂ ನನ್ನ ಮನವ ಕುಗ್ಗಿಸುತಿದೆ,
ಸ್ವರ್ಗಕ್ಕೂ ಮಿಗಿಲಾಗಿ, ನಿಮ್ಮೆಲ್ಲರನು ನೋಡಿ ಸಂತೋಷವುಕ್ಕಿದೆ. ‖ 574 ‖

"ನೀವೆಲ್ಲರು ಅಯೋಧ್ಯೆಗೆ, ಸುಖಿವಾಗಿ ಹೋಗುವುದು, ಇಚ್ಛೆ ನನ್ನದೊಂದೇ,
ಕರ್ತವ್ಯಪರ ಸೊಸೆ-ಪುತ್ರರನು ಆಶೀರ್ವದಿಸಲು, ಪ್ರಾರ್ಥನೆ ಕೋರಿ ಬಂದೆ.
ಸಫಲವಾಗಿ ಪಾಲಿಸಿದೆ ನೀ ಕಠೋರ ಕಾಲ, ಬುಧಜೀವರನು ಸುವರ್ಣಿಸಿದೆ,
ತ್ರಿಲೋಕಗಳಲಿ ಖ್ಯಾತನಾದೆ ಪುತ್ರ, ಎಲ್ಲ ಶತ್ರುಗಳ ಮೇಲೆ ಜಯಗಳಿಸಿದೆ."
‖ 575 ‖

ಶ್ರೀರಾಮ, ಸೀತಾ ಲಕ್ಷ್ಮಣರಿಗೆ, ಅಗಣಿತ ಆಶೀರ್ವಾದದ ಸುರಿಮಳೆ
ಗರೆದನು.
ಹೀಗೆಂದು ದಶರಥನು, ಪರಲೋಕಕೆ ಮರಳಿ ಹೋದನು.
"ಶ್ರೀರಾಮ" ಎಂದ ಇಂದ್ರನು, "ನಿಮ್ಮ ನೋಟವೇ ನಮಗೊಂದು ಸಂಭ್ರಮ,
ಕೇಳಿರಿ ಏನಾದರೂ ಒಂದು ವರವ, ನೆರವೇರಿಸುವೆ ಉಚಿತ ಕ್ರಮ." ‖ 576 ‖

"ಧನ್ಯರಾದೆವು ಸುರಪತಿಗಳೇ, ನಿಮ್ಮ ಉದಾರತನದ ಸುಭಾಷೆ ಕೇಳಿದವರೆಲ್ಲ,

ವರಪ್ರಾಪ್ತಿಯಾಗಬೇಕು ಈ ಹುತಾತ್ಮ ರಿಕ್ಷವಾನರರಿಗೆ, ಬೇಯಾರು ಅರ್ಹರಲ್ಲ.

ಅವರೆಷ್ಟೇ ಇರಲಿ, ಮರಳಿ ಜೀವಿತರಾಗಿ, ತಮ್ಮವರ ಕಡೆ ಹೋಗುವಂತಾಗಲಿ,

ನನ್ನ ಹಾಗೆ ಅವರೂ ಸ್ವ-ಸ್ವ ಬಂಧುಗಳ, ಸುಖಮುಖ ನೋಡಲಿ." ‖ 577 ‖

"ತುಂಡರಿಸಿದ ಅಂಗಗಳು ಯುದ್ಧದಿ, ದೇಹ ಸೇರಿ ಆಕೃತಿ ಸಂಪೂರ್ಣವಾಗಲಿ,

ಗಾಯದ ವೇದನೆ ಅವರ ಶರೀರದ ಹೋಗಿ, ಪೂರ್ಣ ಗುಣಮುಖರಾಗಲಿ.

ಪುಷ್ಟ ಫಲಗಳ ಸಮೃದ್ಧಿ, ಅಸಮಯ ಕಾಲದಲ್ಲೂ ಇರಲಿ,

ನಿರ್ಮಲ ಉದಕ ಭರಿತ ಸರಿತವಿರಲಿ, ಎಲ್ಲ ದಿಕ್ಕುಗಳಲಿ." ‖ 578 ‖

"ಕಷ್ಟ" ಎಂದ ಶಕ್ರನು, "ಈ ನಿಮ್ಮ ಮನವಿಗೆ ನಾ ಒಪ್ಪಲು,

ಆದರೆ "ಇಲ್ಲ", ಅನ್ನಲಾರೆ ನಿಮಗೆ, ಕೋರಿಕೆ ಅಸಾಧ್ಯ ತಪ್ಪಲು."

ಆಯಾಸ ದೂರವಾಗಿ, ಎಚ್ಚರಾದಂತೆ ರಿಕ್ಷವಾನರರು ಚಕಿತರಾದರು,

ಪುಣ್ಯದ ಫಲ ಸಿಕ್ಕಿತವರಿಗೆ, ಹರುಷದ ಸೀಮೆ ಇಲ್ಲದವರು. ‖ 579 ‖

ದಿವಿಜರು ಬಂದವರೆಂದರು, "ಮರಳಿ ಹೋಗಿ ಅಯೋಧ್ಯೆಗೆ ನೀವು ಮೂವರು,

ಕಾಯುತಿಹನು ನಿಮ್ಮ ಸೋದರ ಭರತ, ಸಹಿತ ಬಂಧುಗಳಾದಿ, ಪುರಜನರು.

ಆಳುತಿಹನವನು ರಾಜ್ಯ ನಿಮ್ಮ ಹೆಸರಲಿ, ಪಾಲಿಸಿ ಮುನಿಗಳ ವೇಷ,

ಸಿದ್ಧತೆ ಮಾಡಿಕೊಳ್ಳಿ ವಿದಾಯಕೆ ಇಲ್ಲಿಂದ, ಮಾಡಿರಿ 'ಭರತಖಂಡ' ಪ್ರವೇಶ." ‖ 580 ‖

ಶ್ರೀರಾಮಲಕ್ಷ್ಮಣರಲಂಕಾರಕೆ, ಸಿದ್ಧತೆ ಮಾಡಿದ ವಿಭೀಷಣನು,
ನಿರಾಕರಿಸಿದ ರಾಘವ, ಸುಗ್ರೀವಾದಿಗಳಿಗೀ ಶೋಭೆ ದೊರಕಿಸಿದನು.
"ಭರತ ಮುನಿವೇಷದಲ್ಲಿರಲು" ಎಂದ ಶ್ರೀರಾಮ, "ಇದ ಹೇಗೆ ನಾ
ಸ್ವೀಕರಿಸಲಿ?,
ತ್ಯಜಿಸಿದಿಬ್ಬರ ವನವಾಸಿಯರ ಪಾತ್ರ, ಲಕ್ಷ್ಮಣನೊಡನೆ ಅಯೋಧ್ಯೆ
ನೋಡಲಿ." ‖ 581 ‖

"ಅಪ್ಪಣೆ ನಿಮ್ಮದಿದ್ದರೆ ಲಂಕೇಶರೇ, ತಿರುಗಿ ನಮ್ಮೂರಿಗೆ ಹೋಗುವೆವು,
ಬೇಗ ಮುಟ್ಟಿಸಿ ನಮ್ಮನು, ಇನ್ನೊಂದು ಸಹಾಯ ಕೋರುವೆವು."
"ಕೋರಿಕೆ ಯಾಕೆ ಪ್ರಭುಗಳೇ, ಆದೇಶ ನೀವು ಮಾಡಿರಿ,
ಚಿಂತೆ ಮಾಡದಿರಿ, ಒಂದೇ ದಿನದಲಿ ಪರಿವಾರದವರನು ನೋಡಿರಿ." ‖ 582 ‖

"ಕುಬೇರ ರೂಪಿಸಿದ ದಿವ್ಯ ಪುಷ್ಪಕವಿಮಾನದಿ, ಪ್ರಯಾಣ ಮಾಡಿರಿ,
ದಕ್ಷಿಣದಿಂ ಧ್ರುವ ದಿಕ್ಕಿಗೆ ಸಾಗಿ, ಭರತಖಂಡದಾನಂದ ಪಡೆಯಿರಿ.
ಸಲ್ಲಿಸಿದನು ಶ್ರೀರಾಮ, ವಿಭೀಷಣ ಸುಗ್ರೀವಾದಿಗಳಿಗೆ ವಂದನೆ,
ಅಲ್ಲಿದ್ದ ಒಬ್ಬರಿಗೂ ಹಾರ್ಕೈಸಿದನು, ಅನುಜ ಮಡದಿಯ ಪರವಾಗಿ,
ಅಭಿನಂದನೆ. ‖ 583 ‖

"ನಿಸ್ವಾರ್ಥದ ಉಡುಪು ಧರಿಸಿ, ಸತ್ಯವೆಂಬ ಧರ್ಮ ಪಾಲಿಸಿದಿರಿ,
ಪರಮಾತ್ಮನ ನೆಲೆಯಲಿ ಸ್ಥಾನ, ಇಹಲೋಕದ ನಂತರ ನಿಶ್ಚಿತ ತಿಳಿಯಿರಿ.
ನಿಮ್ಮ ಶೂರತನದ ಕಥೆಗಳು, ಬರುವ ಜನಾಂಗಗಳವರು ಹಾಡಿ ನುಡಿವರು,
ಈ ಸೀತಾರಾಮಲಕ್ಷ್ಮಣರು ಕೈಮುಗಿದು ಕೃತಜ್ಞತೆ, ಪ್ರತಿಯೊಬ್ಬರಿಗೂ
ಸಲ್ಲಿಸುವರು." ‖ 584 ‖

"ಲಂಕಾಧಿಪತಿಗಳೇ" ಎಂದ ರಾಘವ, "ಇನ್ನೊಂದು ಕೋರಿಕೆ ಮಾಡಲೇ
ನಾನು,"

"ಸಂಕೋಚವೇಕೆ? ಆದೇಶ ಪಾಲಿಸುವೆ ಸ್ವಾಮಿ, ಈ ನಿಮ್ಮ ವಿಭೀಷಣನು."
"ಋಕ್ಷವಾನರರಿಗೆ ಉಡುಗೊರೆಯಾಗಿ, ಸಿರಿಗಳನು ದಾನ ಮಾಡಬಹುದೆ?,
ಅವರ ನಿಷ್ಠಾಭಕ್ತಿಯೂ ನಿಮ್ಮಂತೆ ಲಂಕೇಶರೇ, 'ಧರ್ಮದ ಜಯವನು'
ತಂದಿದೆ." ‖ 585 ‖

"ಅದೇನು ದೊಡ್ಡ ಮಾತಲ್ಲ ಲಂಕಾಪತಿಗೆ, ಅದರಲಿ ಸತ್ಯ ತುಂಬಿದೆ,
ಹೆಸರಿಟ್ಟು ಒಬ್ಬೊಬ್ಬ ಯೋಧನಿಗೆ ಗೌರವಿಸಲು, ಆದೇಶ ಈಗಲೇ ಸಾರಿದೆ."
ಪುಷ್ಪಕ ವಿಮಾನ ಏರಲು, ಸುಗ್ರೀವನಿಗೆ ನುಡಿದ ಮಾತು ಶ್ರೀರಾಮನ,
"ಮಿತ್ರತೆಯ ವಚನಕೆ ಧನ್ಯವಾದಗಳು, ಸುರಕ್ಷಿತವಿರಲಿ ಕಿಷ್ಕಿಂಧೆಯಲಿ
ನಿಮ್ಮಾಗಮನ." ‖ 586 ‖

ಪಯಣ ಪ್ರಾರಂಭಿಸುವ ಕ್ಷಣ, ವಿಭೀಷಣನ ಮನವು ಮಾತಾಡಿತು,
"ರಘುರಾಯನ ರಾಜ್ಯಾಭಿಷೇಕ ವೀಕ್ಷಿಸಲು ಆಸೆ, ನಾವೆಲ್ಲ ಯೋಚಿಸಿದ
ಮಾತು.
ಕೌಸಲ್ಯ ಮಾತೆಯ ಆಶೀರ್ವಾದಗಳನೂ, ಪಡೆಯ ಬೇಕೆಂಬಾಪೇಕ್ಷೆ,
ನೋಡಬೇಕಾಗಿದೆ ನಿಮ್ಮ ರಾಜ್ಯದ ಸೌಂದರ್ಯವ, ಕಣ್ಮನ ತಣಿಸುವ ಆ
ಭೂನಕ್ಷೆ." ‖ 587 ‖

ಇದ ಕೇಳಿ ಸೀತಾರಾಮ ಲಕ್ಷ್ಮಣರ ಮನವು, ಸೂರ್ಯಕಾಂತಿಯಂತೆ
ಅರಳಿತು,
ಹಿತ್ಯೆಷಿಗಳ ಜೊತೆಗಿರಲು ಪರಸ್ಪರ ಇನ್ನಷ್ಟು ದಿನಗಳು, ಅವರ
ಅದೃಷ್ಟವಿತ್ತು.
ಅತಿಥಿಗಳಾದವರು, ಅತಿಥೇಯರ ಪಾತ್ರ ವಹಿಸಲು ಸಂತೋಷ ಪಟ್ಟರು,
ಎಲ್ಲರನು ವಿಮಾನದಲಿ ಆಹ್ವಾನಿಸಿ, ವಿಶಾಲಮನ ತೋರಿ ಕೊಟ್ಟರು. ‖ 588 ‖

ಸುಪ್ರಯಾಣದಿ ಸೀತೆಗೆ ಎಲ್ಲ ಸ್ಥಳ ವಿವರ ನೀಡಿದ ಶ್ರೀರಾಮನು,
ಯುದ್ಧಭೂಮಿ, ನಳಸೇತು, ಕಿಷ್ಕಿಂಧೆ, ಪಂಚವಟಿಯ ತೋರಿಸಿದನು.
ಕಿಷ್ಕಿಂಧೆಯ ಹತ್ತಿರವಿರುವಾಗ, ಸೀತೆ ಒಂದು ಮಾತು ಹೇಳಿದಳು,
ಸುಗ್ರೀವಾದಿಗಳ ಸತಿಯರನೂ ಶುಭಕಾರ್ಯಕೆ, ಆಹ್ವಾನಿಸಬೇಕೆಂದಳು.
‖ 589 ‖

ಪೂರ್ಣವಾಯಿತವಳಾಪೇಕ್ಷ, ವಾಯುಯಾನ ಮುಂದೆ ಜರುಗಿತು,
ಅಯೋಧ್ಯೆ ತಲುಪುವ ಮುನ್ನ, ಭಾರದ್ವಾಜ ಮುನಿಗಳ ಚರಣ
ಸ್ಪರ್ಶವಾಯಿತು.
ಹನುಮನಿಗೆ ಕರೆದು ಶ್ರೀರಾಮ, ಎರಡು ಕಾರ್ಯಗಳ ತಿಳಿಸಿದನು,
"ಓಹೋ! ಈಗಲೇ ಮಾಡುವೆ ಸ್ವಾಮಿ", ಎಂದು ಆದೇಶ ಕಾಯ್ದನು. ॥ 590 ॥

"ನಿಷಾದರಾಜ 'ಗುಹ' ಆಪ್ತಮಿತ್ರ ಎನಗೆ, ತಿಳಿಸು ನಾವು ಬರುವ
ಸಮಾಚಾರವ,
ಅಲ್ಲಿಂದ ಸಾಗಿ ಮುಂದೆ ನೀನು, ಭರತನಿಗೆ ಒಪ್ಪಿಸು ಒಂದೊಂದು ಸೂಕ್ಷ್ಮ
ವಿವರವ."
"ಆಗಲಿ ಪ್ರಭು" ಎಂದ ಹನುಮ, ಶೃಂಗವೇರಪುರಕೆ ಹಾರಿದ.
ಸತ್ವರಿತ ಗಂಗಾ-ಯಮುನಾ ಸಂಗಮ ದಾಟಿ, ನಿಷಾದರಾಯನೆಡೆ ಹೋದ.
॥ 591 ॥

"ನಿಮ್ಮ ಸೌಖ್ಯ ಕೋರುವರು ಶ್ರೀರಾಮ", ಮನೋಹರ ಸ್ವರದಲಿ
ಗುಹನಿಗೆಂದ ಹನುಮನು,
"ಸೀತಾಮಾತೆಯೂ ಆಯೋಧ್ಯೆಗೆ ಮರಳುವ ವಾರ್ತೆ ತಿಳಿಸಲು ಬಂದ
ದೂತ ನಾನು,
ಮಾತೆ, ಭ್ರಾತ್ಯ ಮಿತ್ರರೊಡನೆ ಕಾಣುವಿರಿ, ಪ್ರಭುಗಳನು ಇದೇ ಸ್ಥಳದಿ,"
ಅಲ್ಲಿಂದ ಹಾರಿದನು ದ್ವಿತೀಯ ನಿಲುಗಡೆಗೆ, ಭರತ ನೆಲೆಸಿದ ಕುಟೀರದ
ಹತ್ತಿರದಿ. ॥ 592 ॥

ಕೃಷ್ಣಾಜಿನ ಉಡುಪು ಧರಿಸಿ, ವನವಾಸಿಯಂತೆ ಕಂಡ ಭರತನು,
ಕಂಡಿತು ಉಜ್ವಲ ಶ್ರೀರಾಮನ ಪಾದುಕೆಗಳೂ, ಕಾಪಾಡುತ
ಚತುರ್ವರ್ಣಗಳನು.
"ಕೂಡ ಬಂದಿಹೆ ಪ್ರಿಯ ವಾರ್ತೆ ನಿಮಗೊಂದು, ಕಿವಿಗೆದು ಹಬ್ಬ,
ಸಂಗ್ರಹಿಸಿ ಶಕ್ತಿ ಸವಿ ಸಮಾಚಾರಕೆ, ಬಂದಿಹನು ನಿಮ್ಮಾಗ್ರಜನ
ದೂತನೊಬ್ಬ." ॥ 593 ॥

"ನಾರಂಗಿವರ್ಣ ರೂಪ ತ್ಯಜಿಸಲು, ಸರಿಯಾದ ಈ ಹೊತ್ತು,
ಶ್ರೀ ಸೀತಾರಾಮಲಕ್ಷ್ಮಣರು ಕೇಳಿರುವರು ನಿಮ್ಮ ಕ್ಷೇಮ, ಬರಲಿಹರಿವತ್ತು."
ತಬ್ಬಿಕೊಂಡು ಹನುಮನ, ಭರತ ಕಣ್ಣೀರಿನಿಂದ ಸ್ನಾನ ಮಾಡಿಸಿದಾ,
ಸ್ವಚ್ಛ ಸುಖಾಶ್ರುಗಳವು, ಮನಮೆಚ್ಚಿ ಉಡುಗೊರೆ ಕೊಡಲು ನಿರ್ಧರಿಸಿದಾ.
|| 594 ||

ಶ್ರೀರಾಮಾಜ್ಞೆಯಂತೆ ಪವನ, ಭರತನಿಗೆ ವಿವರ ಕೊಟ್ಟನು ಕೋರಿ ಶರಣ,
"ಮಾತೆ ಹರಣ, ದಕ್ಷಿಣ ಪರ್ಯಟನ, ಮಿತ್ರರಾದ ವಾನರಗಣ.
ಹಾರಿದೆ ನಾ ಲಂಕಾಪಥ, ಭಂಗಿಸಿ ಅಶೋಕವನ, ಕಂಡೆ ದಶಶಿರ ರಾವಣ,
ಸೇತುಬಂಧನ, ಭೀಷಣ ಕದನ, ಲಂಕೇಶನ ಸಂಹರಿಸಿದ ಶ್ರೀರಾಮಬಾಣ."
|| 595 ||

ವರ್ತಮಾನ ನೆನಸಿ ಭರತ, ಶತ್ರುಘ್ನನಿಗೆ ಆದೇಶಿಸಿದ ಸುಖ ಕಂಠದಲಿ,
"ಸಾರಂಗ ರಾಗದ ಸಂಗೀತ ನುಡಿಯಲಿ, ವಿಪ್ರರಿಂದ ಪುರಾಣದ ಸ್ತುತಿ
ಕೇಳಲಿ."
ಹರುಷದಿ ಲಕ್ಷ್ಮಣಾಗ್ರಜನೆಂದ, "ಬರುವ ದಾರಿ ಸಮತಲಮಾಡಿ ಶೀತ ಜಲ
ಸಿಂಪಡಿಸಿ,
ಪುಷ್ಪಗಳಿಂದ ಅದ ಶೋಭಿಸಿ, ಧ್ವಜಗಳನು ಸಾವಿರಾರು ಹಾರಿಸಿ." || 596 ||

'ನಂದಿಗ್ರಾಮ' ಸ್ಥಳವು, ಶ್ರೀರಾಮ-ಭರತರ ಸಮಾಗಮದ ಸ್ಥಾನ,
ಅಗ್ರಜನ ಪಾದುಕೆ ಶಿರದಿ ಹೊತ್ತು, ಕಾಯುತ್ತಿದ್ದನವನಾಗಮನ.
ಸಂಪೂರ್ಣ ಅಯೋಧ್ಯೆಯು ತಲುಪಿತು, ಸ್ವಾಗತಿಸಲು
ಶ್ರೀಸೀತಾರಾಮಲಕ್ಷಣರನು,
ತವಕದಿ ಭರತ ಹನುಮನಿಗೆಂದ, "ತಿಳಿಯಲಾರೆ ಪವನ ನಿನ್ನ ಚಂಚಲ
ಆಟವನು." || 597 ||

"ಸ್ವಾಮಿ", ಎಂದ ಹನುಮ, "ಕೇಳಿಸಿಕೊಳ್ಳಿ ವಾನರರ ಕೂಗು ಹರುಷದ,
ವನದಲಿದ್ದ ಹಣ್ಣು ಸೇವಿಸಿ ಬರುವರು, ದಾರಿ ಸ್ವಲ್ಪ ದೂರ, ಕಾಣದ.
ಇಗೋ! ಇಲ್ಲಿ ನೋಡಿ ಬಂದರು ಪುಷ್ಪಕವಿಮಾನದಿ ಕುಳಿತ ನನ್ನ ಪ್ರಭುಗಳು,
ಸೀತಾಮಾತೆ, ಮಿತ್ರರ ಸಂಗ, ಕಾಣುತ್ತಿಲ್ಲವೇನು ನೀಲಾಕಾಶದೊಳು?"
‖ 598 ‖

ವಿಮಾನ ಇಳಿದಂತೆ ಧಾವಿಸಿದ ಭರತ, ಅಣ್ಣನನು ತಬ್ಬಿಕೊಂಡ,
ಅತ್ತಿಗೆ ಮತ್ತು ಅನುಜನ ವಂದಿಸಿ, ಹೊಸ ಮಿತ್ರರ ಪರಿಚಯ ಮಾಡಿಕೊಂಡ.
ಶತ್ರುಘ್ನನೂ ಬಂದು ಎಲ್ಲರಿಗೆ, ಪಾದ ಸ್ಪರ್ಶಿಸಿ ವಂದಿಸಿದ,
ತಾಯಂದಿರಿಗೆ ನಮಸ್ಕರಿಸಿದ ರಾಘವ, ರಾಜನವನು ಅವತ್ತಿನಿಂದ. ‖ 599 ‖

"ಎನಗೊಪ್ಪಿಸಿದೆ ರಾಜ್ಯ ನೀನು" ಎಂದ ಭರತ, ಮಾತೃ ವಚನಕೆ
ಗೌರವವಿಟ್ಟು,
ಚತುರ್ದಶ ವರ್ಷ ವನವಿದೇಶ ಸುತ್ತಿದ ನೀವೆಲ್ಲ, ಮಾಡದೇ ಸ್ವಲ್ಪವೂ ಸಿಟ್ಟು.
ಭಾರ ಹೊರಲಾರೆ ಇನ್ನು, ನೀನೇ ದೊರೆ ರಘುಕುಲ ಪೀಠಕೆ, ಈ ಕ್ಷಣದಿಂದ,"
ಶುದ್ಧೀಕರಣದಿ ಆರಂಭವಾದ ಉತ್ಸವಗಳು, ಅಲಂಕೃತನಾದ ಕೌಸಲ್ಯೆಯ
ಕಂದ. ‖ 600 ‖

ಸಾರಥಿಯ ಪಾತ್ರದಿ ಭರತ, ಶತ್ರುಘ್ನ ಹಿಡಿದ ಛತ್ರ, ಬೀಸಿದ ಚಾಮರ
ಲಕ್ಷ್ಮಣು.
'ಶತ್ರುಂಜಯ' ನಾಮಕ ಗಜವೊಂದೇರಿದ, ವಾನರೇಶ್ವರ ಸುಗ್ರೀವನು.
ಶಂಖನಾದ ಮಂಗಳವಾದ್ಯಗಳ ಮಧ್ಯದಿ, ಕೇಳಿತು "ಶ್ರೀರಾಮ ಜಯ
ಜಯ,"
ಪ್ರತಿಯೊಂದು ಮನೆಯ ಮೇಲೆ ಧ್ವಜ ಕಂಡ, ಶ್ರೀರಾಮನ ಮನವಾಯ್ತು
ಸಂತಸಮಯ. ‖ 601 ‖

ಭವ್ಯ ಅರಮನೆಯೊಳು, ಚತುರ್ದಶವರ್ಷದ ನಂತರ ಬಂದ ಶ್ರೀರಾಮನು,
ಮಿತ್ರರನು ಕೈ ಹಿಡಿದು, ಸಮ್ಮಾನ ಸಹಿತ ಎಲ್ಲರ ಕರೆತಂದನು.
ಶೂರ ವಾನರರು ಸುಗ್ರೀವನ ಆದೇಶದಿ, ಹಾರಿದರು ಪರಿಶುದ್ಧ ಜಲ ತರಲು,
ಆಯ್ದು ನಾಲ್ಕು ದಿಕ್ಕಿನ ಸರಿತ್ಸಾಗರದಿ ತಂದರು ವಾರಿ, ಅಭಿಷೇಕ ಮಾಡಲು.
|| 602 ||

ಮಹಾಖುಷಿಮುನಿಗಳ ವೇದನಾದ, ಎಲ್ಲರನು ಪವಿತ್ರ ಗೊಳಿಸಿತು,
ಅಮೃತಫಳಿಗೆ ವೀಕ್ಷಿಸಿದ ಎಲ್ಲರೂ, ಅದು ಅವರ ಅದೃಷ್ಟ ಕಾಲವೆನಿಸಿತು.
ಅಯೋಧ್ಯರಾಜ ಎಲ್ಲರಿಗೆ ಕೊಟ್ಟ, ಸಂಪತ್ಭರಿತ ಉಡುಗೊರೆ ಆ ಹೊತ್ತು,
ಸೀತೆಗೆ ಕೊಟ್ಟನೊಂದು ಅಮೂಲ್ಯ ಕಂಠಹಾರ, ತುಂಬಿದ ವಜ್ರಮುತ್ತು.
|| 603 ||

ಕೊರಳಲಿದ್ದ ಹಾರ ತೆಗೆದು, ಸತತ ನೋಡಿದಳು ಶ್ರೀರಾಮ, ವಾನರರನು,
"ಸೀತೆ", ಎಂದ ರಾಜನು, "ಸ್ವೀಕರಿಸಲಿ ಇದನು ನಿನ್ನಿಂದ ಒಬ್ಬನೇ
ಗುಣಪೂರ್ಣನು."
ಮತ್ಯಾರು ಅರ್ಹರು, ಹನುಮನಿಗೇ ಶ್ರೀರಾಮಪ್ರಸಾದ ದೊರಕಿತು,
'ಅಶ್ವಿನಿ-ರೋಹಿಣಿ' ಸುಂದರ ತಾರೆಗಳಂತೆ, ಅವನ ಕಣ್ಣು ಮಿನುಗಿತು.
|| 604 ||

ಭಾವ ತುಂಬಿದ ಹನುಮ, ದಿವ್ಯ ದಂಪತಿಗಳಿಗೆ ಕೆಲವಕ್ಷರಗಳ ನುಡಿದನು.
ಸಭೆಯಲಿದ್ದ ಎಲ್ಲರೂ, ಧ್ಯಾನಮಗ್ನರಾಗಿ ಮೂರ್ತಿಗಳಾಗುವಂತೆ
ಮಾಡಿದನು.
ಜನರು ಶ್ರೀಸೀತಾರಾಮಾದಿ, ಅರಮನೆಯವರನು ದೇವದೃಷ್ಟಿಯಲಿ
ಭಜಿಸಿದರು,
ಸುಂದರನ ಹೃದಯಸ್ವರಗಳ, ಸೀತಾರಾಮರ ಮಹಿಮೆಯಾಗಿ
ಕೇಳಿಸಿಕೊಂಡರು. || 605 ||

ನಮೋ ದಶರಥ ಪಿತಾತ್ವಂ, ನಮೋ ಕೌಸಲ್ಯ ಮಾತಾ,
ನಮೋ ನಿಮಗೆ ಜಗನ್ಮಾತೆ, ಹೇ ತಾಯಿ ಸೀತಾ,
ನಮೋ ನಮಃ ಶ್ರೀ ರಾಮರಿಗೆ, ಸಕಲ ಸುಖಿದಾತಾ,
ನಮೋ ನಮಃ ಸತಿ ಸಂಗ ಭರತ ಶತ್ರುಘ್ನ, ನೆರಳಾದ ಲಕ್ಷ್ಮಣ ಭ್ರಾತಾ.
॥ 606 ॥

ನಮೋ ಅಖಿಲ ಸುರವಂದಿತ ಶ್ರೀರಾಮ,
ನಮೋ ಮಂದಸ್ಮಿತ ಧರಿತ ಶ್ರೀರಾಮ,
ನಮೋ ಸರ್ವ ಪೀಡಾ ಭಂಜನ ಶ್ರೀರಾಮ,
ನಮೋ ನಮಃ ಅವನಿಜಾಪತಿ ಶ್ರೀರಾಮ. ॥ 607 ॥

ನಮೋ ದಾನವ ಶತ್ರೋ, ಶ್ರೀರಾಮ,
ನಮೋ ಕೋದಂಡಧರಿತ, ಶ್ರೀರಾಮ,
ನಮೋ ಸಕಲ ಜೀವ ಸಂರಕ್ಷಕ, ಶ್ರೀರಾಮ,
ನಮೋ ನಮಃ ಹೃದಯ ರಾಗ, ಶ್ರೀರಾಮ. ॥ 608 ॥

ಅನುಗ್ರಹಿಸು ಎಲ್ಲರಿಗೆ, ಹೇ ಅನಂತಮೂರ್ತಿ,
ಗುಣಪಡಿಸು ಸಕಲರ ತನುಮನದ ಗಾಯ, ಹೇ ದಿಗಂತಕೀರ್ತಿ,
ವಿಶ್ವದಲಿ ಶಾಂತತೆ ಇರಲು ನಿಮ್ಮ ಹೆಸರೇ ಸ್ಫೂರ್ತಿ,
ಈ ದೇಶ ಹೆಸರಾಗಲಿ ನಿಮ್ಮ ನಾಮದಿ, ಸದಾ ಮಾಡಲಿ, ಪ್ರಗತಿ. ॥ 609 ॥

ಶ್ರೀರಾಮ ಜಯ ರಾಮ, ಜಯ ಜಯ ರಾಮ,
ಸೀತಾಪತಿ ಸದ್ಗುಣ, ಪುರುಷೋತ್ತಮ ರಾಮ,
ಕಷ್ಟ ಪರಿಹಾರಕೆ ಉತ್ತರ, ಸದಾ ಶ್ರೀರಾಮ,
ರಾಮನಾಮ ಜಪಿಸಿರೆಲ್ಲರು, ಸೇರಲು ವೈಕುಂಠಧಾಮ,
ನಮೋ ರಾಮ, ಜಯ ರಾಮ, ಜಯ ಜಯ ರಾಮ. ॥ 610 ॥

ಎಲ್ಲ ರಿಕ್ಷವಾನರರಿಗೆ ಅಯೋಧ್ಯವಿಭು, ಸ್ವರ್ಣಾಭರಣವಿತ್ತು ಗೌರವಿಸಿದನು,
ಶುಭಕಾರ್ಯ ಸಮಾಪ್ತವಾಗಿ, ಸುಗ್ರೀವ ಕಿಷ್ಕಿಂದೆಗೆ ಹೋಗಲು ಅನುಮತಿ
ಕೇಳಿದನು.

ಅದೇನು ಸಂಭ್ರಮ ಭರತವರ್ಷದಿ, ಹರ್ಷೋಲ್ಲಾಸ ತುಂಬಿದ
ಸೀತಾರಾಮರು,

ರಾಮರಾಜ್ಯದಲಿ ಸುಖ ಸಮೃದ್ಧಿಯೇ ಬರೆದಿತ್ತು, ಶಾಂತಿದೂತರಾದ
ಅಯೋಧ್ಯೆಯವರು. ‖ 611 ‖

ಈ ಮಹಾಕಾವ್ಯ ಪಠಿಸಿದವರಿಗೆ, ದೇವರ ಆಶೀರ್ವಾದ ಸದಾ ಇರಲಿ,

ದೀರ್ಘಾಯು, ಯಶಸ್ಸು, ಪಾಪನಾಶ, ಸದ್ಭಕ್ತಿ, ಸದ್ಗತಿ ದೊರಕಲಿ.

ನಮನ ವಾಲ್ಮೀಕಿ ಋಷಿಗಳು ರಚಿಸಿದ ಜೀವಕಥೆಗೆ, ಅಕ್ಷರ ನನ್ನ, ರೂಪಿಸಿ
ಬರೆದೆ,

ಹೋಲಿಕೆ ಮಾಡುವ ಪ್ರಯತ್ನವಲ್ಲ ನನ್ನದು, ಪ್ರೇರಣೆ ಸಿಕ್ಕಿತ್ತೆನಗೆ, ಮುನ್ನವೇ
ಹೇಳಿದೆ. ‖ 612 ‖

ಉಡುಪಿ ಶ್ರೀಕೃಷ್ಣಯ್ಯ, ಅಷ್ಟಮಠಾಧೀಶರಿಗೆ ಬೇಡುವೆ, ಆಶೀರ್ವಾದ ಅನವರತವು,

ಪರಮ ಗುರುಗಳಾದ ಶ್ರೀಮಧ್ವಾಚಾರ್ಯ, ಶ್ರೀ ರಾಘವೇಂದ್ರರಲಿ ಕೋರಿಕೆ, ಅನಂತ ಸುಖವು.

ಬ್ರಹ್ಮೇಶರಿಗೆ ಪ್ರಾರ್ಥನೆ, ಪರಮ ಜ್ಞಾನ, ಯೋಗ ಶಕ್ತಿಯನು,

ನಿಸ್ವಾರ್ಥ ಸೇವೆ ಮಾಡುವೆ ಶ್ರೀಹರಿಯ, ಈ ಹನುಮದಾಸ, ಸಂಜಯನು.
‖ 613 ‖

ಪಂಡರಿನಾಥ ವಿಠಲ ಕೇಳು, ಈ ಕವನ ಹೇಗಾದರೂ, ಎನ್ನ ಮನದ ಒಂದು ಬೇಡಿಕೆ,

ಮೋಹಕ ಕೃಷ್ಣವರ್ಣ ರೂಪ ನಿನ್ನ, ಆಧಾರ ಎಷ್ಟೋ ಅನಂತ ಸುಖಾಶ್ರುಗಳಿಗೆ.

ವಿಜಯನಗರದ ವ್ಯಾಸತೀರ್ಥ, ರೌಪ್ಯಪೀಠಾಧೀಶ ವಾದಿರಾಜ ತೀರ್ಥರಿಗೂ, ಅದೇ ಅರಿಕೆ,

ಸ್ಪರ್ಶಿಸಿದ ಪುಣ್ಯ ಭೂಮಿ ನೀವೆಲ್ಲ, ಅದರ ಧೂಳಿಯೇ ಹೊದಿಕೆ ಎನಗೆ
‖ 614 ‖

ಶ್ರೇಷ್ಠ ದಾಸರಾದ ಪುರಂದರ, ಕನಕ, ವಿಜಯ, ಗೋಪಾಲಾದಿ, ನಿಮಗ್ಗೇಗೆ
ಈ ಮಾತು ಹೇಳಲಿ?

ನಡುಗುತಿದೆ ಕೈ, ಮಂಜಾಗಿದೆ ಕಣ್ಣು, ಬರಲಾಗದಂತಿದೆ ಮಾತು ಬಾಯಲಿ.

ತುಕಾರಾಮ, ಜ್ಞಾನೇಶ್ವರರಾದಿ ಸಂತರೆಲ್ಲ ಬಿಂಬಿತರು, ನನ್ನ
ಹೃನ್ಮನಗಳಲಿ,

ಸ್ಫೂರ್ತಿಯಾದವು ರಚನೆಗಳು ನಿಮ್ಮೆಲ್ಲರ, ಕೇಳಿದ್ದು ಎಷ್ಟೋ ಮಧುರ
ಕಂಠಗಳಲಿ. ‖ 615 ‖

ಸತ್ಯಾತ್ಮತೀರ್ಥರ ಹಾಗು ಸುಬುಧೇಂದ್ರ ತೀರ್ಥರ ಶ್ರೀಪಾದಂಗಳವರಿಗೆ,
ಹೃತ್ಪೂರ್ವಕ ನಮಸ್ಕಾರ,

ಜ್ಞಾನನಿಧಿ ಜೈಯಸಿಂಹಾಚಾರ್ಯರು ತಿಳಿಸಿದ ಶಾಸ್ತ್ರಾರ್ಥ, ಎನಗೆ
ಪುರಸ್ಕಾರ.

ನಮನ, ಜನ್ಮ ಕೊಟ್ಟ ದೇವಸಮಾನ ಶ್ರೀನಿವಾಸ-ಪದ್ಮಾವತಿ, ತಂದೆ,
ತಾಯಿಗೆ.

ಕೃತಜ್ಞ ನಾ ಭ್ರಾತೃ, ಮಿತ್ರ, ಬಂಧುಗಳ, ಹಾಗೂ ಹೃದಯವಾಸಿ ಸಂಗಾತಿ,
ಅಶ್ವಿನಿಗೆ. ‖ 616 ‖

ಎರಡು ವರ್ಷ ಪೂರ್ವ ಆರಂಭಿಸಿದ ಎನ್ನ ಮನಹೃದಯದ, ಈ
ಉತ್ಸವವಾಯ್ತೀಗ ಸಮಾಪ್ತ,

ಶುಭಕೃತನಾಮ ಸಂವತ್ಸರದ, ಶ್ರಾವಣ ಮಾಸದಿಂ, ವರ್ಷಾ ಋತುವಿನ,
ಕೃಷ್ಣ ಪಕ್ಷ ಘಳಿಗೆ ಅಮೃತ.

ನೀಲ ಸಮವಸ್ತ್ರ ಧರಿಸಿ ಇಂದ್ರಪ್ರಸ್ಥದಿ, ಭಾರತಮಾತೆಯ ಸೇವೆ ಮಾಡುತ,
ಶ್ರೀಸೀತಾರಾಮರ ಸಂಗ ಹನುಮನಾಮ ನಿರಂತರ ಜಪಿಸಿ, ಆನಂದದಿ
ಭಜಿಸುತ. ‖ 617 ‖

ಶ್ರೀ ಸೀತಾಪತಯೇ ನಮಃ
ಶ್ರೀ ಕೃಷ್ಣಾರ್ಪಣಮಸ್ತು
ಜಯತು ಭಾರತ ಮಾತಾ

ನನ್ನ ಸಹದ್ಯೋಗಿಯಾದ ಗ್ರೂಪ ಕ್ಯಾಪ್ಟನ ಮನೀಷ ದುಬೇ ಅವರು ಈ ಕೃತಿಗೆ ಅರ್ಪಿಸಿದ ಒಂದು ಚಿತ್ರ

ಪದಕೋಶ

ಪದ ಹಾಗು ಅದರ ಅರ್ಥ	ಯಾವ ಪದ್ಯದಲ್ಲಿ ಹುಡುಕ ಬೇಕು
ಅ	
ಅಶ್ರು – ಕಣ್ಣೀರು	5, 20, 22, 144, 424
ಅನನ್ಯ – ಬೇರೊಂದರಂತೆ ಇಲ್ಲದ (unique)	33, 129, 206
ಅನ್ವೇಷಣ – ತನಿಖೆ (investigation)	51
ಅದೃಷ್ಟವು ಧೀರರ ಪರವಾಗುವುದು – Fortune favours the brave.	73
ಅಗತ್ಯಕೊದಗುವ ಮಿತ್ರನೂ, ನಿಜವಾಗಿಯೂ ಮಿತ್ರನು – (ಇದೊಂದು ಆಂಗ್ಲ ಭಾಷೆಯ ಗಾದೆಮಾತು) A friend in need is a friend indeed	97
ಅವಿತ – ಅಡಗಿಕೊಂಡ	59
ಅರಿ – ವೈರಿ	86, 230, 251, 301, 323
ಅಗಾಧ ಪ್ರಹರಿ – ದೊಡ್ಡ ಆಕಾರದ ಕಾವಲುಗಾರ	135
ಅನಿಷ್ಟ – ಕಷ್ಟದ ಪರಿಸ್ಥಿತಿ	166
ಅದ್ರಿ – ಪರ್ವತ	179

ಅಸಿ - ಖಡ್ಗ	**185**
ಅಗರ - ನಿಧಿಗಳು ತುಂಬಿದ ಮನೆ	**205**
ಅಭ್ರ - ಮೋಡ	**230**
ಅಗ್ನಿಪರ್ವ - ಜ್ವಾಲಾಮುಖಿ (volcano)	**232**
ಅಶ್ವ - ಕುದುರೆ	**260, 288, 299, 340, 396, 399, 401, 451, 471, 486, 503, 521, 526, 541, 547, 550**
ಅಭಿಮುಖ - ವಿರುದ್ಧ (ದಿಕ್ಕು)	**257**
ಅರಿಷಡ್ವರ್ಗಗಳು - ಮನುಷ್ಯನ ಮನಶ್ಶಾಂತಿಯನ್ನು ಕದಡುವ, ಸ್ವಾಸ್ಥ್ಯಕ್ಕೆ ಪ್ರತಿಬಂಧಕರೂಪ ವಾಗಿರುವ ಭಾವನೆಗಳನ್ನು ಶತ್ರುಗಳು (ಅರಿ) ಎಂದು ಬಗೆದು, ಅವುಗಳನ್ನು ಆರು (೬) ಗುಂಪಾಗಿ ವರ್ಗೀಕರಣ ಮಾಡುತ್ತಾರೆ. ಕಾಮ, ಕ್ರೋಧ, ಲೋಭ, ಮೋಹ, ಮದ ಮಾತ್ಸರ್ಯ, ಇವೇ ಆ ಅರಿಷಡ್ವರ್ಗಗಳು.	**286**
ಅಬ್ಬರದ - ಗಟ್ಟಿಯಾದ ಗಂಭೀರವಾದ ಶಬ್ದ	**308**
ಅನಾದರ - ಬೇರೆಯವರಿಗೆ ಅನಾಸಕ್ತಿ ತೋರುವುದು (indifference)	**347**
ಅರಿಂದಮ - ಶತ್ರುಗಳನ್ನು ನಾಶ ಮಾಡುವವನು	**353**

ಅಜ - ಬ್ರಹ್ಮದೇವರು	419, 432, 487
ಅಪೂರ್ವ - ಹಿಂದೆಂದೂ ಕಾಣದ	377
ಅನುರಣನ - ದೀರ್ಘಕಾಲ ಧ್ವನಿಗಳು ಮುಂದುವರಿಯುವಂತೆ ಮಾಡುವ (resonance)	467
ಅವಯವ - ಅಂಗಗಳು	543
ಅರ್ಕ - ಸೂರ್ಯದೇವ	546
ಅಪಾಮ ಮಿತ್ರ - ನೀರಿನ ಮಿತ್ರನಾದ ಸೂರ್ಯದೇವ	546
ಅಗ್ನಿಗರ್ಭ - ಜ್ವಾಲೆ ತುಂಬಿಕೊಂಡವನು ಸೂರ್ಯದೇವ	546
ಅರುಣ - ಸೂರ್ಯದೇವನ ರಥದ ಸಾರಥಿ.	548
ಅನವರತ - ಯಾವಾಗಲೂ	613
ಅರಿಕೆ - ಪ್ರಾರ್ಥನೆ	614
ಆ	
ಆದ್ಯ - ಮೊದಲ	1
ಆತ್ಮೋದ್ಧಾರ - ಮೋಕ್ಷ	58
ಆದಿತ್ಯ - ಸೂರ್ಯದೇವ	66, 331, 407, 545
ಇ	
--	--
ಈ	
--	--
ಉ	
ಉಬ್ಬರ – ಹೆಚ್ಚಾಗುವುದು	25, 268, 444,

ಉಚ್ಚಿಷ್ಟ – ಎಂಜಲ	58
ಉಚ್ಚಾದ್ರಿ – (ಉಚ್ಚ+ಅದ್ರಿ) ದೊಡ್ಡ ಬೆಟ್ಟ	59
ಉತ್ಕಟ – ಉತ್ಸುಕ (eager)	186, 228
ಉಪಸರ್ಗ – ಒಂದು ಪದದ ಅರ್ಥವನ್ನು ತಿಳಿಯಲು ಅದರ ಆರಂಭದಲ್ಲಿ ಸೇರಿಸುವ ಅಕ್ಷರ (prefix)	187
ಉರ – ಎದೆ	266, 329, 378, 379, 400, 424, 460, 461, 462, 469, 506, 539, 543, 547, 555
ಊ	
ಊರ್ವಿ – ಭೂಮಿ	206
ಋ	
--	--
ಎ	
ಎವೆ – ಕಣ್ಣಿನ ರೆಪ್ಪೆ (eye lash)	68, 400
ಏ	
--	--
ಐ	
--	--
ಒ	
ಒರಪು – ಬಣ್ಣ	234
ಓ	
--	--
ಔ	
ಔದುಂಬರ – ಯಮ ದೇವರು	506

ಅಂ	
--	--
ಅ:	
--	--
ಕ	
ಕೈಕಾ – ಕವಿ ವರ್ಣಿಸಿದ ಕೈಕೇಯಿ ರಾಣಿ.	17
ಕ್ಷಾಮ – ಬರಗಾಲ (famine)	20
ಕನ್ನೀರು – ರಕ್ತ	21
ಕಾನನ – ಅರಣ್ಯ	23
ಕೆಕ್ಕಸ – ಅವಮಾನ	29
ಕಂಟಕ – ಮುಳ್ಳು	39
ಕ್ಷುತ್ತು – ಹಸಿವು	39, 341
ಕಂದು – ಬಣ್ಣ (brown)	50
ಕೃಪಾಣ – ಖಡ್ಗ	53, 71, 406, 511
ಕೃಷ್ಣಾಜಿನ – ಜಿಂಕೆಯ ಚರ್ಮ	69, 593
ಕುಲುಕಿಸಿ – ಅಲ್ಲಾಡಿಸು (shake)	76
ಕಪಾಲ – ತಲೆ ಬುರುಡೆ(skull)	83
ಕಮಲೋದ್ಭವ – ಬ್ರಹ್ಮದೇವರು	92
ಕಂಕುಳ – ಕಕ್ಷ (armpit)	108
ಕಾಪಿಟ್ಟ – ತಪ್ಪಿಸಿಕೊಳ್ಳದಂತೆ ರಕ್ಷಣೆಯಲ್ಲಿಟ್ಟ (guarded)	139
ಕಮಲಾಸನನ – ಬ್ರಹ್ಮದೇವರು	156
ಕಾಳಗದಬ್ಬರ – ಪಡೆಗಳ ಯುದ್ಧದ ಕೂಗು ಉದಾಹರಣೆಗೆ, ಮರಾಠ ಲೈಟ್ ಇನ್ಫೆಂಟ್ರಿಯ ಕೂಗು, ಹರ್ ಹರ್ ಮಹಾದೇವ್ (war cry)	172

ಕ್ಷಿತಿರುಹ – ಕ್ಷಿತಿ(ಭೂಮಿ) + ರುಹ (ಕೂದಲು, hair) ದೇಹದ ಮೇಲಿನ ಕೂದಲಗಳಿಗೆ ಹೋಲಿಸಿದ ಭೂಮಿಯ ಮೇಲಿನ ಗಿಡ ಮರಗಳು.	211
ಕೆಚ್ಚಿನ – ಅಂಜಿಕೆ ಇಲ್ಲದ	251
ಕ್ಷೀಣಿಸು – ಸೊರಗಿಸು	253
ಕಾಟಕ – ಬೇಟೆಗಾರ	262
ಕರ್ಣಪಟಲ – ಶಬ್ದ ಕೇಳುವಂತೆ ಕಿವಿಯ ಒಳಗೆ ಗಟ್ಟಿಯಾಗಿ ಹರಡಿರುವ ತೆಳುವಾದ ಚರ್ಮ (eardrum)	306
ಕಾಪಿಸು – ರಕ್ಷಿಸು (guard)	323
ಕುನೃಪ – ಕೆಟ್ಟ ಸ್ವಭಾವದ ಅರಸ	327, 571
ಕುಂಜರ – ಆನೆ	403
ಕುಪಿತ – ಕೋಪಗೊಂಡ	407
ಕೋದಂಡಪಾಣಿ – ಶ್ರೀರಾಮ	451
ಕಣ – ಯುದ್ಧಭೂಮಿ	471
ಕಾಳ್ಗಿಚ್ಚು – ಕಾಡಿನ ಬೆಂಕಿ (forest fire)	519
ಖ	
ಖದ್ಯೋತ – ಸೂರ್ಯ	65
ಖೀಟ – ಢಾಲು	185
ಖುರ – ಗೊರಸು. ಕುದುರೆ ಮೊದಲಾದ ಪ್ರಾಣಿಗಳ ಪಾದದ ಗಟ್ಟಿಯಾದ ಭಾಗ (hoof)	471
ಗ	
ಗಜಬಲ – ಆನೆಯ ಶಕ್ತಿ	92, 260

ಗತಿನಕ್ಷೆ – ಒಂದು ಪ್ರಕ್ರಿಯೆಯ ಬೇರೆ ಬೇರೆ ಹಂತಗಳ ಯಾ ವ್ಯವಸ್ಥೆಯ ಭಾಗಗಳನ್ನು ತೋರಿಸುವ ನಕ್ಷೆ (Flow chart)	94
ಗೂಢ – ಅರ್ಥ ಮಾಡಿಕೊಳ್ಳಲು ವಿವರಿಸಲು ಆಗದಿರುವ	135
ಗುರುತು ಪತ್ರ – ವ್ಯಕ್ತಿಯ ಹೆಸರು ಛಾಯಾಚಿತ್ರ ವಿವರ ತೋರುವ ಮಾಹಿತಿ (identity card)	234
ಗತಕಾಲ – ಕಳೆದು ಹೋದ ಕಾಲ, ಭೂತಕಾಲ	234
ಗೋಲಾಂಗುಲರು – ಒಂದು ತರಹದ ಕಪಿಗಳು	254
ಗರಿ – ಪಕ್ಷಿಯ ಪುಕ್ಕ (feather)	380, 554
ಗಜ-ಕಾಳಗ ನಡೆದಾಗ, ಸಂತ್ರಸ್ತವಾಗುವುದು ತೃಣವು ಮಾತ್ರ – (ಇದೊಂದು ಆಂಗ್ಲ ಭಾಷೆಯ ಗಾದೆಮಾತು) When Elephants fight, it is the grass that suffers.	460
ಘ	
ಘನರಸಾನಿಲ – ಘನ (ಗಟ್ಟಿಯಾದ ವಸ್ತು), ರಸ (ದ್ರವ), ಅನಿಲ (ಗಾಳಿಯಂತಿರುವ), (Solid, liquid and gas)	206
ಚ	
--	--

ಚ	
ಚಿತ್ಸದಾ- ಚಿತ್ (ಮನಸ್ಸು) + ಸದಾ (ಯಾವಾಗಲೂ)	5
ಚಾಪ - ಬಿಲ್ಲು	11, 69, 185, 204, 382, 548
ಚಪಲ - ಚಂಚಲ ಮನಸ್ಸುಳ್ಳ	27
ಚಿಟ್ಟು - ಬೇಜಾರ	88
ಚತುರ್ಮುಖ - ಬ್ರಹ್ಮದೇವರು	133, 336, 413, 419
ಚತ್ವಾರಿಂಶತ ಲಕ್ಷ - ೪೦,೦೦,೦೦೦ (ನಲವತ್ತು ಲಕ್ಷ, 40,00,000)	229
ಚತುರ್ದಶ ವಿದ್ಯಾಧರ - ನಾಲ್ಕು ವೇದಗಳು, ಆರು ವೇದಾಂಗಗಳು, ಧರ್ಮಶಾಸ್ತ್ರ, ಪುರಾಣ ಮಿಮಾಂಸ ಹಾಗೂ ನ್ಯಾಯ ಕಲಿತ ರಾವಣ	251
ಚೆದುರಿಸು - ಎಲ್ಲ ಕಡೆ ವಸ್ತುಗಳನ್ನು ಬಿಸಾಡು	346
ಚತುರ್ವರ್ಣ - ಬ್ರಾಹ್ಮಣ, ಕ್ಷತ್ರಿಯ, ವೈಶ್ಯ ಮತ್ತು ಶೂದ್ರಗಳಾದ ನಾಲ್ಕು ವರ್ಣಗಳು	593
ಛ	
--	--
ಜ	
ಜನಕ - ತಂದೆ	46
ಜರರ - ಹೊಟ್ಟೆ	146

ಜನಸ್ಥಾನ - ರಾಮಾಯಣದಲ್ಲಿಯ ದಂಡಕಾರಣ್ಯ ಅಂದರೆ ಪಂಚವಟಿಯ ಹತ್ತಿರ (ಇಂದಿನ ನಾಸಿಕ ನಗರದ ಹತ್ತಿರ)	**194**
ಜೀವಚ್ಛವ - ಜೀವಂತವಾಗಿದ್ದರೂ ಜೀವವಿಲ್ಲದಂತೆ ಇರುವವ	
ಝು	
--	--
ಞ	
--	--
ಟ	
--	--
ಠ	
--	--
ಡ	
--	--
ಢ	
--	--
ಣ	
--	--
ತ	
ತೃಷೆ - ನೀರಡಿಕೆ	**20**
ತೊಂತಿಸು - ಸುತ್ತು ಹಾಕು	**32**
ತೀಕ್ಷ್ಣ - ಚೂಪಾದ (sharp)	**71, 229, 287, 405, 554**
ತಬ್ಬಿಬ್ಬು - ಅರ್ಥವಾಗದಂತಿರುವ	**84**
ತನಿಯಾಗಿ - ಬೇರೆ ಬೇರೆ	**87**

ತೆಂಕಣ - ದಕ್ಷಿಣ ದಿಕ್ಕು	116
ತ್ರಯೋದಶ ತಿಥಿಯ - ೧೩ನೇ ದಿವಸದ ತಿಥಿಗಳು (13th day ceremonies)	146
ತೃಣ - ಹುಲ್ಲು (grass)	151, 460
ತಕ್ಷಕಾದಿ ವಾಸುಕಿ- ತಕ್ಷಕ ಮತ್ತು ವಾಸುಕಿ ಎಂಬ ಸರ್ಪ ದೇವತೆಗಳು	182
ತತ್ಸಮಯ - ಅದೇ ಸಮಯ, ತಕ್ಷಣ	187
ತುಕ್ಕು - ಕಬ್ಬಿಣದ ಮೇಲೆ ಗಾಳಿ ಮತ್ತು ನೀರಿನ ಪ್ರಭಾವದಿಂದ ಹಿಡಿಯುವ (rust)	190
ತಂಡೇಲ -ನಾಯಕ	227
ತುರ್ತು - ಕೂಡಲೇ ಕ್ರಮ ತೆಗೆದುಕೊಳ್ಳಬೇಕಾದ ಪರಿಸ್ಥಿತಿ (emergency)	243
ತರುವಾಯ - ಆಮೇಲೆ ಬರುವ (next)	314
ತರುಣಾರ್ಕ - ತರುಣ + ಅರ್ಕ (ಸೂರ್ಯ) ಅಂದರೆ ತರುಣ ರೂಪದಲ್ಲಿ ಸೂರ್ಯನ ಬೆಳಕು ವಿವರಿಸಿದೆ.	321
ತಿಂಡಿಪೋತ - ಮಿತಿಮೀರಿ ತಿನ್ನುವವ (glutton)	338
ತೆವಳಾಡು - ನೆಲದ ಮೇಲೆ ಕೈಕಾಲುಗಳನ್ನು ಊರಿ ಸಾಗುವುದು (crawl)	381
ತ್ರಿನೇತ್ರ - ರುದ್ರದೇವರು (ಶಿವ)	517
ತಮೋಭೇಧಿ - ಕತ್ತಲೆಯನ್ನು ದೂರ ಮಾಡುವವನು, ಸೂರ್ಯದೇವ	546

ಥ	
--	--
ದ	
ದಿಟ – ಕಷ್ಟ	**66**
ದುರ್ಲಭ – ಅಪರೂಪ (rare)	**75**
ದ್ವಂದ್ವಮತಿ – ಸರಿಯಾಗಿ ಆಲೋಚಿಸಲಾಗದಿರುವಿಕೆ (confusion)	**98**
ದಶಾನನ – ದಶ (ಹತ್ತು) + ಆನನ (ಮುಖ) ಅಂದರೆ ರಾವಣ	**138, 236, 239, 319, 324, 426, 464, 550**
ದ್ಯುಲೋಕ – ಸ್ವರ್ಗ ಲೋಕ	**161, 354**
ದಮನಿಸಿದ – ಒಬ್ಬರ ಸ್ವಾತಂತ್ರ್ಯವನ್ನು ನಿಗ್ರಹಿಸುವ, ಇಲ್ಲಿಯ ಅರ್ಥ ಸೋಲಿಸುವುದು	**182**
ದಮ್ಮುಗಿಸಿ – ಭಯ ಹುಟ್ಟಿಸು	**192**
ದ್ವೈಚ್ಛಿಕ – ಎರಡು ರೀತಿಯ ಆಯ್ಕಿಗಳು (two options)	**218**
ದ್ಯೋತ – ಹೊಳೆಯುವ	**234**
ದ್ವಿಗುಣ – ಎರಡರಷ್ಟು (twice)	**260, 293, 411**
ದಂಡಪಾಣಿ – ಯಮರಾಜ	**357**
ದಿನಕರ – ಸೂರ್ಯದೇವ	**411, 425, 545**
ದ್ವಿಜಸುತ – ದ್ವಿಜ (ಬ್ರಾಹ್ಮಣ) + ಸುತ (ಮಗ)	**475**
ದಿನದ ಒಂದೇ ಪ್ರಹರದಲ್ಲಿ – ೩ ಗಂಟೆಗಳ ಕಾಲ (three hours)	**517**

ದ್ವಾದಶ ಮಾಸ – ೧೨ ತಿಂಗಳು (12 months)	546
ಧ	
ಧನಾದ – ಕುಬೇರ	181
ಧೂಮ್ರ – ಹೊಗೆ	253, 312
ಧನಿಕ – ಶ್ರೀಮಂತ	448
ನ	
ನಾಣ್ಣುಡಿ – ಗಾದೆ ಮಾತು (proverb)	97
ನೀರೊಸರು – ಮರಳುಗಾಡಿನಲ್ಲಿರುವ ನೀರು (Oasis)	138
ನಿದರ್ಶನ – ಉದಾಹರಣೆ (example)	182
ನಾಗಾರಿ – ನಾಗ + ಅರಿ (ವೈರಿ)	182
ನಕ್ರ – ಮೊಸಳೆ	205
ನೆತ್ತರಿನ – ರಕ್ತದ	309
ನಾಸಾಪುಟ – ಮೂಗಿನ ಎರಡು ಹೊಳ್ಳೆಗಳು (nostrils)	339
ನೆತ್ತರು – ರಕ್ತ	523
ನಭ – ಆಕಾಶ	4, 442, 489, 492
ನಿಯೋಗ – ವಿಶೇಷ ಕಾರ್ಯ (mission)	34, 555
ನಾರಂಗಿ ವರ್ಣ – ಕಿತ್ತಳೆ ಬಣ್ಣ (orange colour)	594
ಪ	
ಪೀತವರ್ಣ – ಹಳದಿ ಬಣ್ಣ	33
ಪಂಜ – ಪ್ರಾಣಿ ಅಥವಾ ಪಕ್ಷಿಯ ತೀಕ್ಷ್ಣವಿರುವ ಕಾಲುಗುರು (Claw)	53

ಪ್ರಶ್ನಾವಳಿ - ಅನೇಕರು ಉತ್ತರಿಸಬೇಕಾದ ಪ್ರಶ್ನೆಗಳ ಪಟ್ಟಿ (question bank)	**79**
ಪಿಷ್ಟ - ಪುಡಿ ಪುಡಿ (paste)	**136**
ಪತನ - ಅಂತಸ್ತು ಕಳೆದುಕೊಳ್ಳುವ (downfall)	**136**
ಪ್ರಥಮಾಶನ - ಪ್ರಥಮ (ಮೊದಲು)+ ಅಶನ (ತಿನ್ನುವ)	**146**
ಪಾವಕ -ಅಗ್ನಿದೇವರು	**162, 327, 355**
ಪುಚ್ಛ - ಬಾಲ (tail)	**162, 180, 226**
ಪ್ರತೀಕಾರ - ಸೇಡು (revenge)	**154, 463, 520**
ಪರಿಣಿತ - ತಜ್ಞ (expert)	**214**
ಪಂಚಾಶತ ಸಹಸ್ರ - ೫೦,೦೦೦ (ಐವತ್ತು ಸಾವಿರ, 50,000)	**230**
ಪೊರೆ - ಚರ್ಮ	**245**
ಪಕ್ಷಿನೋಟ - ಒಂದು ಸ್ಥಿತಿಯ ಮೇಲಿನ ನೋಟ (bird's eye view)	**278**
ಪತಂಗ - ಒಂದು ತರಹದ ಚಿಟ್ಟೆ(ಹುಳು)	**287**
ಪರ್ಜನ್ಯಸದೃಶ - (ಪರ್ಜನ್ಯ) ಮೋಡದ ಹಾಗೆ	**316**
ಪಾರಮೇಷ್ಠಿ - ಬ್ರಹ್ಮದೇವರು	**337**
ಪ್ಲವಂಗಮರು - ವಾನನರು	**397, 449**
ಪುಷ್ಪಾಸೇಕ - ಪುಷ್ಪ + ಆಸೇಕ (ಸ್ನಾನ), ಅಂದರೆ ಹೂವಿನ ಮಳೆ	**555**

ಫ	
ಫಲತರು - ಹಣ್ಣಿದ್ದ ಗಿಡ	**148**
ಬ	
ಬತ್ತಳಿಕೆ - ಬಾಣಗಳನ್ನು ಇಟ್ಟುಕೊಳ್ಳುವ ಕೋಶ (Quiver)	**10, 93, 411, 555**
ಬೃಹತ್ಗಾತ್ರ - ವಿಸ್ತಾರವಾದ, (King size)	**53**
ಬಾಲಾರ್ಕ ವರ್ಣ - ಬಾಲ (ಬಾಲ್ಯದ) + ಅರ್ಕ (ಸೂರ್ಯ), ಇಲ್ಲಿ ತಿಳಿಸುವಂತೆ ನಾರಂಗಿ (ಕಿತ್ತಳೆ) ಬಣ್ಣ (orange colour)	**233**
ಬಾಣದಾಸೇಕ - ಬಾಣದ + ಆಸೇಕ (ಸ್ನಾನ) ಅಂದರೆ, ಬಾಣದ ಸುರಿಮಳೆ	**307**
ಭ	
ಭೂಪಟ - ನಕ್ಷೆ	**59**
ಭ್ರೂ - ಹುಬ್ಬು (eye brow)	**149**
ಭೂ ಪರಿಶೀಲನೆ - ಸೈನಿಕ ಕಾರ್ಯಚರಣೆಯ ಉದ್ದೇಶದಿಂದ ಸ್ಥಳ ಪರಿಶೀಲನೆ ಮಾಡುವುದು (reconnaissance)	**174**
ಭೂವಿ - ಸ್ವರ್ಗ ಲೋಕ	**206**
ಭಯಶೂನ್ಯ - ಹೆದರಿಕೆ ಕಳೆದುಕೊ	**220**
ಭಾಷ್ಪ - ಹೊಗೆ (vapour)	**402**
ಭರತಾಗ್ರಜ - ಭರತನ + ಅಗ್ರಜ (ಅಣ್ಣ), ಅಂದರೆ ಶ್ರೀರಾಮ	**540**
ಮ	
ಮಧ್ಯಕ - ದೇಹದ ಮಧ್ಯ ಭಾಗ, ಅಂದರೆ ಹೊಟ್ಟೆ (ಇಲ್ಲಿ ತಿಳಿಸಿದ ಅರ್ಥ ಗರ್ಭ)	**22**

ಮುಜುಗರ - ಒಬ್ಬರಿಗೆ ನಾಚಿಕೆ ಉಂಟಾಗುವಂತೆ ಮಾಡುವುದು (embarrassment)	41
ಮಂದ - ಹೊಳೆಯದ (dull)	50
ಮರುತ - ಗಾಳಿ, ವಾಯು	62, 125, 130, 384
ಮರುಕ - ಕರುಣೆ	103
ಮರುತ್ಸಖಿ - ಮರುತ (ಗಾಳಿ, ವಾಯು) ಅಂದರೆ, ವಾಯುದೇವರ ಸಖಿ (ಮಿತ್ರ) ರಾದವರು	162
ಮಧೂತ್ಸವ - ಜೇನುಗೂಡು ತೆಗೆದು ಜೇನನ್ನು ಸೇವಿಸುವ ಉತ್ಸವ	165
ಮಾಗಿದವನು - ಅನುಭವ ಉಳ್ಳವನು (experienced)	174
ಮರೆಗುಳಿ - ಮರೆಯುವ ಸ್ವಭಾವ (forgetfulness)	187
ಮೈಥಿಲಿ - ಸೀತಾಮಾತೆ	189
ಮರ್ಕಟ - ವಾನರ	228
ಮುಂಜಾಗ್ರತೆ - ಎಚ್ಚರಿಕೆ (caution)	258
ಮೂಡಲ ದಿಕ್ಕು - ಪೂರ್ವ (east)	261, 535
ಮಾತಂಗ - ಆನೆ	280, 492
ಮಿಟುಕು - ಎವೆಯಿಕ್ಕುವುದು (blink)	310, 526
ಮುಂಗಾಣ - ದೂರದೃಷ್ಟಿಯುಳ್ಳ	348
ಯ	
--	--
ರ	
ರೋದಿಸು - ಅಳುವುದು	16, 244, 351, 520

ರಾಮಾನನ – ರಾಮ + ಆನನ (ಮುಖ)	23
ರಾವ – ಈ ಕಾವ್ಯದಲ್ಲಿ, ರಾವಣ	26, 32, 34, 141, 143, 154,161, 162,164, 177 ಇತ್ಯಾದಿ
ರಾವಭಗಿನಿ – ರಾವ (ರಾವಣ) + ಭಗಿನಿ (ತಂಗಿ)	26
ರಾಮನಣಕ – ರಾಮನ + ಅಣಕ (ಒಬ್ಬ ವ್ಯಕ್ತಿಯ ನಡೆ ನುಡಿ ಧ್ವನಿಗಳನ್ನು ಅನುಕರಿಸುವುದು). ಶ್ರೀರಾಮನ ಧ್ವನಿಯಂತೆ ಕೂಗಿದ ಮಾರೀಚ.	35
ರತ್ನದ್ವೀಪ – ಒಂದು ರೀತಿಯಲ್ಲಿ ವಿವರಿಸಿದ ಇವತ್ತಿನ ಶ್ರೀಲಂಕಾ	41
ರೆಕ್ಕೆ ಹರವು – ರೆಕ್ಕೆಯ ಒಂದು ತುದಿಯಿಂದ ಇನ್ನೊಂದು ತುದಿಗಿರುವ ದೂರ (Wing span)	53
ರಂಧ್ರ – ತೂತು (hole)	102
ರಿಕ್ಷರಾಜ – ಕರಡಿಗಳ ರಾಜ (ಜಂಬವಂತ)	124, 435
ರಿಕ್ತ – ಖಾಲಿ	146, 275
ಶ್ರೀರಾಮಾಂಘ್ರಿ – ಶ್ರೀರಾಮ + ಅಂಘ್ರಿ (ಚರಣ, ಪಾದಗಳು) ಅಂದರೆ ಶ್ರೀರಾಮನ ಚರಣಗಳು	
ರಜನಿ – ಕತ್ತಲೆ (ಕಪ್ಪು)	203, 286
ರಕ್ತವರ್ಣ – ಕೆಂಪು ಬಣ್ಣ	266, 411
ರುಧಿರ – ರಕ್ತ	550
ರೌಪ್ಯಪೀಠ – ಉಡುಪಿ ಪುಣ್ಯಕ್ಷೇತ್ರ	614

ಲ	
ಲೋಕಪಾಲಕರು – ಅಥವಾ ದಿಕ್ಪಾಲಕರು. ನಾಲ್ಕು ದಿಕ್ಕುಗಳಾದ ಉತ್ತರಕ್ಕೆ ಕುಬೇರ, ದಕ್ಷಿಣಕ್ಕೆ ಯಮದೇವರು, ಪೂರ್ವಕ್ಕೆ ಇಂದ್ರದೇವರು ಹಾಗೂ ಪಶ್ಚಿಮಕ್ಕೆ ವರುಣ ದೇವರೇ ಮೊದಲಾದ ಲೋಕಪಾಲಕರು.	200
ಲವಣ – ಉಪ್ಪು	209
ಲಲಾಟ – ಹಣೆ	566

ವ	
ವ್ಯಾಮೋಹ – ಒಬ್ಬರ ಬಗ್ಗೆ ಅತಿಯಾದ ಆಲೋಚನೆ (Infatuation)	32
ವಿಸ್ಫುಲಿಂಗ – ಕಿಡಿ (spark)	40, 173
ವಿಭು – ರಾಜ, ಅರಸ	41, 278, 611
ವಿಪ್ರ – ಬ್ರಾಹ್ಮಣ	67, 596
ವೈವಿಧ್ಯವಿಲ್ಲದು – ಬೇರೆ ಬೇರೆ ಅಲ್ಲ, ಅದೇ ಒಂದೇ ರೂಪ	78
ವಸನ – ಉಡುಪು (dress)	69
ವಕ್ಷ – ಎದೆ	102, 489
ವಾರಿ – ನೀರು	158, 602
ವೈದೇಹಿ – ಸೀತಾಮಾತೆ	188, 244
ವಾಮಅವಾಮ – ವಾಮ+ ಅವಾಮ (ಎಡ ಮತ್ತು ಬಲ ಭಾಗ)	214
ವಾಸವ – ಇಂದ್ರದೇವ	233, 540
ವೈನತೇಯ – ವಿನತಾ ದೇವಿಯ ಮಗನಾದ ಗರುಡ	293, 554
ವ್ಯಾಘ್ರ – ಹುಲಿ	318, 526

ವೈವಸ್ವತ - ಯಮರಾಜ	**362**
ವಟವೃಕ್ಷ - ಆಲದ ಮರ (banyan tree)	**493, 497**
ವಿಲಕ್ಷಣತೆ - ವಿಚಿತ್ರವಾಗಿರುವಿಕೆ (strangeness)	**495**
ವರ್ಧಕ - ಒಂದು ಕ್ರಿಯೆಯನ್ನು ವೇಗವಾಗಿ ನಡೆಯುವಂತೆ ಮಾಡುವ ವಸ್ತು (catalyst). ಲಕ್ಷ್ಮಣನಿಗೆ ಇಲ್ಲಿ ವರ್ಧಕನೆಂದು ಹೇಳಲಾಗಿದೆ.	**525**
ವಿನಿಮಯಿಸು - ಒಂದು ಕೊಟ್ಟದ್ದಕ್ಕೆ ಇನ್ನೊಂದು ಪಡೆಯುವುದು (exchange)	**542**
ವ್ಯೋಮನಾಥ - ಭೂಮಿ ಇತರ ಗ್ರಹಗಳನ್ನು, ತಾರೆಗಳನ್ನು ಅವರಿಸಿರುವ ಪ್ರದೇಶ (space). ಇಲ್ಲಿ ತಿಳಿಸಿದ ಅರ್ಥ ಆಕಾಶದ ರಾಜನಾದ ಸೂರ್ಯದೇವ	**546**
ವರ್ತಮಾನ - ಈ ಕವನದಲ್ಲಿ ವಿವರಿಸಿದ ಒಂದು ರೀತಿಯಲ್ಲಿ ವಾರ್ತೆ	**596**
ಶ	
ಶ್ವಾಸದ್ವಾರ - ಮೂಗು	**29**
ಶೀರ್ಷ - ತಲೆ	**29**
ಶಿರೋನಾಮ - ಬಿರುದು	**32**
ಶಕ್ರಾವತಾರ - ಶಕ್ರ (ಇಂದ್ರದೇವರ) + ಅವತಾರ	**108**
ಶುಲ್ಕ - ಪ್ರಯಾಣ ಮಾಡಲು ಕೊಡುವ ಹಣ	**121**
ಶಿಂಶುಪಾವೃಕ್ಷ - ಹಲಸಿನ ಹಣ್ಣಿನ ಗಿಡ (jackfruit tree)	**139**

ಶರ – ಬಾಣ	**151, 505, 507, 508, 524, 555**
ಶುಷ್ಕ – ಒಣಗಿಸು (dry)	**179, 484**
ಶಮನ – ನೀರಡಿಕೆಯನ್ನು ಹೋಗಲಾಡಿಸುವುದು (quench)	**321, 528**
ಶಯನ – ಮಲಗು, ನಿದ್ರೆ	**338**
ಶಸ್ತ್ರಾಗಾರ – ಆಯುಧಗಳನ್ನು ಇಡುವ ಸ್ಥಳ (armoury)	**396**
ಶೃಂಗ – ಬೆಟ್ಟದ ತುದಿ (peak)	**445**
ಶುಶ್ರೂಷೆ – ಗಾಯಗೊಂಡವರಿಗೆ ನೋಡಿಕೊಳ್ಳುವುದು(nursing)	**510**
ಶ್ಲಾಘನೆ – ಪ್ರಶಂಸೆ (praise)	**545**
ಶಿಶಿರಃ – ಚಳಿಗಾಲ ಬರುವಂತೆ ಮಾಡುವ ಸೂರ್ಯದೇವ	**546**
ಷ	
ಷಡ್ಮಾಸ – ೬ ತಿಂಗಳು (6 months)	**336, 338**
ಸ	
ಸುಪರ್ಣ – ಗರುಡ	**52, 330, 420**
ಸುರಪತಿ – ಇಂದ್ರದೇವ	**56, 71, 183, 577**
ಸರಸ್ಸು – ಸರೋವರ	**61**
ಸ್ಮಿತ – ಮುಗುಳ್ನಗೆ (smile)	**71, 220, 270, 378, 466, 469, 607**
ಸಿರೆ – ದೇಹದ ಎಲ್ಲಾ ಭಾಗಗಳಿಂದ ಹೃದಯಕ್ಕೆ ರಕ್ತವನ್ನು ಒಯ್ಯುವ ನಾಳ (veins)	**77**

ಸಪ್ತತಿ ಸಹಸ್ರ – ೭೦,೦೦೦ (ಎಪ್ಪತ್ತು ಸಾವಿರ, 70000)	92
ಸನ್ನದ್ಧ – ಸಿದ್ಧ (ready)	94
ಸೀಮಾ ಸುಂಕ – Customs duty	121
ಸಂತ್ರಸ್ತ – ಯಾತನೆ (distress)	145, 460
ಸಹಭುಜ – ಪ್ರೀತಿಯಿಂದ ಆಲಿಂಗಿಸು (embrace)	166, 448
ಸ್ಥಿರಾಭಯ – ಸ್ಥಿರ + ಅಭಯ ಅಂದರೆ ಹೆದರಲಾರದೆ	185
ಸತ್ಸರಿತ – ಸತ್ (ಪಾವನ)+ ಸರಿತ (ನದಿ)	205, 591
ಸಂಧಾನ – ಯಾವುದಾದರೂ ಒಂದರ ಬಗ್ಗೆ ತೀರ್ಮಾನಕ್ಕೆ ಬರಲು ಮಾತುಕತೆಗಳನ್ನು ನಡೆಸುವುದು (Negotiation)	214
ಸೌರವ್ಯೂಹ – ಸೂರ್ಯ ಮತ್ತು ಅದರ ಸುತ್ತ ಸುತ್ತುವ ಗ್ರಹಗಳು (solar system)	428
ಸಪ್ತಷಷ್ಟಿಃ ಕೋಟಿ – ೬೭ ಕೋಟಿ (67 crores)	431
ಸುವೃತ – ಒಳ್ಳೆಯ ಸ್ವಭಾವ ಉಳ್ಳವನು	435
ಸಕ್ರಿಯ – ಕ್ರಿಯಾಶೀಲ (active)	499
ಸರ್ವತಾಪನಃ – ಚಳಿಗಾಲ ಹೊದೆದು ಓಡಿಸಿ ಎಲ್ಲರಿಗೂ ಬೇಸಿಗೆ ತಂದು ಕೊಡುವವ, ಸೂರ್ಯದೇವ	546

ಸಾರಂಗ ರಾಗ – ಬೆಳಗಿನ ಜಾವದಲ್ಲಿ ಹಾಡುವ ರಾಗ, ಕವಿಯ ಒಂದು ಕಲ್ಪನೆ	596
ಹ	
ಹುತಾಶನ – ಅಗ್ನಿದೇವರು	38, 252, 450
ಹೇಮ – ಬಂಗಾರ	46, 70, 234, 264, 280, 438
ಹರನ ಅಳಿಯ ಮೈನಕ – ಶಿವನ ಪತ್ನಿಯಾದ ಪಾರ್ವತಿ ದೇವಿಯ ತಮ್ಮ, ಮೈನಕ ಪರ್ವತ	130
ಹಾಟಕಾದ್ರಿ – ಹಾಟಕ (ಬಂಗಾರ) + ಅದ್ರಿ (ಪರ್ವತ), ಅಂದರೆ ಮಂದಾರ ಪರ್ವತ	182
ಹೊಗರು – ಬಣ್ಣ	226
ಹಗೆತನ – ದ್ವೇಷ (animosity)	307, 518
ಹಾರಿಜ – ಅಡ್ಡಲಾದ (horizontal)	381
ಹದುಳಿಸು – ಸಮಾಧಾನ ಮಾಡು	432
ಹರೀಶ – ಹರಿ (ಸಂಸ್ಕೃತದಲ್ಲಿ ಕಪಿ) + ಈಶ ಅಂದರೆ ಕಪಿಗಳಲ್ಲಿ ಶ್ರೇಷ್ಠನಾದ, ಹನುಮಂತ. ಹಲವಾರು ಬೇರೆ ಅರ್ಥಗಳೂ ಇವೆ.	461
ಹರಿದ್ವರ್ಣ – ಹರಿತ (ಹಸಿರು) + ವರ್ಣ (ಬಣ್ಣ)	541
ಳ	
--	--

RAMAYANA

Kingdom so big, it had spread out thru land, sea and air,
Worried the King like termites, Oh! He didn't have an heir.
Kosala the kingdom and able Dashratha the king,
Ayodhya his Capital, where joy of prince didn't spring.

"Perform a yajna" said, a holy sage one,
Kaushalya, Sumitra, Kaikaye, these queens had children none.
Blessed were they and the subject's joy had a soar,
Ram, Laxman, Bharath and Shatrughna, were the handsome four.

Grew up they in brotherhood, what a sight to see,
They set an example for all, their love in quantum to sea.
The king was now in merry, but hard times soon there came,
The fiery sage once stepped in; "Vishwamitra" was his name.

Firmly said he, "I want Ram Laxman the duo,
Taraka was the demon; we'll destroy her as the trio."
The king was then taken aback, "O Sir, they are still small,
I shall fight them on my own, my weapons will then maul."

"No! O king, The God has sent me, this holy message,
Ram to kill the wicked, one of the works of His age.
Braved all the odds there, the demon was slain,
But this was not the job, which he was to do as main.

Training not yet over, they learnt new arms to play.
Tough was it at first, like a blindfolded model made in clay.
Headed back to the kingdom, awaiting a moment new,
Janaka's daughter was to marry, absentees a few.

Goddess Sita's eyes were locked, when she saw Ram,
First time it was for Him, when heart not sounding calm.
Prayed, "O Lord, let the bow, be broken by Shri Ram",
Her state was also the same, shivering was her palm.

Many a tried to lift, Lord Shiva's bow so heavy,
Appeared that they were not, bow and arrow savvy.
Marriages are made in heaven; the thought is so sublime,
The couple is being worshipped from, that old golden time.

Happy times were on board, bad times were near,
'Manthara the wicked' spread bad mouth in Kaikey's ear.
Cooked Bharath be the king, by reminding promises unkept,
Sand slipped beneath the king's feet, sky fell on his head.

Happy times were now over, dreams washed away and
swept,
Curse on him came true, he realized on death bed,
Like famine healed with tears, such were all crying,
Beloved Ram went to forest for fourteen years undefying.

Better half followed suite, said" I am for your sorrows and
joy",
"Me too" cried Laxman, "I am not a small boy".
Nowhere a brother you'll find, who left his worldly pleasures,
Ram was so wealthy, even in forest with these treasures.

Guha the Nishada King felt, my job to reach people farthest
end,
Alas if done now, my king´s problem will soar,
Life for him was now, a river of twists, turns and bend.
Dashrath was in grief, said, "Can't bear it anymore."

The Gods listened to him, eyes never to be opened.
Bharath in anger rode, from nowhere like lightening speed,
Cursed his fate and mother, for this ghastly deed.
Ran to forest soon, to bring back elder Ram,
Sent back with blessings divine, like an effective pain balm.

Told Bharath, "Rule the kingdom now, in your Ram's name,
"Never break our father's promise", this was his claim to
fame.
Dared ahead the jungles and the demons, in that rested,
Killed a many of them to clear the God's interest, vested.

Built a hut and called it, we know as ' Panchavati ',
Ram was to be tested for the oncoming calamity,
Disguised a beautiful maiden, came for whom none can pity,
Misbehaved and got her nose cut, at today's Nashik city.

Ravan the villain now, comes into this picture,
When his sister cried and complained about her nose rupture.
"How did this happen", with eyebrows joined he was asking,
"Call Marich ", he roared and ordered, "Where is he still basking?"

"As golden dear you appear to distract brothers from my sight,
Will pick up Sita in this time, I'll show them my might."
As it was destined, everything was happening,
Ram chased the deer, this was misery beginning.

The arrow found its mark sent straight from His quiver,
It shouted in Ram's voice, sent Sita under shiver.
She ordered Laxman, "Go and see, protect my dear husband"
"Sorry mother" said firmly he, "Elder said at any cost don't disband".

Forced to go, he marked a boundary all around the hut,
"Don't you cross this mother, be inside; none can have this cut.
Came to be known as this the one, 'Laxman Rekha' famous,
Try and touch to see burn yourself, strength it has enormous.

There came up the monster, disguised as a hermit,
Tried to cross the line, but could not get the permit.
Called out he and said, "Give alms to this poor man",
Caught her by the hand, and in his airship he ran.

The big bird 'Jathayu', fought in air to rescue,
Alas the demon won, his wings were cut in two.
Brothers knew nothing now, what to do no clue,
Hardships in big order were waiting in a queue.

"Sita" and "Mata" they yelled, not to find her on this sand,
She was flown far away south, towards the jewel island.
Knew not where she was, kept moving in the forest,
One eyed "Kabandha" mountain, gave them a fight and rest.

Told them "Go to Kishkindha towards farther south,
"There you'll find Sugreev, in grief and a quite mouth."
Finding him was tough, in this dense forest mountain,
Suddenly sprang there Hanuman, like a summer cooling
fountain.

Asked them who were they, as he stood like a simpleton?
Knowing as Ram and Laxman, His destiny owed a ton.
Learnt the reason why, brothers were in such attire,
"Will take you, O! Lord to Sugreev", it was like water on fire.

Welcomed in a cave, Ram learnt Sugreev was banished,
Said he, "I have ornaments, someone dropped from sky and
vanished.

Tears as Ram saw them,"Laxman take a look at these"
"No brother I know not, I was always at mother's feet"
"Oh! How is my dear Sita, demons near her like wild geese?"
Temper did he control and sat on the stone seat.

"Help me defeat my brother" said Sugreev, "Vali is his name,
It's because of him I'm living, in this world of shame.
Will I then be able, to repay you all this back,
Join hands with you to have wicked, Ravan in a sack."

Treaty was done then, both took an oath,
This was nothing for Ram, already draped in this clothe.
Vali was then slain, in the fierce some battle that followed,
Realised his fault late though, he now mellowed.

The search for Sita began, army sent in directions all,
Hanuman, Jambuvant and Angad, few heroes of this war tall.
Reached they the end of land, nowhere now to find,
'Sampati' the bird there came, said "Jathayu's my brother kind",

Learnt about his demise, went in a sad state of mind,
Ravana was the reason; I can give a document signed,
Who would jump there, now with powerful muscles of hind?
Many of them came forward and said, "I'll do it Sir",
Hanuman still sitting quite, someone required to spur.

Jambuvanth's role played now is of great importance,
Reminded the Son of Wind, mankind owes him thanks till tons.
Chanted his forgotten prayers, to turn him to size huge,
Ravana's aides to save themselves will now have to take refuge.

'Mainaka' the mountain said, "rest some while Oh Valiant Son",
Your father helped me once, I'll repay, and you then run",
"Thank you Sir", said Hanuman, "there's no time for rest and fun".
A huge twisty snake then appeared to brake his move,
Tore her into pieces that fell in all water deep blue.

Continued then further, to be welcomed at the gate,
Lady demon was there waiting, for countless beatings she ate.
Where to look for Sita, was His greatest doubt,
Heard a chanting voice, in the Ashok gardens full of sprout.

Dropped the ring into the dirty Ravana's den,
What goodness is this happening, here it's forbidden.
Greeted her and said, "Oh! Mother, I'll fly you back",
Said Sita"Like me many are here, with their destiny crack".
Continued to tell Hanuman, "Free us all as a pack".

"Mother I'm starving, but these fruits and nuts are enough,
Will show these ugly monsters, my strength not so tough."
Threw them like small balls, like he was a child,
We demons are no match, thought strength they had wild.

Let me surrender, He thought to these filthy looking demons,
Then I'll cut them open like, juicy watermelons.
Hanuman as his guess, did and had a first sight,
Of the infamous Ravan, with ten heads held upright.

All heads spoke as one, "kill him" was the tone,
Of them Vibhishan said, "Don't", with a moan.
Was agreed on to it, tail was put on fire,
Ravana was a fool, now island scene so dire.

Hanuman set the whole, land to burning ablaze,
One could do this if! Think of an army count, like corns of maize.
Vibhishan was thrown out, so went to the shore other,
"Welcome him", said Hanuman, "He's kind and like my brother".

Gave the wicked a chance from war, slaughter and plunder,
"Give my Sita back" Ram said, "or you'll be hit by thunder"
Angad with this message, went with full of zeal,
Nicely handled all, with no effect to heal.

Back he came and said, "Oh! Ram, I am so sorry",
"We'll have to prepare for war, now we better hurry.
Build a bridge too far, but how, was a question now,
Prayed to Ocean God, "Come and help us somehow".

The divine message came there clear, "throw stones in the water,
Write "Shri Ram" before you do it, also you have "Nal-Neel The Clever".
The bridge was through; army on it marched towards the wicked,
Fearsome was the war to come, time could not be busted.

Ravana sent his mighty nephews, 'Kumbh-Nikumbh 'the fire,
Sugreev and Hanuman put an end to their story, in a funeral
pyre.
Meghnath the magician now played tricks, to confuse present
there all,
Marked at Laxman and old Jambuvant to see Shri Ram's
downfall.

'Sushena' the specialist called in there, as no herbs proved
useful,
He said "Go to Himalayas and you'll find 'Sanjeevini'
plentiful.
Pavan then leaped up huge and waded the weather
inclement,
Stopped at a sage, "Dronagiri is this? Ram is in lament."

"Yes" said he, Kalanemi the name, forced Him to bathe in the
lake,
A crocodile waiting which was killed said "the sage is a fake".
Came back and then, He threw him up and down,
Tied him up and hurled at speed, Ravana went to mourn.

Reached back in time at mountain new, collected a handful,
"What if I take this full mountain high, all would be gleeful".
Flew back at speed high and great, landed there in time,
Injured were up and Ravana's wounds were poured with
fresh lime.

With wishes and power Laxman rose to finish the magician Meghnath,

Pounced on him, broke his prayers, death was aftermath.

'Snoring Glory' woken in haste, "why was this", he asked,

Tired were all, trying to wake him up, from few hours past.

"Kumbhakaran my brother", said Ravan, "The enemy is at door step"

"Who was this to challenge you, Oh! Mighty Scourge of Death?"

"Ram the reason; I flew his wife, when you always slept",

"Wrong I know, but still will fight, till last blood drop is left."

The visitors trembled at his shape, shook them as he roared,

Thrown were they with the wind he breathed, not required was the sword.

"Now is the time", said Vibhishan, " Lord join the war and show",

"Good is might, and not size; see how bad will now bow".

Used his powers, Ram to kill the large looking asura,

The big went down; all saw Ram covered in Godly aura.

Left was one to fight with the Gods, Ravana a mighty warrior,

Offered his prayers to Shiva before, he tied his gifted bandolier.

Gruesome one, killed he many, seemed a fiery war,

Ravana's head rolled down the ground, but got up without a scar.

Twice and thrice it happened so, Vibhishan said "Sir no",

"Gravity in his heart, that's for sure, he's my brother I know".

Aimed and shot the arrow, then hit the correct spot

End of Ravan, thus the bad, cleaned the remaining rot.

Lord Ram and Sita met, what a happy moment was it?

Goodness prevailed, all were back, and festival of lights was lit.

Dark and light, two phases of life will keep coming your way,

Have faith in Ram and Hanuman still on earth, to keep you smiling all night and day.

– Sanjay S Desai

25 July 2010

www.ingramcontent.com/pod-product-compliance
Lightning Source LLC
Chambersburg PA
CBHW031551150726
47990CB00001B/304